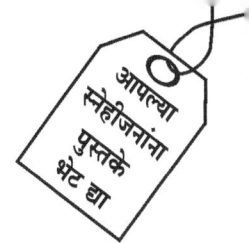

डवरणी

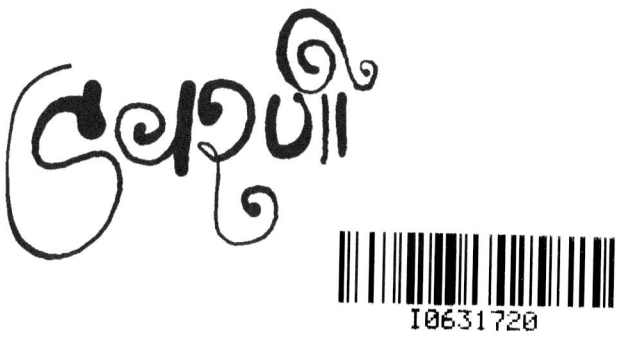

आनंद यादव

मेहता पब्लिशिंग हाऊस

DAVARNIby ANAND YADAV
डवरणी / कथासंग्रह
आनंद यादव
भूमी, ५ कलानगर,
धनकवडी, पुणे-सातारा रोड,
पुणे -४११०४३.

© स्वाती आनंद यादव

प्रकाशक : सुनील अनिल मेहता, मेहता पब्लिशिंग हाऊस,
१९४१ सदाशिव पेठ, माडीवाले कॉलनी, पुणे - ४११०३०.
प्रकाशनकाल : ऑगस्ट, १९८२ / ऑगस्ट, १९९३ / मार्च, २००८
पुनर्मुद्रण : जानेवारी, २०१४
मुखपृष्ठ : चंद्रमोहन कुलकर्णी
ISBN 81-7161-273-3

प्रा. **राम पटवर्धन** यांना...
तुम्ही
माझी सर्जनक्षमता
अतिशय आस्थेने
जोपासली आणि
गाढ मैत्री दिली.

आनंद यादव

अनुक्रमणिका

१

❋

माझी पहिली बायको

साडेचार चार वर्षांचा असेन. दोन बहिणी झाल्यावर माझा जन्म झाला. त्यामुळं घरात कौतुक– विशेषत: आईला जास्त. सासूच्या घरातलं तिचं स्थान, तिचा संसार आणि भवितव्य नक्की झालेलं. एवढा मोठा झालो तरी आईला पीत होतो. सगळं गाव नावं ठेवत होतं; पण आई हसून तिकडं कानाडोळा करत होती.

"अगं, या लडदूला म्हशीच्या थानाला लावत जा. ल्हानगा हाय व्हय ह्यो आता दूध प्यायला!" बोलत बसलेली बाई.

"पिऊ दे तिकडं. हाय त्येच्या नशिबात, पितंय. पोटात दुसरं ऱ्हायलं म्हणजे मग कशाला पील?" असं बोलून आईनं मला जास्तच पदराखाली घेतलं. भोवतीनं तिच्या हातांचं संरक्षण. पदराखाली उमललेलं एक स्वतंत्र खासगी विश्व. त्यात मी एकटाच. कान मात्र बाहेर.

"आन्द्या, सुडक्या! अजून दूध पितोस व्हय रं? दात किडून घोळ हुतील की– आणि हे हिकडं काय हे? उघडचं पडलंय की. लंगुटी तरी घालत जा. ल्हानगा हाईस व्हय आता?"

मी लाजून पदराबाहेर गेलेलं माझं शरीर आकसून घेण्याचा प्रयत्न केला. चड्डी नव्हती. तसाच चोखू लागलो... कधी दूध येत होतं, कधी येत नव्हतं. नुसत्या पिशव्या झालेल्या. पण चोखत बसण्याची सवय जात नव्हती.

बोळातली गोरी तानीबाई सांज करून आईकडं दारात बसायला आली होती. इकडंतिकडं खेळून मी आईजवळ येऊन बसलो. बोलता बोलता तानीबाईची चोळी चिंब होऊन गेली. तिला पत्ताच नाही.

"काय गंऽऽ ताने हे!" आईचं आश्चर्य.

"काय करू अक्का? दूधच लई. पोरगी असती तर दूध पिऊन लाटंसारखी झाली असती." ती कळवळून बोलली. तिला पहिली पोरगी सहा-सात वर्षांची

होती. मग तिची मुलं जगली नाहीत. महिन्यापूर्वीच तिचं मूल पंधरा दिवसांचं होऊन वारलं होतं. मुलं जगत नाहीत म्हणून ती व्याकुळून गेली होती.

"आगं, पिळून तरी काढत जा."

"किती पिळायचं? पिळूनपिळून थानं भगभगाय लागत्यात."

आईचा पदर मी अंगावर घेऊ बघत होतो. हात तिच्या अंगावर वळवळत होता. चोळीच पाखं उचलू पाहत होता. "गप रं!" बोलता बोलता आई म्हणाली, "न्हाईतर या हांडगूबाला न्हेत जा. जातोस काय रं? पितोस तिचं दूध?"

"मी न्हाई जा. मला नगं तिचं दूध." मला खोटाखोटा राग आला. त्याचा फायदा घेऊन मी तिच्या पदराखाली पूर्ण सरकलो.

"खरंच, चल आन्दा! आईला कशाला उगंच तोडून खातोस? माझंबी दुखणं टळंल."

पुढं काय झालं आठवत नाही.

दुसऱ्या दिवशी तानीबाई घरात आली. "आन्दा, गूळ-खोबरं खायला देती. चल रं. नारोळ फोडलाय."

मला गूळ-खोबरं आवडत होतं. मी तिच्याबरोबर गेलो. स्वैपाकघरात ती 'बस' म्हणाली. मी उंबऱ्यावर बसलो. गूळ-खोबऱ्याची वाट बघू लागलो. तिने शिंक्यावरची खोबऱ्याची वाटी काढली. चुलीमागचं उलथणं घेऊन वाटीतलं खोबरं काढता काढता बोलू लागली, "तुला गूळ-खोबरं पाहिजे?"

मी मान हलवली. तोंडाला पाणी सुटू लागलं. तिनं त्याच उलथण्याच्या मागच्या टोचीनं दिवळीतल्या गुळाच्या भेलीचा बराच मोठा ढपळा काढला नि माझ्या तोंडाला धाक्कदिशी पाणी सुटलं. खोबऱ्याचे दोन तुकडे केले. अर्ध्या तुकड्याला गूळ भरपूर चिकटवला नि तो तुकडा माझ्या हातात दिला."खा हितंच बसून."

मी कराकरा खाऊ लागलो...तोंडात खोबरं चावू लागलो. त्याचं गुळचट दूध तोंडात येऊ लागलं. त्यात गूळ मिसळू लागला. लगेच न गिळता मी ते जास्तजास्त चावू लागलो. चव जास्तच वाढू लागली. तोंड गोडधोड होऊ लागलं.

तुकडा खाऊन संपला नि मी मोकळ्या तोंडाच्या मिटक्या मारून चव चाखू लागलो.

"आणि पाहिजे?"

मी जोरात मान हलवली

"माझं एक बारकंसं काम करतोस का?"

मी मान पुन्हा हलवली. तिनं एक वाटी घेतली. गाठ सोडली. माझ्यासमोर येऊन बसली. "हे बघ, ही वाटी. थानातलं दूध चोखायचं नि यात थुकायचं. काय?"

अवघडून मी नकळत मान हलविली. ती थोडीशी पुढं सरकली नि तशीच माझ्या अंगावर झुकली. स्तन माझ्या तोंडात दिलं नि माझ्या डोक्यावर मागून हळूच

हाताचा दाब दिला. मी गडबडलो. माझ्या तोंडाचा दाब तिच्या पुष्ट स्तनावर पडला. ते गोरं कमळ चक्राकार रुंद होत पसरलं. एक मंद घामट सुगंध नाकाला आला. खोलखोल जाऊन रुजला. पहिल्यांदाच मी काहीतरी विलक्षण अनुभवत होतो.

चुरुचुरु तोंडात दूध साठवू लागलो. पहिल्या एक-दोन चुळा वाटीत टाकल्या... पण आता दुधाची गुळचट चव तोंडातनं बाहेर सोडावीशी वाटेना. तोंड भरेल तसं दूध घशापर्यंत जाऊ लागलं. एवढं लांबपर्यंत गेलेलं दूध पुन्हा थुंकून टाकणं जिवावर आलं. अलगद ते घशाखाली उतरलं. मग धारांमागोमाग धारा झुळझुळत आत उतरू लागल्या...सगळं शांत होतं. तानी मुकाट होती. मीही मुकाट! स्तनाचा निचरा होत जाईल, तशी ती अंगावर जास्तजास्त झुकत होती. माझ्या मानेवर मागून जास्त जास्त दाब देत होती. कुणीही एक शब्द बोलत नव्हतं.

एका स्तनाचा निचरा झाल्यावर अलगद तिनं दुसरं स्तन माझ्या तोंडात दिलं. नकळत मी तान्ह्या मुलासारखा घसरा मारून पुढं सरकलो. ती झुकली. क्षणभर गेला नि ती म्हणाली, "थांब."

तशीच सुटक्या चोळीनिशी उठली. स्तन टपटपत होतं. चटकन तिनं आडदणीवरची वाकळ घेतली नि भुईवर पसरली. आडवी झाली नि मला उराशी धरलं. कधी नाही इतकं तोंड भरून मला दूध प्यायला मिळत होतं.

"पी." आडवं करून उराशी भिडवून घेतल्यावर ती म्हणाली.

चराचरा दुसरं स्तन चोखू लागलो... पिठासारखं गोरंगोरं. त्यावर दोन-तीन काळे तीळ. दोन्हीही स्तन संपूर्ण उघडे झालेले. पदर पूर्णपणे बाजूला काढून टाकलेला. छातीच्या गौर प्रदेशावर एक एक स्तन तांब्यातांब्याएवढा. लांबट तांबूस बोंडशी. चोखलं नाही तरी तोंडात ठिबकणारी दुधाची धार. पितापिता आसपासचं कधी न दिसणारं गोरंगोरं अंग मी डोळे भरून बघून घेत होतो. इतके मोठे उघडे गौर स्तन प्रथमच नव्या नवलाईनं पाहात होतो...नकळत तिचा हात माझ्या अंगावरून फिरू लागला. मला अंगाशी जास्तच बिलगून घेऊ लागला.. एक प्रचंड जीवनव्यापी अनुभव देऊन गेला.

मोकळा झालो नि ढरढरून ढेकर दिला. स्तनांना खालून वर उचलून तिनं चोळीची गाठ आवळली. क्वचित संपूर्ण उघडे होणारे ते दोन घरंदाज मुके जीव चोळीच्या पाख्यात झाकले गेले. कुठंतरी पुन्हा भुईवर आल्यासारखं मला झालं.

"गूळ-खोबरं पाहिजे तुला?" तिनं विचारलं.

मी मान हलवली. हळूवार हातांनी तिनं उरलेल्या तुकड्यावर गूळ दाबला नि माझ्या हातावर ठेवला. वाकून पटकन माझ्या गालाचा मुका घेतला. गाल पुसत मी गूळ-खोबरं खाऊ लागलो. पोट भरलं होतं. आता गूळ-खोबऱ्याला चव नव्हती.

नेमानं तिच्याकड सांज–सकाळ जाऊ लागलो. "ये रं, आन्दा!" ती मऊ

आवाजात बोलत होती. वाकळ आंथरून आडवी होत होती नि मला जवळ घेत होती. अंगावरून प्रेमळ हात फिरवत होती. मला फार बरं वाटत होतं. अधनं-मधनं तिच्या डोळ्यांतनं खूप पाणी गळताना मी पाहत होतो. तिच्या घरात जाऊन मी रमू लागलो. दूध पिऊ लागलो.

दूध पिऊन परत आलो की, कुठल्यातरी वेगळ्याच जगातनं परत आल्यागत वाटत होतं. खूष होऊन येत होतो.

"आई, तानीमावशीची थानं किती मोठी हाईत!"

आई हासली. "रोऽज जाऊन पीत जा आता तिचंच दूध."

मी गिरकी मारली.

दोन-तीन महिने कधी नव्हे एवढं दूध प्यालो. दरम्यान, आईचं दूध प्यायचं कधी बंद झालं कळलंच नाही. पुढं तानीबाईचंही बंद झालं. अचानक गाव सोडून ती कुठंतरी निघून गेली. मला उदास वाटलं. तिच्याबद्दल मला काही कळलंच नाही. तिचे निर्मळ गोरे स्तन अजूनही डोळ्यांसमोरून जात नाहीत. प्रेमानं अंगावरून फिरणारा हात माझ्या रक्तात खोलखोल रुजून राहिला. ती मला हवीहवीशी वाटू लागली. तिच्या दुधाळ स्तनांची पुनःपुन्हा आठवण होऊ लागली.

दादाचे दोस्त माझी थट्टा करत होते. वाट्टेल ते प्रश्न विचारत होते. मीही वाट्टेल तशी उत्तरं द्यायला शिकलो होतो. दादा मला तसं बोलायला शिकवी. यात सगळा गमतीचा भाग होता. माझं बोलणं कौतुकानं सगळे ऐकायचे. त्यामुळं मलाही निर्धास्त वाटतं होतं.

"बायकू करायची काय आन्द्या तुला?" दादाचा चावट दोस्त.

"कशाला?" माझा प्रश्न.

"दूध प्यायला रं? तुला काखंतनं घेऊन हिंडवायला. दांडग्या दांडग्या थानांची, चांगली जंग बायकू करायची काय?"

"तुला करायची काय तसली बायकू?" माझा उलट प्रश्न.

"मला काय करायची? माझी बायकू माऽप दांडगी हाय."

"मग मलाबी करायची."

जमलेली माणसं हासत होती. पुढं काहीतरी आणखी संवाद होई; पण अनेक वेळा हा बायकोचा विनोद घडत असे. माझ्या दूध पिण्यावर सगळ्यांचा डोळा होता हे त्यावेळी माझ्या ध्यानात येत नव्हतं.

यातनं मनात एक गोष्ट ठसत गेली. दांडगी बायको हीच खरी बायको. तिची थानं मोठी असतील, तर जन्मभर आपल्याला भरपूर दूध प्यायला मिळंल. तांब्यातांब्याएवढी तरी थानं पाहिजेत. आईचं दूध काही जन्मभर मिळणार नाही. तिला दुसरी मुलं झाली, की तिची माया त्यांच्याकडं गुंतती. दूध त्यांनाच मिळतं. मग आपल्यावर

माया करणार कोण? म्हणून तर बायको करून घ्यायची. तानीबाईसारखी!

संध्याकाळी दारात बायका गप्पा मारत बसल्या होत्या. मी आईजवळ बसून अधनंमधनं सारखा गूळ मागत होतो. रडणाऱ्या मुलाला काखंत घेऊन खाड्याची पारबती चुटक्या वाजवत बायकांत येऊन उभी राहिली या पारबतीला सारखी मुलं होत. तिच्या काखंतलं मूल कधी बंद झालं नाही. कोणीतरी बाई आईला काहीतरी सांगत होती नि मी मधेच गुळासाठी कुरबुरत होतो.

"गप रं, आन्द्या! ऐक की." पारबती म्हणाली, "का बायकू करून घेतोस हिला? बसा जावा तिकडं दोघेजण खेळत–"

"छल! मला नगं जा एवढीएवढीशी बायकू."

"मग केवढी पाहिजे?"

"दांडगी पाहिजे."

"आगंऽबाई! दांडगी पाहिजे?"

"हां!"

"सखू कासारणीएवढी पाहिजे का?"

"हांऽ"

सगळ्या बायका खो खो खो हसल्या. सखू कासारीण केवढी होती हे मला माहीत नव्हतं. दांडग्या बायकोचं ते एक माप असेल म्हणून मी आपला मोघमात होकार दिला. सखू कासारीण चांगली चिरमुऱ्याच्या बोदागत होती. तिचा एक एक दंड पैलवानाच्या मांडीगत दिसत होता. झुलत झुलत ती चालायची हे मला पुढं कळलं.

"सखू कासारीण तुला चोळीच्या पाख्यात टाकून न्हेईल की रं!"

"न्हेऊ दे."

"तिला तुझ्यापेक्षा दांडगी पोरं हाईत."

"मला नगंच हाय ती बायकू. मला तिच्यासारखी पाहिजे." तिला पोरं आहेत हे कळल्यावर मी मनातल्या मनात खट्टू झालो.

"दांडगी बायकू करू ने सुडक्या. ती तुला काखंतनं न्हेईल. त्यापेक्षा ही बारकी हाय; करून घे."

"हिला कुणी बायकू तरी म्हणंल काय? ही पोरगी हाय अजून. बायकू दांडगी असती." आतापर्यंत मी ज्याची त्याची बायको मोठीच असलेली पाहत होतो. लहान पोरीशी लग्न करायला सांगून बायका मला फसवतात असं मला वाटलं. बायकू म्हंजे जलमभराची आपली आईच, असं वाटत होतं.

"आगंऽ बाई! बराच हाय की गं ह्यो. एवढाएवढासा न्हाई तर बोलतोय बघ की कसा?" बायका माझ्या बोलण्यानं जास्तच गमतीला येत आणि काहीतरी

विचारत.

चुलत आत्याची मुलगी सोनी मला घेऊन कधीकधी हिंडत होती. तिला आई नव्हती. आजीनंच सांभाळलं होतं. माझी आई तिला बाजारात जाऊन चहाची पूड, मीठ-मसाला, तेल आणायला सांगायची. मला घेऊन ती जायची. कधी चालवायची, उन्हाचं कधी काखेत घ्यायची. कधीकधी मला घेऊन शेजारीपाजारी जाऊन बसायची. माझे मुके घ्यायची, गाल चावायची. मला ती गावभर फिरवते म्हणून मी हे सगळं सोसत होतो.

"कोण गं ह्यो?" कोण तरी तिला विचारायची.

"ह्यो माझा नवरा." गालाचा गचवटा घेऊन ती सांगायची. परक्या, ओळख नसलेल्या माणसाजवळ ती असं बोलली, की मी लाजून तिच्याच खांद्यावर मान टाकायचा.

ती जास्तच गमतीला यायची. "ह्येलाच मी करून घेणार हाय. आता अशीच बाऽच्या घराकडं रांगोळीला पळून जाणार. काय रं?"

एखाद्या वेळेस ती लांबलांब मला घेऊन जाताना वाटायचं; खरंच ही आपल्याला घेऊन रांगोळीला चाललीय. तसं ती एखाद्या वेळेस बोलायचीही. मी मनातल्या मनात घाबरून जाई... दांडगी असली तरी आपूण न्हाई हिच्यासंगं लगीन करणार. ही काळी, काटकुळी हाय. आणि हिला दांडगी थानं कुठं हाईत? आपल्याला दांडग्या थानांची बायकू पाहिजे. तानीबाईसारखी.

मला दांडगी बायको पाहिजे हे सगळ्या गल्लीतनं झालं होतं. बायका अधनंमधनं मला हटकून हा प्रश्न विचारीत. एखादी दांडगी बाई रस्त्यानं चालली, की बोट दाखवून मला म्हणत, "आन्द्या, ही बायकू करू या काय तुला?"

मी तिच्याकडं बघे. ती दांडगी असली तरी चांगली दिसत नसे. तिच्या डोक्याला तेल नसे. अंगावरचं लुगडं मळकट, फाटकं असे. कधी ढोरं घेऊन घराकडं येत असलेली असे. तिच्या डोईवर शेणाची भरलेली शिगार बुट्टी. शेणाचे हात तसेच खरकटे. कधी काळी, कशीबशी चालणारी. मी तिच्याकडं बघून 'नगं रंऽ बाबा आपल्याला असली बायकू!' म्हणे नि तोंड कसंसंच करी... आमच्या गल्लीत चांगल्या बायका असणार कुठून? सगळी गल्ली रोजगाऱ्यांची. मोलमजुरी करून पोटं भरणाऱ्यांची...तानीबाई तेवढी चुकून गोरी होती.

धाकल्या मामाच्या लग्नानिमित्त आई मला माहेरला घेऊन गेली. तिथं मामाचं लग्न झालं. त्याला चांगली दांडगी बायको आणली होती. गोरी होती. हळद लावल्यावर तर चांगलीच गोरी दिसत होती. मामा, मामाची बायको जोडीनं माच्यावर बसल्यावर मी मामाच्या मांडीवर जाऊन बसलो नि तिला जवळनं न्याहाळलं. तिला भारीपैकी हिरवा शालू नेसवलेला. त्यावर जरीच्या वेलबुट्ट्या.

तिच्या हातात एक रुमाल होता. त्याला सुगंध येत होता. तिची झगझगीत भगवी चोळीही तशीच. मामाच्या अंगावरचीही भारीची कापडं. बादली फेटा. सणाच्या दिवशीच फक्त बांधायचा असतो तसला. इस्त्री केलेलं कुडतं. त्याच्याही हाताला, अंगाला हळद लावलेली. नव्या कापडांचा, हळदीचा आणखी कसला तरी वास माझ्या नाकात गच्चगच्च भरत होता.

मामाच्या मांडीवर बसून मी खाली बघून गप बसलेल्या मामाच्या बायकोकडं सारखासारखा बघत होतो. अधनं-मधनं तीही माझ्याकडं बघत होती. तिच्या कपाळावर आडवं कुंकू लावलेलं. त्याच्यावर हिरव्या, तांबड्या, पिवळ्या, सोनेरी चौकोनी कागदांचं बाशिंग बांधलेलं....माझ्याजवळ तसले चार जरी चौकोनी कागद असते, तर सगळ्या गल्लीतली पोरं माझ्या भोवतीनं 'मला दाखीव की रे' म्हणून बघायला जमली असती. माझं लगीन कवा करणार हाईत कुणाला दखल! आपल्याला असलीच कापडं मिळतील. असलंच आडवं कुंकू लावलेली बायकूबी मिळेल. वास किती चांगला येतो हिला...

महिनाभर मी मामाच्या गावात राहिलो; पण तिथं माझ्या बायकोचा विषय कुणी काढलाच नाही. कुणी माणसंही माझ्यासंगं फारशी बोलली नाहीत. कसल्या वेगळ्याच बाया आणि बापयही दिसत होते. एकजणबी ओळखीचं वाटत नव्हतं. कुणाच्या जवळ जावं असं वाटेना. कंटाळून गेलो नि आईला गावाकडं जायचा लकडा लावला. मलूल होऊन आईजवळ बसत होतो.

महिनाभरानं गावाकडं आलो. गावातही माझ्या बायकोचा विषय आता कुणी काढेना. सगळे विसरून गेले होते. मी अस्वस्थ झालो. आईला वेळ नसला तरी मी संध्याकाळी दारात एकटा बसत होतो. कुडत्याच्या ओट्यात काहीतरी खायाला दिलेलं ते खात, जाणायेणारी माणसं पाहत बसत होतो. मोठी पोरं सडकेला खेळ मांडून खेळत. उंबऱ्यावर बसून ते मी बघत असे.

एके दिवशी आई आणि मी दोघंच उंबऱ्यावर सांज करून बसलो होतो.

रस्त्यानं समोरून जाताना एक बाई दिसली. गोरीपान. गल्लीतल्या इतर कुठल्याही बाईपेक्षा वेगळी. आडवं कुंकू लावलेली. गल्लीत असं आडवं कुंकू कुणीच लावत नव्हतं. मामाच्या लग्नात मामाच्या बायकोला मात्र लावलं होतं. हिलापण तसंच. मला ते आवडलं. जणू लग्नाला तयार झालेली नवरीच ती. वाण तानीबाईपेक्षा वेगळा. तानीबाई पिवळ्या वाणावर गोरी, चाफेरंगाची आणि ही लालसर गोरी, गुलाबी रंगाची, नाकाचा शेंडा कोरल्यागत लांबसडक, नीटघोल. मोठमोठे घाटदार गोलाईचे स्तन. मोठ्या गळ्याची बटनांची चोळी. त्यामुळं छातीचा गोरा भाग दिसतेला. स्तनांच्या बरोबर मधे खोळ पडलेली.

मला तानीबाईच्या स्तनांची आठवण झाली. हिच्या अंगावरच्या लुगड्यासारखं

लुगडं गल्लीत कुणाचंच नव्हतं. त्याच्यावर रंगीत फुलं, वर्तुळ होती. निरनिराळ्या रंगांच्या छटा. अंगाबरोबर लुगडं चापून नेसलं होतं. पायांच्या घोट्यापर्यंत आलेलं. गल्लीतल्या बायकांची लुगडी गुडघ्यापर्यंत वरती खोवलेली. हिच्या पायांना इतर बायकांच्या पायांसारख्या भेगा पडलेल्या नव्हत्या. नाजूक गुळगुळीत दिसत होते. पायांची बोटंही लांबसडक, गोरीगोरी. डोईवर कसली पाटी.

न राहवून आईला मी एकदम म्हणालो, ''आई, मला ही बायकू पाहिजे.''

''काय करू तरी गंऽ बाई आता ह्येला!'' आई थक्क होऊन बघायला लागली. त्या बाईची मान क्षणभर आमच्याकडे वळली. किंचित हासून ती पुढं निघून गेली. आमच्याकडं ती बघू लागल्यावर मी आईच्या अंगाआड लपलो. ''सुडक्या, तिचा दाल्ला धरून बडवंल की तुला. एवढी दांडगी बायकू करून का तुला काखंत घेऊन हिंडवायचा हाय? काय खूळ घेटलंईस तरी ह्ये?''

मी लाजून चूर होऊन गेलो. ती लांबलांब जाईपर्यंत तिच्याकडं बघत बसलो.

सांज करून आईबरोबर बाजारात गेलो होतो. असं गेलं म्हणजे काहीतरी खायला मिळत होतं. सांज झालेली. माणसांची घाई वाढलेली. आरडाओरडा वाढलेला. आसपासच्या खेड्यांवरची बायामाणसं आपापल्या पोरांबाळांसाठी काहीतरी खायला घेऊन पाट्या उचलत होती. आईचा हात धरून मी धक्के-टोणपे खात–खात पुढं चाललेला. मिठाईची रांग आली. माझ्या तोंडाला पाणी सुटू लागलं. समोरची माझी नजर बाजूच्या रांगेवरच खिळली. तशीच पुढे सुरकू लागली. सरकता सरकता एकदम थांबली. आठ-दहा दिवसांपूर्वी पाहिलेली तीच स्त्री लाडू-शेव विकत बसलेली. तिच्या लालसर हाताला साखरेचा पाक लागलेला. तो हात मिठाईच्या ढिगात बुडत होता.

''आई, मला गोडी शेव.'' मी आईच्या हाताला ओढ देऊन थांबलो.

''आताच नगं, चल.'' आईनं हिसका मारला. ''आदूगर बाकीची खरेदी करू या; मग खायाला.'' जवळजवळ फरफटतच तिनं नेलं. हिरमुसला होऊन मी निघालो.

सगळी खरेदी झाल्यावर किनीट पडताना तिनं गोडी शेव घेऊन दिली; पण त्यावेळी तिच्या जागेवर दुसराच कुणी माणूस येऊन बसला होता. मी मनोमन आईवर रुसून गेलो. तिची मूर्ती माझ्या मनातून हलेना.

ती मिठाई विकते एवढं मला कळलं नि मी प्रत्येक बाजाराची उत्सुकतेनं वाट पाहू लागलो. बाजार आला, की आईकडनं पैसे मागून घेऊन सोनीबरोबर मी दुपारीच बाजारात जाऊन गोडी शेव आणू लागलो. तिच्याच जवळ जाऊन गोडी शेव घेत होतो. जवळ उभा राहून, डोळे भरून तिच्या तोंडाकडं बघत होतो. उन्हानं तिचा चेहरा गाजरासारखा होत होता.

दोन-तीन वेळा असं झालं नि तिनं माझी चौकशी केली. ''कुणाचा पोरगा

ह्यो?''

''जकात्याचा.''

''हुशार दिसतोय.'' बांधल्या जाणाऱ्या पुड्यात तिच्या हाताने दोन तुकडे जास्तच पडले. ''सणगरगल्लीत ऱ्हातासा न्हवं का?''

''हांऽ!'' सोनीला ना सोयर ना सुतक. ती तिच्याबरोबर कोरडेपणानं बोलली नि मला घेऊन परत फिरली. मी जाता जाता पाठीमागं वळून पाहिलं. तिची नजर माझ्यावरच होती. माझ्याकडं बघून ती प्रेमळ हासली. मी खूष होऊन गेलो.

दादांच्याबरोबर भाड्याच्या गाड्या सांगायला एकदा गल्लीच्या बाहेर पडलो. पुढचीही गल्ली ओलांडली आणि तिसऱ्या गल्लीत शिरलो. दादा 'ह्यो घोडा कुणाचा?' हे म्हणायला शिकवत होता. मी शिकत शिकत पुढं चालत होतो. सकाळची वेळ. आंघोळ घालून आईनं मला दादाबरोबर सोडलं होतं. ताजं ताजं वाटत होतं. वेगळ्या गल्लीत आल्यानं गाव नवं नवं दिसत होतं.

एका घरासमोर आलो नि मी चमकलो. वळचणीच्या रुंद कट्ट्यावर काळीभोर कढई पुढ्यात घेऊन दोन बाया नि एक बापय सकाळी सकाळी बसले होते. आणि त्यात ती होती. आपल्या नाजूक तांबूस हातांनी चटचट चटचट लाडू वळत होती. हात जास्तच लालट दिसत होते. तिच्याकडं बघता बघता, मी, दादांनी हात धरल्यामुळं पुढं ओढला गेलो. तिनं माझ्याकडं बघितलंच नाही. मीही हिरमुसलो. घोड्याची प्रश्नोत्तरं दादा शिकवीत होते तिकडं माझं अजिबात लक्ष लागेना.

असे किती दिवस गेले आठवत नाही. मधल्या दोन-तीन बाजारी सकाळीच आईबरोबर माळवं तोडायला गेल्यानं गोडी शेव मला जाऊन आणता आली नाही... एक दिवस धाडस केलं नि गल्लीच्या बाहेर पडलो. लांबलांब चालत गेलो. कुठं आलो काहीच कळेना. तरी चालत राहिलो. एकटं एकटं वाटू लागलं, तरीही पावलं पुढं पडत होती.

शेवटी ते घर आलं, तो कट्टाही ओळखला; पण कट्ट्यावर कुणीच नव्हतं आणि ती कढईही नव्हती. क्षणभर तसाच थांबलो आणि दारातनं आत बघितलं; पण अंधार दिसत होता. खाली उंबऱ्याकडं लक्ष गेलं नि एकदम गांगरलो. उंबऱ्याच्या आतल्या बाजूला काळा, दांडगा कुत्रा आडवा निजलेला होता. चटकन परत फिरलो नि तोंड मागं करून पळत राहिलो. कधी आमचं घर आलं कळलंच नाही.

नंतर दोन-तीन वेळा तिकड जाऊन बघितलं; पण ती पुन्हा कधी कट्ट्यावर, दारात दिसली नाही. मग आईकडनं पैसे घेऊन सोनीबरोबर बाजारात जाऊन गोडी शेव आणतानाच फक्त बघू लागलो. आपणाला हीच बायको पाहिजे म्हणून मनोमन ठरवून टाकलं.

दिवस चालले होते.

सकाळची वेळ. दारात खेळत होतो. पहाटे उठून खांडं गोळा करायला गेलेली सणगराची किशी एक बातमी घेऊन आली, "मेवेकऱ्याची दारका हातरुणातच कवा मरून पडलीया. माणसांची तिला बघायला ही मिठी!"

"आरंऽ देवाऽ! काय गंऽ नशीब तिचं!"

"भोग म्हणायचा."

"सापबीप हातरुणात चावला का काय गं?"

"सापबीप काय न्हाई म्हणं! छातीतनं कळा करत्यात म्हणून पाटंचं उठली नि पाणी प्याली. पाणी पितापिता बेसुद्धी झाली नि त्यातच मेली.'

"बघ हे! कोण तरी वाईटावर असंल गं तिच्या. कुणीतरी मूठ मारली असंल. त्याबिगार असं व्हायचं न्हाई. गल्ली कसली ती!"

हां हां म्हणता गल्लीतल्या दोन-चार रिकाम्या बाया धावल्या. त्यांच्यामागोमाग पोरं धावली. मीही 'चला बघायला' म्हणून पळालो.

माणसाबरोबर गेलो तर त्याच घरात माणसांची दाटी. मी घाबरलो. घरात कल्लोळ उडालेला. माणसं शेजारपाजरच्या वळचणीला राहून बघत होती. काहीजण दाटणीतनं वाट काढून आत जाऊन चेहरा उदास करून घटकाभरानं परत येत होती. एका कल्पनेनं माझे डोळे ओले होऊ लागले नि मी मनाचा हिय्या करून आत घुसण्याचा प्रयत्न केला; पण सोप्यातनंच मला कुणीतरी बाहेर काढलं. मग तळमळत्या मनानं शेजारच्या वळचणीला उभा राहिलो...कोपऱ्यावरच्या एका फुलाच्या झाडाला त्या काळ्या कुत्र्याला साखळी लावली होती.

बराच वेळ उभा होतो. दारात तयारी चाललेली. वेळ गेला नि हलकल्लोळ वाढला. आंघोळीसाठी तिला बाहेर आणलं तर ती तीच होती. तिच्याबरोबर भवतीनं दोन-तीन मुलं रडत बाहेर आली. 'आई आई' म्हणून ऊर बडवून घेऊ लागली. माझ्या पोटात भडभडून आलं. डोळ्यातलं पाणी आता खाली पडतंय का मग खाली पडतंय असं झालं. घाबरा-घुबरा होऊन मी उगीचच इकडं तिकडं फिरलो. सांदर बघून गर्दीत घुसलो नि जवळ जाऊन तिला बघू लागलो... माझीच बायको!

आंघोळ घालून तिला नवं लुगडं नेसवलं. आडवं कुंकू भरपूर लावलं. ओटी भरून तिला तिरडीवर निजवलं. लालसर अंग पांढर पडलं होतं. अगदी शांत निजल्यागत दिसत होती. भांगात गुलाल घातला होता. नवरीसारखी केली होती. पोरं टाहो फोडत होती.

कुणीतरी मन घट्ट करून, 'उचला आता, उशीर नगं.' म्हणालं नि उचलली. प्रचंड लाट उसळली नि मी होऽऽ करून रडू लागलो. माझ्या आसपासचे लोक एकदम चमकून बघू लागले. त्यांना आश्चर्य वाटलं.

कुणीतरी विचारलं, "पोरगं कुणाचं?"

"कुणाला ठावं! आमचं तर न्हवं."

मी सूर काढून भोकाडच पसरलं.

"कुणाचा रं बाळ?"

"कुणाचा न्हाईऽऽ!"

शेवटी त्यांना कळलं, की गणगोतांपैकी कुणी नाही.

तरी का रडतं?

बाजारात तिच्या जागी कधी कधी दिसणारा माणूस माझ्याजवळ आला. माझ्या हनुवटीला हात लावून त्यानं माझा चेहरा वर करून बघितला. मी डोळे टच्च भरून रडत होतो. वर बघताना वासलेल्या तोंडात खारट पाणी जात होतं. त्यानं माझं तोंड वर केल्यावर मी त्याच्याकडं बघत जास्तच रडू लागलो.

"का रे बाळ?"

"काय न्हाईऽऽ." मला काहीच बोलता येईना.

भोवतीचं वातावरण बघून मला रडू कोसळलं असावं असं त्याला वाटलं.

"रडू नको, गप."

मी डोळे पुसले पण जास्तच ओक्साबोक्सायला होऊ लागलं. हुंदके देऊ लागलो. तवर गल्लीतली कोगल्याची मैना पुढं आली नि तिनं माझा हात धरला. "चुकलं म्हणून रडाय लागलंय वाटतं हो. आमच्याच गल्लीतलं हाय. मी न्हेती. गप रे, आन्द्या!"

त्या माणसानं माझी हळूवार पाठ थोपटली. "रडू नको, गप." दोनदा त्यानं असं सांगितलं नि निघून गेला. मी रडू आवरत हुंदके देऊ लागलो.

पुढं मला घरी कुणी कसं आणलं ते आठवत नाही.

एका रात्री मला स्वप्न पडलं. ती जिवंत झाली आहे. पुन्हा लाडू-शेव घ्यायला गर्दी. तिनं ते फुलाफुलाचंच लुगडं नेसलं आहे.

आई मला आंघोळ घालत होती. वाकून उभं राहताराहता मी आईला विचारलं, "आज बाजाराचा दीस काय गं आई?"

"हां."

"मला मग गोडी शेव आणायला पैसे दे."

"आता न्हाईत माझ्याजवळ पैसे. जेवणं घेऊन तासाभरानं मळ्याकडं जाती मी. माळवं घेऊन येती. बाजारात इकलं, की मग तुला गोडी शेव घेऊन देती. तवर बस घरात देवागत."

माझे गाल फुगून ढम्म झाले.

"काय रं? बसशील न्हवं घरात?" आई कावली.

मी नुसती एकदाच मान हलविली.

“फुगवून बसू नगं. काय तरी खेळ. आजी जेवायला घालंल ते जेव. मी जाती ते येती मळ्याकडनं.”

मला पुन्हा होकारार्थी मान हालवावी लागली.

आई भाकरी करून मोटा सुटायच्या वक्ताला मळ्याकडं गेली. ती गेल्यावर आजीला ‘दारात खेळतो’ म्हणून सांगून सरळ बाजारात धाडस करून एकटाच गेलो. लाडू–शेवेचं दुकान नुकतंच मांडलं होतं. त्याच्यासमोर गर्दी दिसत नव्हती. तोच माणूस बसला होता; पण मी जवळ जाऊन समोर उभा राहिलो. त्याला ओळख पटली. तो किंचित हसला.

“काय रे बाळ?”

“हितली बाई जिती झाली न्हाई अजून?”

“न्हाई बाळा!” त्याचा गळा भरून आला. डोळे ओले झाले. मी येडबडून बघू लागलो. क्षणभर उभा राहिलो नि अबोलपणे जाऊ लागलो.

“थांब.” तो फळीवरनं खाली उतरला.

मी थांबलो.

“ह्यो लाडू घे.”

“नगं मला.” माझ्याजवळ पैसे नव्हते.

“घे, घे.” त्यानं हातात घातला— “खा.”

तिथंच लाडू खाऊ लागलो. माझ्या लाडवाच्या हाताला घाम येत होता.

“गोडी शेव पाहिजे?”

“नगं.” लाडू खाऊन संपला होता.

“ह्यो पुडा घे नि घरात जाऊन खा.” त्यानं पुडका हातात घातला.

पुडका घेऊन घराकडं परतलो. घरात आई नव्हती. आजीनं ‘पुडका कुठनं आणलास’ म्हणून मला फाडून खाल्लं असतं. तिच्या भयानं गांगरलो. काय करावं सुचेना.

वाटेवरच एका घराच्या वळचणीला अनवाणी उभा राहिलो. ऊन मी म्हणत होतं. मनात अनामिक रडू भरू लागलं होतं. कधी नाही ते एकटंएकटं वाटत होतं. हातातला पुडा केविलवाणा दिसत होता. एखाद्या पोरक्या पोरागत पुडका सोडला नि शेव खाऊ लागलो. माझी खात्री झाली होती... आता मला माझी बायकू कधीच दिसणार न्हाई.

तरीही मनासमोरच्या आभाळातून ती हलत नव्हती नि खाताखाता माझी गोडी शेव हातात तशीच राहत होती.

■

२

*

कोंडमारा

त्याच्या तोंडाला कोरड पडल्यागत झाली. तो उठला. चुलीपाठीमागच्या डब्यातला गुळाचा खडा त्यानं तोंडात टाकला. चळाचळा तोंडाला पाणी सुटलं. हंड्यातलं पाणी तांब्यानं घेतलं नि गुळाचा खडा चावत तांब्या तोंडाला लावला. पोट भरल्यागत वाटलं नि मग कळलं, की त्याच मळ्यात गुऱ्हाळाला गेल्यावर मिळालेला गूळ आपल्या पोटात गेला. हंडाही आऽ करून बघायला लागला. त्याच्या पोटात ढवळलं.

पुन्हा विचारांनी उचल खाल्ली नि त्याला एकदम चक्कर आल्यागत झालं. सगळं उलटं झाललं दिसू लागलं. अडदाणीवर सगळ्यांची कापडं होती. घोंगडी, वाकळा, पटकुरं तिच्यावरच टाकली होती आणि त्या सगळ्यांना संतूच्या विहिरीवरच्या बेटातनं आणलेल्या काठीचा आधार होता. काठी सगळ्यांच्या मधनं गेली होती. घोंगड्याखालच्या जमिनीला संतूच्या बैलांनीच मुरमाच्या गाड्या आणून टाकल्या होत्या. भिंती तेवढ्या सोवळ्या, पांढऱ्या होत्या तरी त्यांच्या डोक्यावरचं वासं संतूच्या मळ्यातलं. ते धावून आल्यागत दिसायला लागलं. तो तसाच खुळ्यासारखा त्यांच्याकडं बघत बसला.

अंधार पडत चालला. संतूच्या मळ्याकडं गेलेली म्हातारी नि बायको अजून परत आली नव्हती. दत्तू घरात एकटाच. नाक खाली गेलेली चिमणी पेटता पेटंना झाली. जुनी चिमणी टाकून द्यायजोगी झालेली. तरी तिच्यात तेल घातलं होतं आणि तिला बळंनं पेटविली जात होती. दत्तूनं रागाच्या दणक्यात काटा काढायच्या कमरेच्या चिमट्यानं तिची वात भासदिशी काढली नि तिला पेटवलं. भगभगणारा उजेड पडला. रॉकेलचा वास मारणारा अर्धाकच्चा धूर आढ्याकडं जाऊन वाट शोधू लागला. सगळं घर आतल्या आत धुमसत असल्यागत दिसू लागलं.

तास रातीला म्हातारी आणि बायको आली.

“अजून का गं?”

“झाला बाबा जरा वकोत. थोडं थोडं ऱ्हायलं हुतं तेवढं काम आटपून आलावं.”

“आणि सापाबिपानं कुठं तरी वाटंत अंधाराचं फोडलं असतं, तर त्या काम लावणाऱ्या सुक्काळीच्यानं भरून दिलं असतं काय?”

“पोटासाठी पर्संग पडला तर, ऱ्हायला नगं तासभर?” असं म्हणत म्हातारी उंबऱ्याच्या आतल्या बाजूला टेकली.

धोंडीनं मळ्यातलं आणलेलं बुट्टीवरचं जळण चुलीशेजारी टाकलं. घटकाभर शांत बसली नि घरकामाला लागली. म्हातारीही सांध्यांची हाडं वाजवत उठली नि कामाला लागली. दत्तू उंबऱ्यावरच्या चिमणीशेजारीच बाहेरच्या बाजूला बसला होता. लालसर पिवळ्या उजेडात त्याच्यापेक्षा त्याची सावली मोठी होऊन आढ्यावर जाऊन बसली होती. बाहेरच्या सोप्यातला सगळा उजेड तिनं खाऊन टाकला होता. घटकाभर कुणीच काही बोललं नाही. दिवा तसाच भगभगत होता.

“तिथं कामाला नगं म्हणून सांगितलं न्हवं? गावात काय त्येचाच तेवढा मळा हाय काय?”

म्हातारी तोंडाला कुलूप घालून खुरप्यानं भेंड्या चिरत होती. धोंडी कालच संतूच्यातल्या रोजगाराच्या पैशानं आणलेल्या जोंधळ्याच्या पिठाच्या भाकरी थापटत होती. त्या पिठात तिचा हात माखला होता. भाकरी झाल्या, की तव्यात भेंडी परतून घ्यायची आणि जेवायला बसायच; पण दत्तूनं सकाळपासनं साठवून ठेवलेलं सगळं बोलून टाकलं. दाढेखालची सुपारी तो मध्येच काडकाड फोडत होता.

बरंच दिवस हे चाललं होतं. म्हातारी डोळं गाळत ऐकून घ्यायची; पण आज अनावर झालं.

“काय म्हणून तरी तू मला असं बोलत असशील रं? दाल्ल्याचा जाच जलमभर भोगायला मिळाला न्हाई; तवा ल्योक होऊन तू माझा छळ मांडलाईस व्हय?”

“तुझा छळ मांडायचं मला काय कारण? तिकडं कामाला जायचं तेवढं बंद कर म्हंजे झालं”

“कशापायी? धा-ईस वर्सं रोजगार करत आलीय मी त्येचा. तिकडं जायाचं बंद करून काय श्याण खावावं?”

“मोप दुसऱ्याचं बांध भरल्यात.”

“तिथं काय हितल्यागत रोज काम मिळणार हाय? गाव कसलं भिकनुसं हे? एक दीस कुठं तरी काम मिळायचं आणि सालभर घरात बसायची पाळी यायची.”

“आली तर येऊ दे. घरात बसून मरा, पर त्येच्याकडं जायचं बंद करा.”

"एवढं का? कशापायी?"

"तेबी सांगायची गरज न्हाई." डोळं जर्मलीच्या वाटीएवढं झालं. "ठावं न्हाई वाटतं तुला?"

म्हातारीला नक्की ठाऊक नव्हतं, दत्तू असं का बोलतो ते तिला कळेना. जवळजवळ सारा जन्म तिनं संतूच्या मळ्यात रोजगारासाठी काढला होता. दत्तूही तिकडं कामाला येत होता; पण गेले पंधरा दिवस तो तिकडं यायचा बंद झाला होता. नुसती म्हातारी आणि दत्तूची बायको तेवढी कामाला जात होती. नुकतंच लग्न होऊन धोंडी सासरला आली होती. सासूच्या मागोमाग दोन-चार महिने ती कामाला जातेली.

"आरं, काय झालं ते तरी सांग."

"इचकून-पाचकून सांगायची काय गरज न्हाई. तू कुणीकडनं म्हातारी झालीयास? तुला कळत न्हाई? काय लाजलज्जा हाय का न्हाई? का गेलीया सगळी आंबीलवड्यानं व्हाऊन?"

"आरं, माझ्या नशिबाऽऽ!" तिच्या काळजात खुरपं घुसल्यागत झालं. जुनं डोळे पाण्यानं भरलं. "चांगली अब्रू राखलीस माझी. जीव तरी घेऊन टाक माझा तू. गळ्याचं कडासनं जाईल तुझ्या. म्हातारपणी चांगली पाळी आणलीस माझ्यावर. फुरं आता जगायचं मला. जाती मी. कुठं तरी जीव तरी देऊन मोकळी हुती." ती उठली. अंगावर जुनेर अगदीच कमरेभवतीनं होतं. तशीच बाहेर जाऊ लागली.

"जा. खुशाल जीव दे जा. लई उश्शी झाली असंल तुला." तो तसाच बसला. दाताखालची सुपारी जरा कुरतडल्यागत झाली. म्हातारी बाहेर गेली.

"सासूबाई, काय करता हे माझ्यापायात? गप या बघू घरात." दत्तूची बायको धावत आली.

"घरात जा तुझ्या भणं." म्हणून दत्तूनं उठून कानफटात लगावली. तो तडाखा खाऊनही धोंडी बाहेर आली. दत्तू मागोमाग बाहेर पडला. "आत चल म्हणतो न्हवं धोंडे?"

म्हातारीला धोंडीनं जाऊन गाठलं. "गप चला बघू घरात." म्हणून आडवी उभी राहिली. गल्लीला कोण तोंड करतंय ते बघायला माणसं हळूहळू गर्दी करू लागली. दत्तू दारातनंच सासवा-सुनांकडं बघू लागला.

कोण तरी तिच्याच वयाचं माणूस म्हातारीला सांगत होतें, "एऽ रुका, आता म्हातारपणी सगळ्या गावाला तमाशा दाखवाया लागलीयास व्हय? काय झालंय तुम्हांला भांडायला? आरूनफिरून तीन टकली. गुमान पोटं भरून खाईत बसा जावा की."

"न्हाई आप्पाजीमा. माझा जीव गेल्याबगार ह्येचा संसार न्हाई सुरळीत चालायचा.

काल लगीन न्हाई झालं, तर ह्यो आज मला बोलाय लागला. शाणा झालाय आता. कुठली मोलमजुरी करून आणून ह्येच्या पोटाला घाटलं हे ह्येला ठावं असतं म्हंजे मग कशाला बोलला असता?''

दत्तूला हे सगळं ठाऊक होतं. आंबीलओढ्याच्या पलीकडच्या शेतावरच त्याचा पिंड पोसला होता. म्हातारीची पावलं त्या मातीत उन्हाळं-पावसाळं रुतत होती. मिळेल तेवढा मूठपसा खाऊन जन्म कडंला चालला होता. दहा-वीस वर्षं ती तिथंच रांडमुंड होऊन राबून खात होती.

जेवल्यानंतर राती तिच्या घरात बारा-बारा वाजेपर्यंत गप्पा चालायच्या. संतू सरळ स्वयंपाकघरात येऊन बसायचा. पाणी मागून प्यायचा. दत्तूचं पान खायचा. गप्पा मारायच्या नि शीणभागोटा घालवून जायचा.

पण आताशा दत्तूला सगळं उलटंच दिसायला लागलं. आपलं हाड-मांस-रक्त सगळंच कुठं तरी बाटलंय असं वाटू लागलं. अडदाणीची काठी त्याच्या टक्कुऱ्यात बसल्यागत वाटत होतं... संत्याला त्याच वक्ताला धावंवरनं हिरीत ढकलून द्यायला पाहिजे हुतं असं त्याला वाटलं.

...विहीर खोपीच्या समोर आहे. तिच्या भवतीनं दोन रामफळाची आणि दोन-तीन आंब्याची गुलजार झाडं आहेत. धावंच्या आणि खोपीच्या बरोबर मधे मेसाचं एक बेट येतं. त्यामुळं खोपीतनं धावंवरचं ऐकू आलं तरी दिसत नाही.

...कामाला गेलेला दत्तू खोपीत जेवत होता. धोंडी वाढत होती. रुका म्हातारी बाकीच्या बायकांबरोबर वाडं पडलेल्या फडात गेली होती.

''बायकांबरोबर गेलं पाहिजे.'' धोंडी

''मला नुसतं वाढ नि तुझी तू जा. मागनं लागलं तर माझं मी घेतो.''

''अगं एऽ धोंडे.'' धावंवर कोलावणी करत बसलेल्या संतूची हाक आली.

''का?''

''हिकडं ये.''

''का म्हणतेय तर? वाढाय लागलीया मी.''

''वाढून झाल्यावर ये. आणि ही कोलावणी घेऊन जा फडात. आणि वाडं बांधायच्या आदूगर अलीकडच्या खांडांतला पाला तेवढा गोळा करा म्हंजे पाणी लावायला बरं.''

धोंडी धावंवर गेली. संतू खाली बघून कोलावणं घोळत होता. त्याच्या अंगावर सावली पडली. धोंडीकडं बघून तो बारीक हासला. ''अगं, ही कोलावणी न्हे गं.''

''मगाधरनं छप्पनजणी गेल्या. त्येच्याजवळनं लावून द्यायला येत न्हवती व्हय?''

''आणि तुझ्याजवळनंच मला लावून द्यायची असली तर?''

“हिकडं आण ती.” तिच्या कपाळाला आटी बसली. शेजारी पडलेली कोलावणी उचलली नि ती जायला निघाली.

“एऽ भाड्या!” पदराला पाठीमागं ओढ लागलेली बघून नकळत तिनं शिवी हासडली. संतू काटकाट करून बारीक हासला. तिनं मागं बघितलं नि जीभ चावली. संतूच्या हातातलं कोलावणं तिच्या पदरात अडीकलं होतं.

“अगं, हेबी कोलावणं न्हे.”

धोंडी कोलावणं घेऊन फडात गेली.

...बेटाच्या पाठीमागच्या खोपीत दत्तूचा घास हातातल्या हातात थांबला. समोरचं मेसाचं बेट ताडकन कापसाच्या पळकाट्यांगत उपटून टाकावं असं त्याला वाटलं. डोक्यावरच्या खोपीनं आपल्या वाशांचा दांडगाच्या दांडगा पिंजरा त्याच्यावर धरला होता. अडकून पडलेल्या उंदरागत त्याची अवस्था झाली.

बसायला घेतलेलं संतूचं घोंगडं त्यानं अडदाणीवर ठेवलं नि घागरीतलं पाणी पिऊन तो बांधलेलं वाडं आणायला गेला.

गल्लीतनं वेचून आणलेल्या बायका वाडं बांधत होत्या. नवऱ्यानं सोडून दिलेली वाडकराची पारी, पोरं होत नाहीत म्हणून दुसरं लग्न करून परगावी गेलेल्या डायव्हरची लक्षी, दुसऱ्यासंगं गावली म्हणून सोडचिठ्ठी गळ्यात बांधून हिंडणारी हौशी आणि नवरा दहा-वीस वर्षापूर्वी मेला म्हणून याच मळ्यात पोट भरणारी दत्तूची आई आणि त्याच दत्तूची नवी कोरी बायको या बायकांच्या मागं संतू थट्टा-मस्करी करीत हिंडत होता.

“हौशे, भराभरा वाक न्हाईतर खुळ्या गोप्यासंगं लगीन लावून देईन बघ.”

“ते का? हौशी काय वाटंवर पडलीया काय?”

“आता कुठं पडलीया कुणाला दखल? पर माझ्याम्होरं तरी पाठीमागं पडलीयास हे दिसतंय.” ...संतू आणि हौशी दोघंही किचीकिची हासली.

“धोंडे, कवळ्यात धरून चराऽरा आवळावंत भारं. तुला अजून आवळायची सवं झालेली दिसत न्हाई.”

...धोंडी वाड्याच्या भाऱ्याला एक हिसका जास्त मारते. दत्तू कासऱ्यावर दोन-तीन भारं घालून कासरा आवळतो. वाडकराची पारी तिरका डोळा करून संतूकडं बघते आणि दोघंही जरा हासून धोंडीकडं बघतात. दत्तू त्या दोघांकडं बघतो. भरल्या अंगाची धोंडी भाऱ्यावर वाकलेली असते आणि संतू पाठीमागं उभा असतो... उघडी झालेली पाठ.

दत्तूच्या दाढंतली सुपारी एकदम फुटून चुरा होते... संत्या बदमाश हाय. सोताची वांझुटी बायकू सोडून गावाचं उकिरडं हुंगत हिंडतंय...पारीचा कुजलेला उकिरडा. गावानं त्यात श्याण टाकलेलं...

"नाचवायला बरं हाय हे."

"आयला! संत्या, तुला वटली?"

"आरं, मूठ-पायली काय तरी पोटाला दिलं की तिची आई वटंल."

—कासरा तुटेपर्यंत त्यानं भारा आवळला. डोक्यात आतल्या आत दगडानं चेचल्यागत झालं.

दत्तू तिकडं कामाला जायचा थांबला. दुसरीकडं जाऊ लागला. धोंडी आणि म्हातारी संतूच्या मळ्याकडं जात होत्या... पाच-सात दिसांनी घरात खटकं उडू लागलं.

"तिथं म्हणून एवढं कामाला जायचं न्हाई बघ."

"आरं, ते टाकीचं काम हाय. दुसऱ्याच्या बांधाला आम्ही कवा गेलो न्हाई."

"न्हाई गेलीस तरी आता जायचं. संत्याचा बांध म्हणजे आमच्या बाऽचा बांध न्हवं. जलमभर का त्यो आम्हाला पुरलाय? दुसऱ्या कुणाबी मांगा-म्हाराची मजुरी करा."

"दुसरं कोण सांगल आम्हाला कामाला? आणि संत्याच्या हितं जेवढं मिळतंय तेवढं दुसऱ्याच्या हितं मिळणार हाय?"

"त्या मिळण्यावर मुतायचं. काय नगं आम्हाला त्येचं. कोण आमचा त्यो? आमच्या का दंडात बळ न्हाई का तोंडाकडूनं काळं पाणी चाललंय त्या भाडखाऊची लाळ घोटायला?"

"लाळ घोटायला त्यो काय फुकट देतोय?"

"फुकट देतोय काय इकत देतोय ते मला ठावंक न्हाई. कामाला एवढं जायाचं न्हाई बघ त्येच्या हितं."

पाच-सात दीस संतूला काही तरी निमित्त सांगून म्हातारीनं घरात राहून बघितलं. दुसरीकडचं कुठलं काम येईना. दत्तूचा एकट्याचा रोजगार तीन तोंडांना पुरेना.

"धोंडे, चल बाई, संतूच्यात कामाला. टाचा घासून मेलं तरी या गावात दुसरीकडं काम मिळायचं न्हाई."

"त्येनी उगच शिव्या द्याय लागत्यात न्हवं?"

"देऊ दे. शिव्या खाऊन काय अंगाला भोक पडत न्हाईत काय."

"आणखी दोन दीस तरी त्येचं ऐकून बघू या."

"वतनदार असता, घरात जुंधळ्याच्या पोत्यांच्या थप्प्या असत्या म्हंजे त्येचं ऐकलं असतं. त्येचं ऐकून खायचं काय पोटाला? चल."

पुन्हा म्हातारी सुनेला घेऊन जाऊ लागली. जळणाच्या पाटीतनं भाजीपाला, वरण्याच्या शेंगा, कुठं मक्याची कणसं येऊ लागली. चुकून दत्तूच्या पोटात जाऊ

लागली. काय करावं ते त्यालाही कळंना...पोट वाईट होतं नि दत्तू रोजगारी होता.

रातचं जेवण करून संतू गप्पा मारायला नेहमीप्रमाणं येऊ लागला. मधला उंबरा ओलांडून स्वयंपाकघरात जाऊन बसू लागला.

''पाणी जरा दे गं धोंडे प्यायला.''

''तुझ्या घरातलं हांडं-घागरी रोज मोकळंच असत्यात व्हय संतू?'' दत्तू.

''मला हितलंच पाणी ग्वाड लागतंय गा. काय रुका?'' तो हासत हासत म्हणाला.

म्हातारी कशीबशी हासली. ''त्येच्या बायकूला सवड नसती रं पाणी भरायला, तवा त्यो हितंच पाणी प्यायला येतोय.''

संतू हासला. धोंडीनं पाणी दिलं.

पाच-सात दिवस दत्तूला काम नव्हतं. म्हातारी आणि धोंडीच तेवढी कामाला जात होत्या. तिकडनं मिळवून आणलेलं तो घरात बसून खात होता. पुन्हा घर फिरू लागलं. नको नको ते विचार मनात येऊ लागले. सोप्यातलं जळण काढून सैपाकघरात रचलं. तिथं थोडी मोठी जागा बसायला केली. रोज रातचं तो घोंगडं आंथरून तिथं ठेवू लागला. बाहेर सरळ उजेड पडावा म्हणून एक पांढरीधोट नवीकोर चिमणी आणली नि बाहेरच्या दिवळीत ठेवली. जुनी उंबऱ्यावरची चिमणी चुलीमागच्या दिवळीत गेली. तरी संतू आत स्वयंपाकघरात बसू लागला. जळणाला टेकून तिथंच गप्पा मारायचा आणि बाहेरच्या सोप्यात घराचा मालक दत्तू एकटाच. त्याला काळं घोंगडं भुतागत दिसायला लागायचं.

दोन तास दिसालाच धोंडी कामासनं परत आली. सकाळी दत्तू जेवला नाही म्हणून तिनं चुलीत विस्तू दडपून त्याच्या धगीवर आमटी-भाताची भांडी उबीला ठेवली होती. विस्तू तसाच राखेखाली धुमसत होता. धुरानं घर भरून गेलं होतं. बाहेरच्या माणसाला वाटावं, की आतनं घर पेटायलाच लागलंय. दत्तू बाहेरच्या सोप्यात न जेवता तसाच बसून राहिला होता. धोंडी लवकर आलेली बघून तो म्हणाला, ''का गं, एवढ्या लौकर परत आलीस?''

''बाजारला''

''आणि पैसे?''

''पैसे दिल्यात संतूनं.''

''आणि काम?''

''लौकर सोडलं त्येनं.''

''तुलाच बरं त्या सुक्काळीच्यानं पैसे दिलं?''

''पैसे रोजगाराचं दिलं.''

''बाकीच्या बायका बाजारला आल्या?''

"न्हाई."

"मग तुलाच बरं बाजारला सोडलं?"

"आता ते मला काय ठावं?"

"तर कुणाला ठावं तुझ्या भणं?" म्हणून दत्तूनं धोंडीच्या पेकटात लाथ घातली.

"मला काय इचारता? सासूबाईस्नी इचारा जावा की. मी काय करू तुम्हा दोघांच्या भांडणात?"

हे बोलूस्तवर त्यानं धोंडीला दोन-चार लाथा घातल्या. धोंडी खच्चून बोंबलली. पटापटा गल्लीतल्या बायका जमल्या. भांडणाचं कारण कुणालाच कळलं नाही.

रात झाली. म्हातारी घरात आल्यावर दत्तू गल्लीतल्या तिकटीच्या कंदिलाखाली जाऊन बसला.

अर्ध्याएक तासानं म्हातारी तिकटीवर आली. दिव्याखालच्या अंधारात दत्तू गुमान बसला होता.

"जेवला न्हाईस रं?"

"न्हाई जेवलो."

"आता तरी जेव, चल. ताजं केलंय."

"मला भूक न्हाई."

"अरं, सकाळधरनं जेवला न्हाईस, जेव चल की."

"मी जेवणार न्हाई बघ. तुमचं तुम्ही जेवा जावा."

"असाच उपाशी ऱ्हाणार?"

"असाच ऱ्हाईन, न्हाईतर भीक मागून खाईन."

मायलेकाचं तोंड तिकटीवरच लागलं. भोवतीनं माणसं जमली. "ए दतबा, असं काय कराय लागलाईस मर्दा, डोसक्यात राख घालून घेतल्यागत. किती छळायचं त्या म्हातारीला? चल बघू घरात." असं म्हणून शंकरअण्णानं त्याच्या बखोट्याला धरलं आणि घरात घातलं. माणसं आपापल्या घरात गेली.

दत्तू घरात गेल्यावर घर फिराय लागलं. सकाळपासनं पोटात काय नव्हतं. पोटातही फिरायल लागलं...नवी कोरी पांढरी चिमणी काळी काळी काजळत चालली. भिंतीवरच्या वाशांची त्या अंधारात तडकी झाली. संतूच्या मळ्यातनं आणलेलं चुलीजवळचं जळण त्या तडकीच्या पुढं चालू लागलं. अडदाणीची काठी पुढं नाचू लागली. नव्या केलेल्या जमिनीत तीन हातांचा खड्डा पडला...दत्तूचं मढं जाऊ लागलं. पाठीमागं धोंडी आणि म्हातारी उभ्या होत्या. संत्यानं धोंडीच्या आणि म्हातारीच्या दंडाला धरून घरात नेलं....सगळं घर एकदम गरगरलं आणि संतू जेवण करून गप्पा मारायला दारातनं येताना दिसला.

अचानक दत्तूच्या घरातनं कुणाची तरी बोंब ऐकू आली म्हणून माणसं अंधारातच धडपडत त्याच्या घरासमोर जमा झाली. दत्तू गटारीचा एक भला जंग दगड काढत होता. सगळं बळ एकवटून त्यानं तो दगड उरापर्यंत उचलला आणि संत्याकडं जाऊ लागला. माणसांनी त्याला अडवलं.

"सोडा रं. जीव घेतो त्या सुक्काळीच्याचा. मग फासावर गेलो तर गेलो."

"शाहणा हाईस." माणसांनी त्याच्या कमरेला मिठी घालून आवरलं.

संतू दारासमोरच्या गटारात पडला होता, तो सावरून उठला. डोसकं रक्तानं शेंदूर लावल्यागत झालं होतं. अंगावरचं कुडतं भिजलं... सगळी गल्ली घरांच्या उघड्या दारांगत तोंड आऽ करून त्यांच्याकडं बघत उभी राहिलेली.

३

❋

चित्तूर आणि चोळी

जयवंताला सकाळीच बोलताबोलता काम करणाऱ्या तुळसानं सांगितलं की, सोना गावात आलेली आहे. तुळसा सोनाच्या गल्लीत राहत होती आणि जयवंताला आपलं आणि सोनाचं काहीतरी आहे याची माहिती तुळसाला आहे, हे ठाऊक होतं. पकडलेल्या वाघाला डिवचल्यागत झालं. त्याला काहीच करता आलं नाही. त्यानं आडातनं बादलीभर काढलेलं पाणी पानं आली म्हणून तसंच पायावर ओतून घेतलं. तोंडातली राखुंडी तोंडातच राहिली. तोंड बंद ठेवायला ते निमित्त होतं. दुसरी बादली आडात सोडून भरून काढताना कपाळाला चाक बडवलं. थू थू करून तोंडातली राखुंडी थुंकली. बादली धुण्याच्या दगडावर आणताना खाली साट्दिशी पाय निसटला. बातमी सांगणाऱ्या तुळसाला शिव्या द्यायला सांदर सापडली.

"गावच्या चांभारचौकशा करत बसतीस. ही फरशी तुला घासायला पन्नासदा सांगितलं न्हवं का?"

"घासतीया की हो. आता पुन्ना शेवाळतीय त्येला मी तरी काय करू?"

"एक दीस आड घासत जा. पंधरा दिसांतनं कवा तरी तिच्यावर उपकार करत जाऊ नगं."

"बरं."

तोंड धुऊन तो घरात आला. डोक्यात तिसरंच काहीतरी होतं आणि ओठाला चहा लावला. डागल्यागत जिभेला चटका बसला. पुन्हा भानावर आला. चहा घेऊन खोलीत गेला नि वाट बघत बसलेल्या बंदुकीला हात घातला. पुसून चौकटीला लावून ठेवली... नव्या नवरीगत ती त्याच्या खोलीच्या चौकटीला तशीच उभी राहिली... तिच्याकडं बघून डोळे बारीक झाले. दात दातावर गच्च बसले...

"तिच्या बदलाला तू आलीस व्हय हातात?" डोक्यातला चिडत चाललेला किडा जोरानं वळवळू लागला नि किटकिट सुरू झाली. डोक्यातली किटकिट

तशीच घेऊन त्यानं अंगात खाकी कोट आणि निमुती लांब पँट चढवली. छरे बरोबर घेऊन रानात जायला निघाला.

"आई, रानात जाऊन येतो गं. चित्तूर आणतो एखादा. आज बुधवार हाय."

प्रत्येक बुधवारी एखाद्या चित्तराची शिकार होत होती... शिकार का सूड काही कळत नव्हतं. डोक्यातला किडा अधनंमधनं कटकटायचा आणि तोच बंदुकीचा चाप खटाखट ओढायचा. शिकार पिसांच्या रंगीत झुबक्यासकट खाली पडायची. त्या झुबक्यावरनं बोटं फिरवताना एका तंग चोळीवरनं तळवा गेल्यागत वाटायचं. हेच सुख आणि हेच दु:ख होतं... खालनं पाय भाजायचं आणि वरनं पाऊस पडायचा.

रान आलं. चाळीस एकराचा काळाभोर डाग. पेरून यावं आणि कापायला जावं अशी सुपीक जमीन. कुरण, झाडकांड, आंबराई, ओढा, ऊस, जोंधळा, भुईमूग, कापूस यांचं वैभव दरबार भरल्यागत.

...ती या मळ्याची मालकीण झाली असती. गोरीपान. खाऊच्या पानागत कांती. आंबराईच्या दाट खासगी सावलीत...

"दोन पाडाचं आंबं देणार काय कलमीचं?"

"ही सगळी आंबेराईच तुझ्या मालकीची करून घे की."

"ते माझ्या नशिबात कुठलं आलंय?"

"का?"

"आम्ही गरीब. वाण्याउदम्याच्या घरात असल्या आंबराया आल्यावर तुमच्यासारख्या पवारांच्या पोरानी काय खायाचं?"

"आंबराईसकट तुला खायाचं."

ती खासगी दाट सावली भरउनाचं लाजली. पाडाचं आंबं अगोदर गालावर पिकलं आणि जयवंतानं त्यात दोन-चार आंब्याची भर टाकली.

"जाऊ मी?"

"हं!" ...तो मोहरून मुग्ध झाला होता. केवड्याचं झाड त्याच्या समोरनं चालत चालत आपल्या हद्दीत गेलं आणि देठाचं फळ तुटलेल्या झाडासारखी त्याची अवस्था झाली. केवड्याच्या दरवळीनं डोकं घमघमून गेलं आणि भोवतीनं पिकलेल्या कलमी आंब्याचा वास...मिठी घट्ट पडली.

"मालक." शिर्पानं पाठीमागनं हाक मारली नि त्याच्या समोरचं ओबड-धोबड झाड अस्तित्वात आलं. बंदुकीवरची घट्ट झालेली मिठी आपोआप सैल झाली.

"काय रं?

"चित्तूर मारणार न्हवं?"

"कुठं हाय?"

“मग मगाधरनं असं काय हुबा ऱ्हाईलासा खुळ्यागत?”

“चित्तूर गेला न्हवं उडून!” ...तंद्री उडाली होती.

“अहो, आता गेला. मगाधरनं सहज टिपता आला असता. खालच्या आवाजात किती हाका मारल्या!”

“गेला तर जाऊ दे. दुसरा बघू या चल.”

“आंबराईतनं दोघेही वर सरकले. गार सावली गेली. गवतावर साप झोंबल्यागत पिवळंजर्द ऊन पडलं होतं. ओढ्याचं गवत गुडघ्याच्या वर लागलेलं. उनात चमकायचं. शिर्पा चित्तर हुडकू लागला. तोही बुटाच्या पायांनी गवत उलटं पालटं करू लागला. हिरवंगार गवत उलटं झालं, की गवताच्या आतल्या गोऱ्या गोऱ्या काड्या दिसायच्या. तिच्या पायांच्या पोटऱ्या उघड्या झाल्यागत... असंच हिरवं लुगडं. भरदुपार. समोरच्या ओढ्यातलं पाणी गवतावरच्या दहिवरासारखं पायांच्या पोटऱ्यांवर थेंबाळलेलं. खोचा खोवलेला... केतकीचं झाड अंगावर घमघमू लागलं.

“हिकडं कुठं उनाचं?”

“तू कुठं?”

“मी चाललोय घराकडं.”

“मी चाललेय मळ्याकडं.”

“वड्यात काय करत हुतीस?”

“धुणं धुतलं.”

“येणार खोपीकडं?”

“घराकडं चाललाईस न्हवं?”

“मागनं जाईन.”

“खोपीत आणि काय काम हाय आता?”

“ऊन हाय, काटं-वाळकं देतो चल कवळी कवळी. खाईत खाईत जा म्हणं.”

“खोपीत कुणी न्हाई वाटतं?”

“न्हाई.”

“आता नगं खोपीकडं. भाऊदादा मळ्यातनं पाळत ठेवतोय. तूच आण जा हिकडं वाळकं. मी बसते हितं गवतात.”

... तो वाळकं घेऊन परत आला आणि हिरवं हिरवं गवत तिच्यासारखं हळूच उंच उगवलं. वाळकं ओच्यात घेतली. घेताघेता त्यानं हात धरला आणि पुन्हा गवतात गवत कलांडलं...

“मालक, हितं चित्तराची अंडी हाईत.” शिर्पानं उनाला तडा घालवला.

उगीचच्या उगीच डोकं झाडून त्यानं शिर्पाकडं बघितलं. अंड्यांची अडचण झाल्यागत वाटली.

"कुठं हाईत?"

"ही बघा हितं."

तो तिकडं गेला. तीन चित्तरी अंडी गवताच्या गुंडगुळ्या खोगेत होती.

"नुसती अंडी घेऊन काय करायची?"

"ह्येंच्यावर बसायला चित्तूर येईल घटकाभरात. तवर मेसाच्या बेटाखाली सावलीत बसू या."

"सावलीत नगं."

"का?"

"उनाची ताप अंगाला बरी वाटतीया."

दोघेही तिथंच गवतात जरा बाजूला दबा धरून बसले. बराच वेळ गेला आणि उनानं अंगाला चटका बसू लागला.

"शिर्पा, उनाचं कवा गवतात लोळलाईस का रं?"

"भलतंच. अहो, उनाच्या थंडाव्याला एखाद्या येळंला लांबडं पडलेलं असतंय. तसं पडू ने कधी."

एका जागी बसणं त्यालाही बरं वाटंना.

"चित्तूर आला तर येईल; न्हाईतर न्हाईबी."

"घटकाभरात येईल की. वाट बघू या."

"दुसरीकडं बघू या चल. कवा येतोय कुणाला दखल?"

दोघेही उठले. जयवंतानं पुन्हा एकदा अंडी बघितली. शिर्पा म्हणाला– "उकडून खायला घेता काय?"

"त्यात काय मिळणार हाय? तुलाच घे वाटलंच तर."

शिर्पानं जाकिटाच्या बगलंच्या खिशात अंडी घातली.

दोघेही ओढ्यातनं वर झाले. बांधावरून जाऊ लागले. शिर्पाच्या पायात काही नव्हतं. गवताच्या सड्या त्याच्या पायाला टोचू लागल्या. तो सहज बोलला, "आंबराईत शिकार आली हुती ती इनाकारन घालीवलीसा."

"कंची शिकार?"

"मगाशी हो. आता उगंच पायांच्या खुड्या मोडायची पाळी आली."

"आल्याबरोबर शिकार साधण्यात कसली मजा? शिकारीपेक्षा शिकारीसाठी हिंडण्यात खरी गंमत असतीया."

"तुमचं खरं हाय, पर आम्हास्नी कामं हाईत मळ्यात. थोरलं मालक हिरवा भाजून खातील मला."

"मग तू जा. मी येतो एखादा चित्तूर घेऊन."

शिर्पा सरळ खोपीकडं गेला. जयवंता एकटाच बांधाबांधानं माळाकडं चालला.

माळ आला. बरड गवत आलं... शेजारीच सोनाचा माळ. त्या माळाच्या उशाला एक व्रतस्थ बेलाचं झाड. त्या बेलाच्या झाडाखाली सोनाच्या आजोबाचं थडगं देवळासारखं बांधलेलं. बाहेरच्या बाजूला महादेवाचा नंदी. त्या नंदीवर आणि देवळावर बेलाची पानं टपाटपा पडायची. आत थंडगार दगडी गारवा, उनानं थकलेल्या माणसानं विसावा घ्यावा असा.

...म्हाळाचा म्हयना. तुझ्या आजाचं सराद्ध. बारा वाजता भरउनाचं थडग्याकडं आली हुतीस. तिकडं जाताना बघून हळूच खोपीतनं वर सरकलो. तुझ्यामागोमाग मीबी देवळात आलो. निवदात पुरणाची पोळी.

"पोळी खाणार जयवंता?"

"दे की."

"ही घे."

"तू चार."

"तुला चारत बसायला तू का ल्हानगा हाईस?"

"लग्नात घास चारताना न्हवरा-न्हवरी ल्हानगीच असत्यात वाटतं"

...हसलीस. देवळात आमोरासमोर बसलो. गुडघ्याला गुडघं लागलं हुतं. घास भरवलास... बोटांची कवळी कणसं व्हटांनी चोखताना अंगावर काट्याचं रान तरारलं. तुझी पिवळी हळद लाललाल हुईत वर गालांपतर पिकली.

"तूबी खा माझ्या हातचा घास."

"आऽ!"

त्या आऽत पोळीचा घास गेला.

"कोणतरी बघंल की."

"कोण येणार हाय उनाचं?"

"म्हादेव दारातच बसलाय."

"त्येच्या साक्षीनं झालं. आता चार माणसांच्या डोळ्यांम्होरं मांडवात झालं की, तुझं-माझंच राज." हळद जास्तच पिकली. खालमानंची कर्दळ. तिच्या गालावर पुरण चिकटलेलं... मी घमघमलो. व्हटांनी पुरण टिपलं. अंऽऽ केलं. काय झालं! पाण्यात टाकलेल्या रंगागत गुंगी सगळ्या अंगात उतरली नि चारी डोळं एकमेकांच्या खांद्यावर मिटलं... फुललेल्या तागाच्या मळ्यागत पिवळं अंग. त्यावर ती चित्तरी चोळी, किती जवळनं बघिटली. डोळ्यात ठिपशी उतरली. पक्की झाली... उराच्या दोन्ही बाजूला दोन चित्तूर बसलेलं. गुबऱ्या अंगाचं धुंद चित्तूर. केवड्याचा रंग आणि वास असलेलं. किती बरं वाटलं ते खाताना!...

भुर्र्र्र्र्र चिर्र चिर्र चिर्र चिर्र करत समोरच्या गवतातनं चित्र्या रंगाची चोळी

उडाली नि फाडदिशी बार झाला. हवेत धूर दिसला नि पिसांचा गोळा धडपडत उलटापालटा होत गवतात खाली पडला. बारा वाजून गेले होते. पोटात चहाशिवाय दुसरं काहीच नव्हतं... आता ह्यो चित्तूर नीट करायचा कवा नि भाजी व्हायची कवा?

उनाची हळद डोक्यावर घेत जयवंता घराकडं चालला. उजव्या हातात आडवी बंदूक डाव्या हातातली पिशवी मान टाकलेल्या चित्तरागत लडबडत होती. पायाखालची वाट एकटीच मागं सरकत चालली. आसपास एकटं ऊनच तेवढं पडलेलं होतं. बाकीचं रान आपल्यात दंग झालेल्या हिरव्या पातळातल्या नवरीगत दिसत होतं. हे रान एका बाजूला आणि जयवंताची वाट दुसऱ्या बाजूला एकटी. नशिबात ऊन घेऊन चाललेली.

प्रत्येक बुधवारी घरात चित्तूर शिजायचा आणि त्याचा वास त्याच्या खोलीभर घुमायचा. तोच उग्र वास प्रत्येक बुधवारी खोलीभर यावा आणि डोकं त्यानंच भरून जावं ही पुरुषी जिद्द. हद्द सोडून ही जिद्द गेली दोन वर्ष पुरी होत होती... मनातनं तसं व्हावं असं वाटत नव्हतं; पण तिनं फसवलं. काय कमी हुतं या घरात! जळता जळणार न्हाई अशी लक्ष्मी. हत्तीच्या पायासारखी जमीन आणि गावाची शान वाढवंल असा वाडा. या घराची लक्ष्मी होऊन आली असती तर! गावानं लई तर लिंगाड्याच्या पोरीनं मराठ्याच्या पोरासंगं लगीन केलं, असं म्हटलं असतं. कुणी काय खाल्लं गिळलं नसतं. कोण बोललं असतं, तर त्येच्या तोंडात ठासणीनं दारू ठेचून उडविली असती... जातीसाठी एका काळ्याबेंद्ऱ्या पोरासंगं लगीन करून घेतलं. पटका उनात घालायजोगी तरी जमीन हाय काय त्येला!

...दगा दिलास. आणा-शपथा माझ्याकडनं घेतल्यास आणि चित्तरागत अचानक उडून गेलीस. पुरुषाचं मन ठावं न्हाई तुला. अगं, माया बसली तर चिरमुरं उधळल्यागत जीव उधळंल आणि माथं फिरलं तर जिवाच्या चिंध्या चिंध्या करंल... तू दोनीबी करून बघितलंस.

त्याचा डोळ्यांवर विश्वासच बसेना. गावंदरीच्या कडंलाच ती आणि तिची सात-आठ वर्षांची बहीण मळ्याकडं जाताना भेटली. तो क्षणभर येडबडून गेला... जिवाचं रान करून शिकार केली होती नि अचानक ती दुसऱ्याच्या रानात, कुंपाच्या पलीकडं जाऊन पडली होती. रानवाल्यानं शड्डू मारून ती जगाला दाखवली आणि शिकारी भिकाऱ्यागत तिच्यावर इच्छा धरून बसला.

तिच्या चेहऱ्यावर पिवळी हळद जास्तच पिवळी झालेली. अंड्याला आलेल्या चित्तरागत ऊर तुडुंब भरलेलं. पोटात एक गुबरा ससा धडपडतेला. चेहऱ्यावर तृप्तीची ढेकर. ती डोळ्यांचं पाणी निवळभोर करत हासली.

''सोना.'' ऊन खाऊन काळा पडत चाललेला त्याचा ओठ थरथरला.

''कुठं गेला हुतास एवढ्या उनाचं?''

“मळ्याकडं. आता जेवायला घराकडं चाललोय... कवा आलीस?”

“काल सांजला. -पिसवीत काय?”

“भाजी हाय.”

“बघू कसली?”

“तुला चालायची न्हाई... तांबडी भाजी हाय.”

“कशाची?”

“चित्तूर पक्ष्याची.”

“कवाधरनं मटन खायाला लागलास?...... खानार न्हाई म्हनून शपथ घेतली हुतीस न्हवं?”

“घेतली हुती खरं! मोडली पुन्ना.”

“कवा?”

“दोन सालं झाली. वैशाख म्हयन्याच्या तिसऱ्या बुधवारी.”

“माझ्या लग्नाच्या दिशी.”

“हां. त्या दिशी चार-पाच चित्तूर मारून आणलं आणि दोस्त-मैतरांनी मिळून त्येंचा फडशा पाडला. तुझ्या गळ्यात मंगळसूत्तर पडलं असंल आणि मी हिकडं पहिला बार उडविला.... पिसवीभरून पिसं पडली हुती... एकाला एक लावून चिकटवली असती तर तुझी चित्तरी चोळी झाली असती... फाटली काय गं ती चोळी?

“लईदीच फाटली.”

“चिंध्या चिंध्या झाल्या असतील... उडता चित्तूर मारला की आभाळात पिसांच्या तशाच चिंध्या उडत्यात.”

“का म्हणून त्या मुक्या जिवांस्नी मारत असशील?”

त्याच्या उरात छरा घुसला. रक्त भळभळू लागलं. “त्येनी माझा जीव घेतला म्हणून... तुझ्या माळाच्या देवळात मी ते पकडलं हुतं. अचानक जीव घेऊन उडालं.”

“काय बोलतोस हे जयवंता!”

“सोना, का म्हणून फसीवलंस मला!” उनात करपलेले ओठ थरथरले. “जातीसाठीच मोडायचं हुतं तर आधीपासनंच...”

“येड लागलंय तुला... आई आणि बाबा मला जिवानिशी मारायला उठलं. भाऊ तर कुऱ्हाड घेऊन धावून आला. मी का थोडी भांडले हुते त्यांच्या संगट? पळून जाईन म्हणून पाच दिसांत जागा काढला नि गळ्यात मंगळसूत्तर बांधलं. त्यावर तुझी-माझी भेट आज हुतीया.” तिच्याही मनावरची जुनी खपली उकलली. जखमंत जखम मिसळत चालली. निवळ डोळं भरून येऊ लागलं. उजव्या हाताखाली बंदूक क्षणभर थरथरली... पण त्याच्यापुढं कुणालाच जाता येईना. त्याचा हात हक्कानं फिरवून घेणारी ती चोळीही तिच्या अंगात नव्हती. मंगळसूत्राची

काळी रेघ दाट दाट दिसली नि जयवंता भानावर आला.

"कसं चाललंय आता तुझं?"

"बरं चाललंय."

"असंच म्हणायचं असतं."

"न्हवरा काळा हाय म्हणं?" जयवंताच्यातला पुरुष बोलला.

"हं- तुझ्या उदंड पिकणाऱ्या काळ्याभोर जमिनीसारखा." सौभाग्यवती सोना. दोघेही अश्रूखाली हसले.

"पीक तर समोर दिसतंयच- कितवा म्हयना?"

"हल! बापयांनी का इचारायचं असतंय असं?"

"बाळतपणालाच आलीयास वाटतं?"

"..." हळद पुन्हा हासली.

उरावरची दगडं बाजूला होऊन मनं हलकी झाली. इकडच्या तिकडच्या गोष्टी झाल्या. सोना मळ्याकडं जायला निघाली. जाता जाता सहज म्हणाली, "आता एखादी दांडगी शिकार बघ की."

"ती हाताततनं गेली म्हणून तर हे चित्तूर मारत बसलोय."

"इसरून जा आता ते – ऊन झालंय. भूक लागली असंल, जेवायला जा आता."

"बरं."

...आपला हात अवघडल्याची जाणीव त्याला झाली. सोना मधल्या वाटंनं हिरव्या पिकात नाहीशी झाली.

ऊन चांगलच तापायला लागलं. पोटात भुकंनं कालवाकालव केला होता. डोकं गरगरल्यागत झालं... त्याचं घरटं झालं आणि पाच-पन्नास चित्तूर त्याच्या अंगाच्या रंध्रारंध्रातनं चिर्र चिर्र चिर्र करत उडाले. हिरव्या रानावरनं उडत उडत लांबलांबच्या गावाला गेले.

■

४

*

कवठी चाफा

उपाय करून करून तिची आता कंबर ढळली होती. सातवा महिना संपत आला तरी पोटातलं बाहेर पडायला तयार नव्हतं. कोंडी तिच्याबरोबर खाली बघून चालली होती. चालता चालता तिचं लक्ष कोंडीच्या गळ्याकडं गेलं. गळ्यात मंगळसूत्र नाही की डोरलं नाही. खाली पोट अवघडलेलं. कसं चमत्कारिक दिसत होतं. तिला सणक आली, "गळ्याभोवती पदर घे, रंडे." ती ताडकन बोलली. सगळा कडवटपणा त्यातनं बाहेर पडला.

तिच्या शिव्या खाऊन कोंडीचं मन बोथट झालेलं. नेहमीच्या सवयीनं ती सहज चाललेली; पण आईची शिवी कानांवर आदळल्याबरोबर तिनं पदर गळ्याभोवती गच्च घेतला. सातव्या महिन्याचं गच्च भरलेलं पोट अद्याप लग्न न झाल्यामुळं पाप म्हणून वर आलं होतं. हौसेनं केलेल्या झंपरात उनातल्या गादीसारखी फुगत चाललेली स्तनं दडपा देऊन कोंडून घातली होती. त्यांना दिसूसुद्धा द्यायचं नव्हतं. पदर गळ्याभोवतीनं नि उराभोवतीनं फांस आवळल्यागत रुतून बसला. तोंडाला कोरड पडलेली आई कटाकट वटवटत चालली. गावाजवळची नदी लागली नि दोघींनी चपल्या हातात घेऊन दगडी पूल ओलांडला. लालभडक मांसाच्या गोळ्यागत होऊन दीस बुडायला चालला होता.

नदीजवळच्या कुरणातली ढोरं घराकडं गेली होती. हिरवं कुरण पोरंबाळं हरवून आभाळाकडं उदास बघत पडलं होतं. कोंडीची म्हस दीड महिना झाला तिथं यायची बंद झालेली होती. दिवसभर ती या रानचा चारा खायची... जुनाट कुरण पर हिरवंगार. गावातली भुकेलेली ढोरं इथं येऊन पोटभर चरतेली. त्यातच कोंडीची म्हस. कोंडी आंबटगोड चिंचंच्या सावलीत बसलेली. भोवतीनं मोकळ्या मनानं खेळणारी पोरं सगळं सगळं विसरून गेलेली. फक्त शरीरं तेवढी इकडंतिकडं झुलणारी; पण आईनं ती म्हसच विकून टाकली. तिच्या वैरण-पाण्याची व्यवस्था

होईनाशी झाली होती. दूध घालायला नियमितपणा उरला नव्हता. कोंडीला औषधं द्यायला तिच्याबरोबर गावं भटकावी लागत होती. मग धार काढणार कोण? कुरणात आता कोंडीला सोडणंही अवघड झालं होतं. तिचं गरगरीत उभार पोट आणि या म्हशीच्या नादानंच तिला मोकळं रान गावलेलं.

मधल्या वाटेनं दोघींनी कुरण ओलांडलं. ओमा महाराचं घर लागूपर्यंत दीस बुडाला. किनीट पडली. त्या बेतानंच दोघी गावाकडं यायला निघाल्या होत्या. कुणाला कोण ओळखू यायचं नाही. माणसं घराकडनं शेताकड येताना पांढऱ्या सावल्यागत अंधुक दिसत होती.

''घोड्यागत वर बघून चालू नगं. जरा मुरून चाल, खाली बघून.''

मागची शीर तोडल्यागत तिची मुंडी अधिकच खाली गेली. माणसांची पावलं मागं-पुढं जाताना तिला आसपास दिसत होती. ती पावलं एकदम थकल्यागत व्हायची. कुजबुजायची नि पुढं जायची. एक-दोन शिव्या कानांवर यायच्या. तरीही गप्प पुढं जायचं.

नको ते झालं नि उंदीरवाड्याची नानी मंजाच्या समोर आली, ''कुठं गेलतीस गं मंजा?''

''शिरडूणला.''

''पोरगीबी संगं दिसतीया.''

''व्हय, तिलाच औशिद बघायला गेली हुती.''

''काय झालंय गं हिला?''

''काय झालंय कुणाला ठावं? कोण म्हणतंय पोटात पाणी झालंय, कोण म्हणतंय कुणीतरी बाध्या घातला असंल तवा पोट सुजलंय... अंगावरची सूज हाय.''

''काय गंऽऽ बाई! काय झालं असंल बघ की हे पोरीला. बघ, बघ औशिध-पाणी काय तरी. न्हाई तर काय तरीच पोटातनं निघायचं.''

जोडवी चटाक-चुटूक वाजवत नानी गेली नि मंजाच्या पोटात भीतीचा तांब्याएवढा गोळा उठला. सगळ्या गावाला कळलं होतं; पण कोण समोर बोलत नव्हतं. नानी दोनधारी बोलणं बोलून गेली.

तिकटीला आल्या नि घराला कुलूप दिसलं. शिवराम कुठंतरी बाहेर गेलेला दिसत होता. आत्माराम यायला अजून दोन-अडीच तास अवकाश होता; पण नवरा असला तरी त्याच्याजवळ घराची किल्ली नव्हती. किल्ली शिवरामजवळ असायची. आता तो कधी येणार कुणास ठाऊक?

बंद दाराच्या दगडी उंबऱ्यावर दोघी थकलेल्या पायांनी बसल्या. जाता येताना माणसं त्या दोघींकडं अंधारातही बघत होती. तसं हे घर तिकटीवर होतं. तिन्ही

वाटांनी जाणारी माणसं तिथं येतात; शिवाय घराला एकच दार. सगळ्यांना त्याच दारानं आत जावं लागतं. कोणत्याही रस्त्यावरून हे घर दिसतं. बाहेरून पिवडीनं छानदार रंगवलेलं; पण आत कच्च्या विटाच्या ढिसाळ भिंती, शेणानं सारवलेल्या. त्यावरनं पिवडीचा पिवळा रंग दिलेला आणि गोसाव्याच्या कफनीला रंग द्यायच्या कावेचे वरून ओढलेले उभे पट्टे.

गांधी टोपी सावरीत पायातली चप्पल चटाक चटाक वाजवीत शिवराम आला.

"कवा आलीस?"

"आत्ताच आली, तुम्ही कुठं गेला हुतासा?"

"जरा घराकडं जाऊन आलो."

त्यानं कमरेची किल्ली काढून कुलपात घातली आणि फिरवली.

"औशिदाचं काय जमलं?"

"दिलंय त्येंनी. आठ दिसात काय ते कळंल म्हणाल्यात."

सगळेजण आत गेले. अंधारातच मंजानं काड्याची पेटी घेऊन सोप्यात दिवा लावला. खोली अंधुक उजेडात उठून बसल्यागत झाली. अंधारात भिंती दिसू लागल्या. शिवरामच्या मदतीनं तिनं त्या सजवल्या होत्या. तुळ्यांवर जुने फोटो टांगले होते. ते भेसूर दिसत होते. रावणाला सीता भीक घालते; चौदा चौकड्यांचा रावण पण सीतेसाठी भिकारी झालेला. कृष्णानं वस्त्रं झाडावर टांगून ठेवली आहेत. कोठून तरी अंधारातून येणारा यमुनेचा प्रवाह. त्या प्रवाहात गोपी नागव्या आहेत तरी लाज झाकत आहेत. कृष्ण पैलतीरावरच्या त्या कदंबावर केव्हापासून नुसता हासत बसला आहे. दुसरा एक मोर नाचणारा फोटो. तुकारामाच्या वैकुंठाचा फोटो. मतपेटीसह नेहरूंचा फोटो. पलीकडं चिल्लर फोटोंच्या गर्दीत हात जोडलेल्या गांधींचा फोटो... हे सगळे फोटो शिवरामनं आपलं न्हाव्याचं दुकान मोडून इथं आणून टांगलेले. तो आता ग्रामपंचायतीचा सरपंच झाला होता. तालुक्याला सारखा जाऊन येत होता. स्वार्थ करून जंतेची सेवा करीत होता. पलंगासमोरच्या कुचकुचणाऱ्या दोन्ही खुर्च्या त्याच्याच दुकानातल्या होत्या. मंजाकडं बघत बघत, शिवरामचे दोस्त त्या उसट्या खुर्च्यांवर बसून मंजाचं पान खात होते. जात होते.

"जरा च्या कर आता." शिवराम.

"कोंडे, च्या कर गं." मंजा.

ती फोटोच्या तुळीखाली भिंतीला टेकून बसली. शिवराम उंच पलंगावर चढून बसला... हा पलंग मात्र मंजाच्या घरातला. तिच्या नवऱ्याच्या मालकीचा. बरीच वर्षे तो त्यावर झोपला. खरं तर आत्मारामच्या अनेक पिढ्या त्या पलंगावर जन्मल्या, वाढल्या, झोपल्या, मरून गेल्या. आता उतारवयात त्याला त्या पलंगावर झोपायला मिळत नव्हतं. कारण मालकाच्या सांगण्यावरून लगेच जेवण करून त्याला

हॉटेलात झोपायला जावं लागतं. मालकाला आपल्या घरी जाऊन झोपायचं असतं. मग हॉटेलात राखणीला कोण? त्याला तिथं शिवरामनं नोकरी लावून दिली आहे. पुढं केव्हा तरी तो आत्मारामला झेडपीच्या ऑफिसात चांगल्या पगाराच्या शिपायाची नोकरी मिळवून देणार आहे. आत्मारामचा त्याच्यावर खूप विश्वास. कारण आत्मारामला त्याची बायको ऐकत नाही. तोडून बोलते. अंगावर धावून येते. मेल्या, मुडद्या म्हणून शिव्या देते. अशा वेळी तो आपली तक्रार सरपंच शिवरामला सांगतो. शिवराम मंजाची समजूत काढतो आणि मग मंजा गप बसते. एरवी ती कुणाचंच ऐकत नाही. झोप लागेपर्यंत घरात असताना सारखी बोलायची... आता त्याला या हॉटेलात निर्मळ वाटतं. डास, चिलटं आणि शिळ्या भज्यांच्या संगतीत तो गाढ झोपून जातो. गच्च पायांच्या बाकड्यावर त्याला निर्धास्त झोप लागते.

पलंगावर झोपले, की आताशा त्याचे पाय लडलडायचे. तरी त्याला मंजानं वटकनं लावून शोभेसाठी तसा उभा केला आहे. शिवरामचं त्यामुळं भागतं. त्याला त्या पलंगावर गाढ झोप लागते.

कोंडी चहा करायला आतल्या अंधाऱ्या खोलीत गेली. या खोलीत सर्पासारखा गार अंधार नेहमी भरून असतो. उजेड येण्यासाठी वर छपराला एक सानं आहे. त्यातनं दिवसा उजेडाचा एक पट्टा सरळ आत येतो आणि अंधार सोलत चालल्यागत या भिंतीवरनं त्या भिंतीवर सरकत राहतो. अंधार सोलून संपत नाही. पट्टा पुढं जाईल तसा तो पाठोपाठ पुन्हा मिटत येतो. या अंधारातच घरोघरी असते तशी मातीची एक चूल आहे. त्या चुलीवर कोंडीनं चहाला आधण ठेवलं नि आपल्या हातांनी खाली जाळ पुढं पुढं सरकवू लागली.

बाहेरच्या सोप्यात शिवरामनं जवळ जवळ आपलं ऑफिसच चालू केल्यानं या चुलीवर तिन्ही त्रिकाळ चहा शिजतो, आल्यागेल्या माणसांना देण्यासाठी. शिवराम साखऱ्याला पैसे देतो; पण दूध मंजाचं. आतापर्यंत तिची दुभती म्हस होती. दुधाचा धंदा ती करते. एका म्हशीचं दूध सतराजणांच्या भांड्यात घालून पैसा मिळवते.

"तालुक्यालाच जाऊन काय तरी करून आलं पाहिजे." चहा देऊन कोंडी आत गेल्यावर मंजा शिवरामला म्हणाली.

"तालुक्याला गेलं तर एका पाठोपाठ एक अशी भानगडींची रांगच्या रांग लागंल. माझ्याच नावानं समदी बोंब उडायची."

"गुमान जायचं एखाद्या डाक्टराकडं."

"आदूगरच चौकशी केली मी. त्ये म्हणत्यात, पोटचं पाडणं गुन्हा हाय. सगळीच तुरुंगात जाऊन अडकून पडतील. तालुक्याचं गाव हाय. लगीच बोंबाबोंब उडती. वर्तमानपत्रातनं माझ्या नावानं उगचंच बोंब उठायची. इरुद्ध पार्टीची माणसं असल्या गोष्टीला टपूनच बसलेली असत्यात." त्यानं धडाधडा आपल्या मनात

साचलेलं बोलून दाखवलं.

"मग आता काय करायचं?"

"बघू. काय तरी करू."

कोंडी चहा देऊन आत गेली होती आणि चुलीपुढं बसून तांदूळ नीट करत होती. बोलणी कानावर पडत होती तरी ऐकण्याची वासना तिला झाली नाही. साताठ महिन्यांपूर्वी असं होत नव्हतं. उलट चहा घेऊन सारखं बाहेर जावं, बसलेल्या माणसांत हासाव-खिदळावं असं वाटतेलं.

"काय कोंडे?"

"काय म्हणतासा बोला."

"च्या कर की जरा."

"च्याचं व्हय; करती की, मला वाटलं आणि काय इप्रित सांगतासा जणू."

लसणाचा गड्डा घासल्यागत ती बोलायची नि माणसांना ते झणझणायचं. जीव वरवर यायचे. तिला हे सगळं कळायचं नि तसं होताना बरंही वाटायचं. अधनं-मधनं ती आपले भेदक, बारीक डोळे डोळ्यांना भिडवायची. बघणाऱ्याचे डोळे धाडदिशी पेटायचे आणि राख होऊन जायचे... मोगरा झालेलं धुंद अंग, ऊर आटोपशीर गच्च फुगलेलं, तशात मोकळ्या गळ्याचा सैल फॅशनचा झंपर, यावरनं नजरा घरंगळत जायच्या, तशी ती आईगतही दिसायची नाही नि आत्मारामागतही दिसायची नाही. काही वेगळंच गोरपट बेभान रूप तिला आलं होतं. या रूपातनं ती रसागत उमलत होती. बरोबरीच्या पोरी लग्न होऊन जाताना तिला दिसत होत्या. मात्र, मंजा शिवरामच्या सेवेत गुंग होती. आत्माराम हॉटेल धरून सगळ्या गावाच्या उसटत्या-खरकट्या बशा स्वच्छ करत बसला होता. सगळं गाव खाऊन चरून गेल्यावर उरलेल्या भज्यातलं एखादं भजं त्याच्या वाटणीला येत होतं. त्यात त्याला समाधान होतं. कोंडीच्या लग्नाचं त्याला भानही नव्हतं. ती आपली म्हस घेऊन कुरणात मोकळ्या वाऱ्याला जात होती.

...म्हस घेऊन उनाचंच घराकडं कंटाळून आली. भुयाच्या परड्यात बांधायला गेली... दिनकर सुटी होती म्हणून जाळं विणत होता... बाकीच परडं मोकळंच. बाजूला म्हशीची वैरण रचलेली, त्यावर भिजकं जाळं उन्हात टाकलेलं. नेहमीप्रमाणं भुयाची माणसं कामाला गेली होती. जाळं हातात तसंच घेऊन दिनकर बोलला, "लौकर आलीस?"

"कट्टाळा येतोय कुरणात."

"कट्टाळा घालवायचं औशद हाय माझ्याजवळ."

"मग दे की."

"हे बघ; बघ ही चितरं."

"हेच व्हय? मला वाटलं डॉक्टरागत इंजीसन देतोस का. काय की....तालुक्याला जाऊन एखाद्या वक्ती डॉक्टरकीबी शिकून यायचास."

"न्हाई बा. एक इंजेन संभाळूस्तवर नुसती कंबर ढिली हुतीया. मग बाकीचं उद्योग आणि कवा करू?"

रंगीत चित्रं डोळ्याखालनं जात होती...उघड्या-वाघड्या बायका, बारीक डोळ्यांनी हासणारे उघडे पुरुष, नदीचं पाणी, सागराचं पाणी, कबुतरी, रंगीत ओठ, रंगीत डोळे, सुटलेले केस, मादक हासू...

"कसली रं ही चितरं? असली चितरं बघत बसतोस व्हय तू?"

"शेरगावात असंच असतंय. एक दीस येऊन बघ म्हंजे कळंल."

वरून गमतीचं पण आतून बेचैन करणारं बोलणं... काही तरी मागणारं. दिनकरच्या पुढच्या दाराची कडी वाजली नि त्याची बहीण शेतावरनं आली. कोंडी उठून घराकडं गेली... तिच्या मनात रंगीत चितरं भडकत गेली. दिनकर भडकत गेला... इस्त्रीची गडद रंगीत कापडं घातलेला. पँटवरचा चमकणारा पट्टा. चित्राचित्रांचा, गळ्यात उबदार मिठी घालून बसलेला रुमाल. सकाळी सकाळी चपचपीत तेल लावून भांग पाडून सायकलीवरनं तालुक्याला जातेला.

तिनं दारावर थाप मारली, पण दार आतनं बंद होतं.

"आईऽ."

ओ नाही.

"आईऽऽ." पुन्हा हाक.

ओ ऽ नाही. तिला वाटलं, परत दिनकरकडं जाऊन बसावं. पण तिनं न-कळत दार मागं-पुढं खडखडलं आणि पुन्हा हाक मारली.

"काय गंऽबाई, आईची नीज ही." असं म्हणून तिनं पुन्हा दार जोरानं खडखडलं.

निजलेली आई ऊऽ करून उठली.

दार उघडलं.

"उनाचंच आलीस गं व्हैमाले. गाव का पेटत हुतं?"

बोलताना तिच्या तोंडात रंगलेला विडा कोंडीला दिसत होता. ती तशीच आत गेली. पलंगावर भिंतीकडं तोंड करून शिवराम चूपचाप निजलेला. आईचं सवतं आंथरूण घरात कुठं दिसलंच नाही... तिच्या मनात एक काळा, उग्र कवठी चाफा उमलत गेला.

रात्री तिला उशीरपर्यंत नीज येईनाशी झाली. आत्माराम हॉटेलवर निजायला गेला तरी शिवराम घरातनं हलत नव्हता. एकदा दोनदा ती अचानक रात्री उठून दिवा लावून पाणी प्याली.

"कोंडे." रात्री अकरा वाजता आईची उगीचच हाक.

ओ नाही.

पुन्हा एक मोठ्यानं हाक.

ओ नाही.

"निजली वाटतं ही."

मंजानं हळूच खोलीचं दार झाकलं. शिवराम दिव्याच्या उजेडात बाहेर पडला. दार नुसतंच पुढं करून दिवा विझला. मंजा पलंगावर पडली नि घटकाभरात एक पांढरी सावली आत आली नि हळूच दार आतनं झाकलं गेलं... कोंडीला सगळे आवाज आत ऐकू येत होते. कुजबुजणं, पिसीपिसी हासणं, पलंगाची करकर. मग घटकाभर गपगार झाल्यावर हळूच दार उघडणं आणि पुन्हा झाकलं जाणं. कोंडीचं रक्त बंड करून लाललाल उठलं. बराच वेळ झोप लागली नाही. पण बाहेर मंजाला तृप्तीती गाढ नि गार झोप लागली होती. तिचं घोरणं कोंडीच्या कानावर दरदरत येत होतं.

कसरीनं आजारी होती. अंधाऱ्या खोलीत आंथरूण. दुपारचं ऊन उघडं-वाघडं होऊन पडलेलं. दार पुढं ढकललेलं. आत सावलीला शिवराम आणि मंजा ऊन विसरून पान खात बसलेले. घटकाभर कुणीच काही बोललं नाही. मंजानं मधलं दार हळूच पुढं ओढून घेतलं...कोंडीच्या मनात पुन्हा उग्र चाफा घमघमला. आंथरुणावर पडल्यापडल्याच ती बोलली,

"दार वडून घेऊ नगं गं. मला आत गुदमरतंय."

"आमच्या बडबडण्याचा तुला तरास होऊ नये म्हणून घेतलं. बाहीर येऊन बसणार हाईस का? ....वाऱ्याला?"

"नगं बाई. पडलेली जागा उठवंना झालीय मला."

बाहेर दीर्घ श्वासाची सुटका झाली... बराच वेळ सगळं गपगार. कोंडी आवाज काहीही न करता बसून सरकत दाराजवळ आली. सांदरीतनं डोळा धरून बघितलं नि तिचं तापाचं रक्त आणखी तापत झळझळलं...आगीचे दोन लोळ एकमेकांवर लोळत होते. चार हाता-पायांची दुपडलेली वेणी गच्च होऊन पडली होती. पेटलेल्या ज्वाळा बघून सर्रकन सरलेल्या सर्पागत ती मागं झाली...अंग झणझणून आलं. पिंढच्या नि मांड्या सणसणत ताठ झाल्या. तिच्याच हातांची एकाकी मिठी तिच्या अंगाभोवती पडली... तापाच्या उष्णतेत वितळून जातजात रस-रस व्हावं, जाळ प्यावा, दिनकरसमोर शड्डू मारून ताठ उभं राहावं... तिच्या डोक्यात लाललाल होत तांबूस रेघा आडव्या-तिडव्या उठल्या नि भोवळ आल्यागत झालं.

कुरणावर तिला म्हस चारण्याचा कंटाळा येऊ लागला. दिनकरचा ऐतवार कधी एकदा येतो असं तिला व्हायचं. दिनकरच्या सुटीच्या दिवशी ती लौकर येऊन

त्याच्याबरोबर परड्यातच बसायची. उशीर करून घरी यायची... तापलेल्या इंजनागत दिनकरचं मन; पण आता जळकं तेल ओतून टाकून स्वच्छ केलेल्या थंडगार ब्लॅकस्टोन इंजनागत तो दिसू लागला. पेढे-बर्फी तालुक्याहून आणू लागला.

आभाळात वादळी ढग लोळून थेंब टपटपून शांत झाले. निवांत नित्य धारांचा पावसाळा आला. पेरणी-पाण्याचे दिवस जवळ आले. मोठ्या आनंदानं कोंडीची म्हस कुरणातनं बाहेर पडून माळाला येऊन मोकळ्या मनानं हिरव्या उनात चरू लागली. नदीचं पाणी पत्ता नाही ते हळूहळू वाढू लागलं. गवतं तळाशी काटे घेऊन हिरव्या रेशमागत पोपटत चालली.

चार-पाच महिने गेले आणि मंजाच्या घरात शिवरामनं आणि मंजानं कोंडीला रात्री ढोरागत एकाएकी बडवलं. मंजा जेवायला आलेल्या आत्मारामालाही तोंडाला येईल ते बोलली. त्याचा नवरेपणा काढला. त्यानं शिवरामकडं समजूत नोंदवली.

"आता मी तरी काय करणार हो? दीसभर मी काय घरात असतोय? आता तुमीच बघा म्हंजे झालं."

"व्हय की."

"याच मायलेकी घरात कारभारात हाईत. भजी तळता तळता माजं पेकाट जातंय. ते लोकांचं हाटेल संभाळू का घरात बसून ह्यास्नी संभाळू?"

"संभाळायला घरात असती कुठं ही? म्हशीच्या मागनं सगळ्या माळानं हिंडती."

"मग आता ह्येच्यातनं वाट काय काढायची?"

"काढू काय तरी. जाऊ देत दोन-चार दीस."

आणखी दोन-चार रात्री तिचा आरडाओरडा ऐकू आला. ती बाहेर येईनाशी झाली... म्हस भुयाच्या परड्यात उपाशी पडू लागली. वेळच्या वेळी तिला आता चारा-पाणीही मिळेना.

एका रात्री भुयाच्या घरात शिवराम आत्माराम, मंजा आणि कोंडी यांना घेऊन घुसला. दार बंद करून घेतलं. दिनकर, दिनकरची आई आणि म्हातारा सोप्यात जमले.

"कोंडी तुझ्या पोराचं नाव घेती."

"काय म्हणती?"

"ती काय म्हणणार? त्यानं पोट वाढवून ठेवलं म्हणती. त्याचं नि हिचं लगीन लावून दिलं पाहिजे."

"मला काय माहिती न्हाई," म्हणत दिनकर पँट झाडून उठला नि त्यानं हात वर करून आळस दिला. त्याला चार-पाच दिवसांपासनं याची साधारण कल्पना आलीच होती. कोर्टातल्यागत पुराव्याची भाषा तो बोलू लागला. म्हातारा-'पोराला

इचारा नि काय ते करा' म्हणून मोकळा झाला. दिनकरच्या आईनं तर शिवरामच्या डोसक्यावर सगळा डोंगर मोडून पाडला. त्याचे नि मंजाचे संबंध जगजाहीर केले. 'इटाळ गेलेली रांड जुनी झाली म्हणून न्हात्या पोरीकडं वळला असंल. किती केला तरी त्यो बाईलसोड्या.' ती आत्मारामकडं तोंड करून सैल बोलू लागली. शिवराम गोरामोरा झाला नि 'बघून घेतो. कसं लगीन करीत न्हाई, बघू तरी.' म्हणत बाहेर पडला. बाहेर सगळी गल्ली जमली होती. दुसरे दिवशी सगळ्या गावभर झालं.

दीड-दोन महिने घरात ठेवून गावठी नि रानटी औषधं घातली. मग भगटायला गावाबाहेर पडून अनेक गावांना मंजा तिला घेऊन रातचं पुन्हा गावात येऊ लागली. शिवराम उतरलेल्या चेहऱ्यानं गावातनं फिरू लागला. तालुक्याला जाऊन अनेकांच्या गाठीभेटी घेऊन येऊ लागला. आत्माराम हॉटेलात खरकाट्या बशा जास्तीत जास्त स्वच्छ धुऊ लागला... ती खोलीच्या अंधारात बसून राहू लागली. सान्यातला किरण तिला बघून भिंतीवर चढून जाऊ लागला. तो सान्यातनं आत आला नि अंधारात सापडला तरी आढ्यातनं जाऊन पटकन मोकळा होत होता. किरण गेल्यावर तिला वाटायचे; हा अंधार सुरुंगाच्या दारूगत खोलीभरून धाडदिशी पेटावा आणि त्यात आपण चिंधडून जावं, अवघडलेलं पोट चरबी काढायला होरपळणाऱ्या डुकरागत जाळावं.

रात्री शिवराम इथंच जेवला. घरातनं तो बायकोबरोबर पुन्हा भांडून आला होता. सुजरी-फुगरी निरुपयोगी बायको दीर्घ दीर्घ श्वास टाकत बसली होती. चार- पाच वर्षं तो तिला सांगत होता– माहेराला जा आणि बरी हो, नाहीतर मरून जा, म्हणून गळ्यातल्या लोढण्यासारखी तिला वागवीत होता. ना मूल ना बाळ. तरी ती तिथंच खुट्ट्याला बांधून घातलेल्या गॉड्डु म्हशीगत त्या घरात पडली होती. हात लावू नये अशी सुजलेली, लावला तर फुटेल अशी; पण तिलाही दोन लाथा घालून शिवराम बाहेर पडलेला.

जेवून त्यानं मंजाबरोबर पान खाल्लं. गुडघे गळ्यात घेऊन आत्माराम दाराशेजारी बसला. हरमाळ टळल्यावर परसाकडं जाऊन कोंडी आत आली... आत जाताना सगळ्यांची नजर तिच्या टेकडलेल्या पोटाकडं गेली.

अचानक तोंड ऐकू आलं. बोळातनं शिवरामची बायको बाहेर येऊन मंजाच्या दारासमोर माय-लेकीवरनं शिव्या घालीत होती. सगळी गल्ली जमली. अशक्त, दुबळी राधी पण सगळी शक्ती तोंडात आलेली. मंजाचे केस धरून उपडायला सरसावणारे हात.

"दूध घालाय आली नि खेळीनं माझ्या संसाराचं वाटूळं केलं. मायलेकी दोघीजणी मिळून माझ्या न्हवऱ्याला घेऊन बसल्या."

"तुझ्या न्हवऱ्याला का धरून बसलीय व्हय गं रांडं? घाल की त्येच्या

धोतराला हात नि न्हे जा. रिकाम्या गाडग्यागत उगंच कशाला सुजलेलं तोंड माझ्या म्होरं वाजवतीस वांझुटे!'' पान थुंकून देऊन मंजा खवळली होती. शिवरामनं धोतर वर खोवलं नि राधीच्या दंडाला धरून ओढत-फरपटत घराकडं नेलं. घरात कोंबून दार ओढून घेऊन तो परत फिरला.

रात्र चढत गेली. भांडणाच्या गर्दीत आलेला दिनकर तिला दिसला. परसाकडनं येताना त्याच्या सोप्यातला स्वच्छ कंदील कोंडीला दिसला होता. त्या उजेडात त्याच्या दाराला दीडएक महिन्यापूर्वी बांधलेलं रंगीत तोरण दिसलं...तिच्या मनातल्या चौकटीला तसंच झगमगलं. नरसोबाच्या वाडीला जाऊन गडबडीनं दिनकरनं लग्न करून घेतलं होतं. त्याला बायकोही झटकन मिळाली. शहरची. काळी होती; पण चांगली नटत होती. तिच्या घरी जाऊन पाच दिवस थाटामाटाचं जावईपण भोगून आला होता. गावातल्या सगळ्या समाजाला जेवण घातलं होतं. तालुक्याचे दोस्त गावाकडं सायकलवरनं नटून येऊन लाडू-चिवडा खाऊन गेले होते.

ती खोलीतल्या खोलीत होती तरी तिला हे सगळं कळलं होतं. रात्रीचा अंधार वाढत जाईल तसं तिच्या मनातलं तोरण हरपलं. उताणी पडून अवघडून झोपली.

पहाटेच्या गाढ झोपेत अचानक तिच्या उताण्या पोटावर कणीक चेचल्यागत थडाथडा खच्चून लाथा बसल्या. आतडी तुटून चालल्यागत कळा घेऊन ती आवाज तोडत उठली. किंचाळली. लाथा मारणाऱ्या मंजालाच 'आई गंऽऽ' म्हणून हंबरली.

बाहेर पारोशा माणसांची दाटी मिठी.

''काय झालं गंऽ मंजा?''

''काय न्हाई. कोंडीला बरं न्हाई. तिच्या पोटात कळ्या घाटल्यात.'' बरीच माणसं गडबडीनं येत होती, दिनकर आला होता. मंजा दारात उभी होती.

''माझा जीव घ्याऽऽ मला ठार माराऽऽ'' आत कोंडी ओरडत होती. सळ्या घुसल्यागत आत आत बेंबीच्या देठापाशी मरणाच्या यातना होत होत्या. इतकी ओरडत होती तरी खोलीतला अंधार फुटत नव्हता आणि पेटतही नव्हता. भिंतीही ढासळत नव्हत्या.

५

✻

शहाणा गाव

गावात आम्हाला जागा अपुरी म्हणून कुठं तरी स्वस्तात मिळणारी जागा विकत पाहिजे होती. आई एकदा म्हणाली, "पसाऱ्याच्या गल्लीला जागा हाय. सस्तात मिळतीया."

"सस्तात बरं? कोण नडलेला हाय?"

"न्हाई. बेवारशीच असल्यागत हाय. राणू पसाऱ्याच्या चुलत भावाचा वंस बुडालाय. तवा त्येची जागा इकून त्यो पैसा करायच्या नादात हाय. आरती-परती देऊन टाकतो म्हणतोय."

मी नि आई मळ्यात ईळभर काम करून जागा बघायला रातचं गेलो.

राणू पसाऱ्यानं आपला कंदील ढणढणता लावला. रामाच्या देवळामागनं, पिंपळाखालनं पुढं ओसाड जागेत आलो नि पाच-सात कुत्री भुंकत अंधारातनं अंगावर आली. राणूम्मानं ती दगडं भिरकावून वाटंला लावली... आत हाँ म्हणू कुणी तरी रडतेला आवाज ऐकायला आला.

"कोण गा हे?"

"खुळा शंकऱ्या."

"आणि हितं बरं?"

"त्येचंच घर हाय हे. लहानपणापासनं याच घरात वाढलाय. सवं हाय म्हणून आपला रातचं हितं येतोय." असं म्हणून राणूम्मा पडक्या दारातनं आम्हाला आत घेऊन गेला. कुत्री गपगार झाली होती.

घराला छप्पर नव्हतं. पांढऱ्या मातीच्या पडक्या भिंती, चौकटी तशाच. दर्शनी दाराला दगडी चौकट. भिंतीत घातलेल्या वाकड्या-तिकड्या तुळ्या तशाच. राणूम्मा आईला सांगू लागला, "घर तसं झणझणीत हाय. हीच माती भिजवून तिच्या इटा घातल्या तर भित्ती घणघणीत वर उठतील. चौकटी थोड्याबहुत

हाईतच. घालायच्या असल्या तर याच तुळ्या पुन्ना घालाय येतील. काय कमी पडणार न्हाई. तुझ्या चार पिढ्यांस्नी पुरंल एवढी भरपूर जागा हाय.''

माझं त्याच्या बोलण्याकडं फारसं लक्ष नव्हतं. खुळा शंकर एका दांडग्या घराचा मालक आहे, हे ऐकून मी चकित झालो... तो भिंतीच्या कोपऱ्याला टेकून भसाड्या आवाजात रडतच होता...एखाद्या बैरागी–बुवानं देवळात बसून टांगड्या पसराव्यात आणि आपल्याच तंद्रीत सूर धरावा तसा. त्याच्या खोल गेलेल्या डोळ्यांतनं भरपूर पाणी येत होतं. माझ्या हातातल्या कंदिलाच्या उजेडात ते चमकत होतं. हनुवटीवर वाढलेल्या दाढीवर ते सांडत होतं. ओसाड भिंतीच्या दुसऱ्या कोपऱ्यात बघून तो रडत होता. त्याचं आमच्याकडं लक्षही नव्हतं. त्या ओसाड भिंतींत त्याला काही तरी दिसत असल्यागत त्याचं बघणं आणि ते बघून त्याला आळवण्यासाठी त्याचं रडणं. भोवतीनं सगळ्या चिंध्या त्याच्याकडं उदास बघत पडलेल्या. कुठल्या जुन्या होत्या काही कळत नव्हतं. हाता-पायांत फक्त हाडं राहिली होती. त्यांना ना पाणी ना आंघोळ. त्यांच्यावर मळीचं जुनं जुनं टेपण बसून वाढलेलं. ओठांवर पातळ मिशा, दगडावर वाढलेल्या खुरट्या गवतासारख्या. तोंडाची हाडं वर आलेली. डुईची केसं भिंतीवरच्या झाडुऱ्यागत पिंजारून करडी झालेली.

दोन सोपं ओलांडून गेलेल्या आईनं मला हाक मारली.

''आत ये की रं. बघ ये तरी.''

मी कंदील घेऊन कुतऱ्यांनी काढलेले डबरे चुकवत आत गेलो. रुंदाड्या भिंती. घराला उंचीही भरपूर पण वर छप्पर नाही...खुळ्या माणसाचं एवढं दांडगं घर. खुळी माणसं शहाणी असतात तेव्हा कशी दिसतात कुणास ठाऊक!... निदान शंकर या घराला शोभणाराच असेल. घर कसं आश्चर्यचकित होऊन गोठलेल्या माणसासारखं आमच्याकडं बघतंय असं वाटत होतं. घरभर शंकरचं रडणं पसरलेलं. त्याला एक ओली ओसाड अवकळा आली होती. तरी ते गूढ वाटत होतं, रडण्याच्या सुराचा फुटका नगारा होऊन राहिल्यागत.

''या शंकऱ्याच्या पोटाला कोण घालतंय?'' मी जागेचं बाजूला ठेवून राणूम्माकडं तिसरीच चौकशी कराय लागलो.

''कुठलं कोण घालतंय? असंच फिरून खातोय. कुठलं तरी शिळंपाकं कोणतरी देतंय. कवा तरी सण असला म्हंजे आम्हीबी हितं आणून झाकणी परळातनं देतोय. तेवढंच की.''

''रोज रातचं हितं येतोय?''

''हां! रातचं नेमानं वस्तीला येतोय. दिवसाचा गोंडा फुटला, की बाहीर पडतोय. मग दीसभर गावातनं असाच भमक्या मारत हिंडतोय.''

शंकऱ्या गावातनं दीसभर हिंडताना सगळ्यांनी बघितला आहे. मात्र, दिवसा कधी रडताना तो कुणाला दिसला नाही. दिवसा त्याचं निराळंच रूप दिसत होतं... चालताना फेगड्या टांगा लांब लांब टाकत तो चालायचा. हातही सरळ मागंपुढं न होता तिरकस तिरकस हलायचे. टाचेवर पहिल्यांदा भार देऊन मग तो अबदार चालत जायचा. मधनंच कमरेची खाकी चिंध्यांची चड्डी वर ओढायचा. त्याच्या हातात नेहमी गोळा केलेल्या जळक्या बिड्यांची भरपूर थोटकं असायची. दोन्ही हातांची भरपूर वाढलेली नखं. भिवया नेहमी कपाळावर सरकत राहायच्या. काही तरी विचार डोक्यात चमकून प्रश्न सुटल्यासारखा मधूनच त्याचा चेहरा व्हायचा. खाली बघत तो रस्त्यानं चालत असे. स्वत:शी काही तरी कुजबुजल्यागत बोलायचा नि पडलेलं थोटूक दिसलं की चटाकदिशी उचलून पुढं जायचा.

गावावर उन्हं तावाय लागली, की शंकऱ्या कुणाच्या तरी वळचणीला बसलेला दिसे. बऱ्याचदा आंबले सावकाराच्या वळचणीला त्याचं ठाणं असायचं. तिथं गोळा केलेल्या थोटकांतला तंबाखू काढून तो एका जागी करायचा. एका जागी केलेला तंबाखू एखाद्या थोटकाच्या लांब पानात भरून त्याची चटकन बिडी तयार करी...नखानं ती मुडपून कानात अडकवून ठेवी. एकाएका कानात कधीकधी दोन-दोन बिड्या दिसायच्या. त्याच्या बिडी बांधण्यावरनं आणि वाढलेल्या नखांवरनं वाटायचं, की तो बिडीवाल्याचाच आहे.

बिड्या तयार झाल्या, की तो आंबले सावकाराच्या घरासमोरच्या पानपट्टीच्या दुकानात जाऊन हळूच त्यातली एक बिडी पेटवून घेई. मग पेटात पेट चार-पाच बिड्या बकाबक ओढून जेवल्यागत धूर गिळत असे नि बिड्या ओढून मोकळा होत असे. त्याचं धूर गिळणं बघत पोरं भवतीनं उभी राहायची. जेवण झाल्यावर आंबले सावकाराच्या घरातील माणसं त्याला कधी दुपारी उरलेलं अन्न आणून कागदावर वाढताना दिसत होती.

सावकाराची बायको त्याला कधी कधी परड्याच्या दारानं बोलावतेही आणि त्याच्याकडनं आडातलं पाणी ओढून घेतेही. शंकऱ्या ते मनापासनं ओढत असे. भिवया वर उडवत आडातली कळशी भरली का नाही पाहायची नि तोंडानं कुजबूज करून ती वर ओढायची. टाचा टेकल्यावर पंजे टेकत मग परड्यातलं पीप भरून द्यायाचं. पीप भरलं, की न सांगताच शंकऱ्या बिड्यांची थोटकं हुडकायला बाहेर पडत होता.

बाजारच्या दिवशी बाजारात त्याला बिड्या भरपूर मिळत. कुणीही ओढत बसलेलं असलं, तर तो नुसता त्यांच्याकडं बघत उभा राही. उभा राहण्याची त्याची एक तऱ्हा होती. डावा हात उजव्या खांद्याला नि उजवा हात डाव्या खांद्याला धरून तो हातांची कैची करी. अधनं-मधनं पायांच्या तळव्यांच्या बाहेरच्या कडाच नुसत्या

टेकून उभा राही. भिवया अधनं-मधनं कपाळात शिरत. तोंडाची न कळणारी कुजबूज आणि अधनं-मधनं हपापलेले डोळे जळणाऱ्या बिडीवर. बिडी ओढणारा माणूस दोन-चार झुरके मारून त्याला बिडी देई. तेवढ्यावर खूष होऊन तो धूर काढत असाच कुठंही चालत राही.

उनाचं दुकानाच्या सावलीला कधी तसाच उभा राहिलेला दिसे. बायकांकडं वरचेवर बघायचा. धान्याची पाटी, नाही तर घमेलं घेऊन चाललेली बाई दिसली, की हा उगचंच सहज बोलल्यागत बोले,

"आक्का, वझं घेऊ? हा हा!" बोलताना अनेक वेळ अधनं-मधनं हसायची त्याला सवय होती. अनोळखी, परगावच्या बायका त्याच्या या बोलण्यानं चमकत. झटक्यानं पुढं निघून जात; पण गावातल्या बायका खरोखरच ओझं झालं असेल, तर त्याच्याजवळ ते द्यायच्या. त्याला घरापर्यंत घेऊन जायच्या.

"आक्का, लगीन झालं?... हा हा!"

"झालंय बाबा. लगीन होऊन आता आठ सालं झाली."

"पोरं-बाळं?"

"हाईत की. पाच-सा पोरं हाईत."

"बरी हाईत पोरं? पोरं संभाळा. आपल्याबी जिवाला आपून सांभाळावं. रोगराई असती. आपून कुणाची तरी बायकू असतो. हा हा!"

"व्हय की." बाईला त्यातलं काही बोलणं कळायचं नि काही कळायचं नाही.

हे त्याचं नेहमीचंच बोलणं. एवढं बोललं की त्याचं बोलणं संपून जाई. मग तो आपल्याशीच कुजबूज करत चालाय लागे. ओझ्याचं त्याला काहीही वाटत नव्हतं. त्याची मान कधी अवघडलेली दिसली नाही. कधी त्याला चुंबळ लागली नाही. कधी चालीत फरक पडला नाही. नेहमी लगालगा चालणं. बायका त्याला घरापर्यंत न्यायच्या. कधी ओंजळभर शेंगा द्यायच्या, कधी बाजाराचं चुरमुरं, कधी चतकोर भाकरी देऊन, तर कधी तशाच पाठवायच्या... बिड्यांची थोटकं गोळा करत तो परत येई.

अशा वेळी गल्लीतली पोरं त्याला गाठत होती. चार-पाच त्याच्या भोवतीनं जमत होती.

"शंकऱ्या, बिडी पाहिजे काय?"

"कुठं हाय? हा हा!"

कुणी तरी कागदाचा चुट्टा करून त्यात माती घालून देई. तो चुट्टा घेऊन तो बघायचा. त्यातली माती त्याला कळत होती.

"ह्यात माती हाय." असं म्हणून तो वाट चालाय लागे. पोरांनी मग किती तरी जरी हाका मारल्या तरी पाठीमागं बघणं नाही. दगडांचे टिप्पिरे त्याच्या पायावर,

पाठीवर बसायचे; पण ते तो हासून तिथंच झटकायचा आणि पाठीमागं न बघताच पुढं चालाय लागायचा.

कधी कधी खरोखरच त्याला पोरं कुठली तरी बिडी आणून देत होती. काड्याच्या पेटीत एखादी काडी घालून त्याच्या हातावर ठेवत होती. तो हसे. ती बिडी मागनं न्याहाळून तोंडात धरून पेटवी. बर्फी खाल्ल्यागत मिटक्या मारून ओढत तिथंच थांबून राही. पोरांना मग गंमत करायला फुरसद मिळे.

"शंकऱ्या, तुझं नाव काय?"

"शंकर पसारे. हा हा!"

"लगीन करायचं हाय का तुला?"

"हा हा हा! कुणाची पोरगी हाय का?"

"या पोरीसंगं करतोस का लगीन?"... तिथलीच एखादी साताठ वर्षाची पोरगी पोरं दाखवीत. तो ख्याक करून हासून तिच्याकडं पाहत असे, नि 'ती बारकी हाय. हा हा!' म्हणून बिडी ओढायला सुरुवात करी. दरम्यान 'आईऽ गंऽ' म्हणून पोरगी पळूनसुद्धा गेलेली असे.

"धनगरगल्लीला दांडग्या पोरी हाईत बघ. जातोस काय तिकडं?"

"किती हाईत?"

"बऱ्याच हाईत. त्यास्नी लग्नं करायची हाईत."

"देतील का मला? हा हा!"

"तुलाच देणार हाईत म्हणं."

"जातो तर. हा हा!"

तेथूनच तो जायला निघे. वाटेत त्याच्या ते ध्यानात राहिलं तर बरं, नाही तर बिड्यांच्या नादात तो तसाच कुठं तरी भटकत राही. बहुतेक वेळा असंच व्हायचं. आणि ध्यानात राहिलंच, तर तो बरोबर धनगरगल्लीला येई. तिकटीवर अर्धा अधिक तास आपल्या नेहमीच्या तऱ्हेनं इकडं-तिकडं बघत उभा राही. आत गेलेल्या डोळ्यांनी आभाळ शोधल्यागत मधनंच वर बघे. ऊन नाही, धूळ नाही; तसाच उभा राहिलेला. कुणी ध्यानही देत नसे.

रस्त्यानं जातेला माणूस सहज त्याला विचारत असे, "काय रं शंकऱ्या? हितं का हुबा ऱ्हायलाईस?"

"हा हा!"

"आरं, हासाय काय झालं? काय पाहिजे तुला?"

"हा हा! बायकू."

"तुझ्या बायकूच्या मी! सुक्काळीच्या पळतोस का न्हाई हितनं? समद्या बायकांचं न्हवरं मिळून बडीवतील तुला."

असं म्हटल्यावर तो लगालगा पाठीमागं बघत पुढं जाई.

घाण्याची सुगी येते. जिकडं-तिकडं इंजनं काट-काट-काट वाजाय लागतात. शेंगा काढायच्या त्याच दिवसांत सुरू होतात. गावभर गुळाचा वास, चिमक्या नि फोलपटं पसरतात. गावात एक माणूस म्हटलं तर औषधाला मिळत नाही. सगळी रोजच्यापेक्षा चवली-पावली जादा घेऊन कामाला पळालेली असतात. मिळवायचे दिवस. गावात कुत्रंसुद्धा राहत नाही बिनकामाचं. शंकऱ्या तेवढा मोकळा असतो.

चव्हाणाचा किसना गावातला नंबर एकचा बेरकी माणूस. आपलं गुऱ्हाळ चालू असलं नि एखादं माणूस कमी पडलं, तर गावात खिशात बिडीचं एखाद बंडल टाकून येई. बाजारपेठ पालथी घाटल्यावर त्याला शंकऱ्या दिसला तर बरं; नाही तर मग सगळं गाव पालथं घालावं लागायचं. अखेरीला शंकऱ्या कुठं तरी भेटे.

''शंकऱ्या, आरं, तुला किती हुडकायचा.''

''का गा? हा हा.''

''पोरगीचं लगीन करायचं हुतं माझ्या. गावात न्हवरा कुठं मिळंना. बायकूनं सांगितलं, तुझं लगीन करायचं हाय म्हणून. खरं का?''

''हा. मामीचं वझं घरात न्हेऊन ठेवलं हुतं मी. हा हा!''

''मग येतोस का मळ्याकडं?''

''एक बिडी दे, बिडी.''

''एक का? तू जावई हुणार हाईस माझा. तुला लागंल तेवढ्या बिड्या देतो चल. ह्यो बंडल तुझ्यासाठीच आणलाय.''

''हा हा!

''हे घे बिडी. वड नि धूर काढ, झाल्यावर लगीच दुसरी देतो–चल बघू.''

शंकर बकाबका बिडी ओढायचा. किसनाच्या हातातल्या बिड्यांकडं बघत त्याच्या मागोमाग जायचा. किसनाही एक संपली की दुसरी पेटवायला देत असे.

घाणा जोरात चाललेला असतो. माणसं घाणवडीवर, फडात, कायलीजवळ उद्योगाला लागलेली असतात. बायका चिपाडं कोलवून उलीट करत असतात. तरण्या पोरी चिपाडं कोलवता कोलवता तरण्या पोरांबरोबर गमतीला आलेल्या असतात.

किसना शंकऱ्याला घेऊन घाणवडीवर जायचा. लांबूनच तो शंकऱ्याला चिपाडं हलवणाऱ्या बायकांकडं बोट दाखवून म्हणायचा;

''ती ऽ बघिटलीस का हिरव्या लुगड्यातली पोरगी. ती माझी लेक. 'मला शंकऱ्याच न्हवरा पाहिजे' म्हणून हट्ट धरून बसलीया. म्हणून आता तिचं लगीन तुझ्या संगंच करायचं-कसं? चाललं का न्हाई?''

''हां. हा हा!''

"एवढा घाणा झाला, की गुळाचं पैसं येत्यात. मग घाण्याच्याच मांडवात तुझं झटक्यानं लगीन करून टाकतो-कसं?"

"हां!"

"मग आटीप बघू. जरा मदत कर आता. पोरगं चिपाडं भरून देतंय. उचलूबी लागतंय. ती नुसती न्हेऊन माळावर टाकायची, म्हंजे मग गपागपा घाणा आटपल. मांडव मोकळा करून टाकू. कसं? लाग बघू उद्योगाला."

शंकर भिवया उडवत उद्योगाला लागला होता. बोडक्याच डोसक्यावर चिपाडाचं हारं. कुणाला तरी त्याची कळकळ येई. कुणीतरी फाटकं पटकूर कटानं त्याच्या डोसक्याला बांधी. किसना अधनं-मधनं बिडी देई. दोन वक्ताला जेवायला घालायचा. दीसभर शंकर बिनइस्वाटा घेता तंगत राहायचा.

रात्र झाली की मग त्याला घराशिवाय चैन पडत नसे. हारा तिथंच टाकून तो तसाच लांब ढेंगा उचलत उड्या मारल्यागत लगालगा पळे. घर जवळ करी. किसना चव्हाणाला फारच गरज असेल, तर मग त्याला रोज सकाळी बिड्या देऊन मळ्याकडं आणून कामाला जुंपावं लागे. बिड्या पुरवाव्या लागत. अधिक खूष करण्यासाठी एखादी नाठाळ पोरगी घाणवडीवर रस प्यायला आली तर किसना खोट्या सुरात म्हणायचा; "सगे, तुझं लगीन घाणा झाल्यावर शंकऱ्यासंगं करायचं हाय, लईच गडबड कराय लागलीस तर उद्याच लगीन करून टाकीन बघ. जा लौकर ताग्याला."

"एऽ बाबा! ढकलून दे जा की त्या खुळ्याला कुठं तरी वताडात." असं सांगून सगी रस पिऊन पळून कामाच्या जागी जाई. शंकर हसत राही. आपल्यावरच आपण खूष होई. भिवया जास्त उडवू लागे.

–घर बघून राणूम्माला जाताना विचारलं; "रातचा रडतोय का गा ह्यो?"

"ते आता कुणाला दखल? त्यो काय कुणाला सांगतोय?"

"खूळ कवापासनं लागलं ह्येला?"

"धा-पंदरा सालं होऊन गेली की. तरणाबांड हुता तवा. आता नुसती अंगात हाडंच उरल्यात. तवा जंग हुता. बा येगळं पोर म्हणून मी माझ्या मळ्यात कामाला लावलं हुतं. चुलत भावाचंच पोर. आपलं काय नि भावाचं काय; सारखंच म्हणून सांभाळलं..." राणूम्मानं पुढं बरंच सांगितलं.

पण रातचं घराकडं जाताना आईनं बरंचसं सांगितलं. राणूम्माचा स्वभाव कसा फसवा आहे, गावातल्या एका रांडमुंड बाईला फसवून तिचं दागिनं कसं चोरलं, शंकऱ्याला पाच-सात साल फुकटात कसं राबवलं आणि आता त्याच्या मरणाची वाट बघत त्याच्या जागेवर टपून आहे, हे मला तिनं सांगितलं... मनात सारखा

शंकरचाच विचार घोळत होता.

"आपणाला ते घर फुकट दिलं तरी नगं आई."

"का रं?"

"त्या शंकऱ्याचा आत्मा रात ध्या ऽ त्या घरात तळमळत पडणार. त्या जागेवर घर बांधालं, तर शंकऱ्या भूत होऊन घराम्होरच्या पिप्पळावर बसंल."

असं बोलताना त्याचं वेड लागण्यापूर्वीच चित्र मी माझ्या डोळ्यांसमोर उभं करीत होतो. त्याची कष्ट करून मेलेली आई मला दिसत होती.

...तरणाबांड, पंचविशीतला पोरगा. बाप कधी मरून गेला, हे त्यालाही ठाऊक नसलेला. आई म्हातारी. तिच्या पोटाला आणून घालणारा. राणूनं त्याला सतत पाच-सात साल राबवून घेतलं. त्यानंही रात-ध्या ऽ न म्हणता चुलत्याच्या शेतावर राबणूक केली.

आई म्हातारी झाली होती तरी कामाला जात होती. आठ-दहा आण्यांचा रोजगार करून पोटापुरतं आणत होती. रोजगार नसला की, कुठंतरी माळाचं शेण धरायची. ओढ्या-बखळीनं जळण गोळा करून रातची चूल भागवायची. कुणाच्या तरी पाल्याला जाऊन, भाराभर वैरण आणून विकायची... तिच्या मनासमोर नुसता शंकर होता. त्याचं लग्न करायचं तिच्या मनात खूप होतं.

पण पैसा नव्हता. पोराचं वय वाढत चाललं होतं. पोरगी बघायला गेलं की "रोजगारी पोरगं. ना मळा, ना दळा. तशात बाप न्हाई. रांडमुंड आई. ह्येला कुणी आपली पोरगी देऊन पोरीच्या गळ्यात धोंडा बांधून पवायला लावणार?" असं कानावर येई.

शंकरही कष्टानं राबून पैसा साठवत होता. गल्लीतल्या त्याच्याबरोबरच्या पोरी माहेराला येताना दोन-तीन, दोन-तीन पोरं घेऊन येत होत्या. बरोबरची पोरं कधीच संसाराला लागली होती. मुलाबाळांत रमून गेली होती. मुलाबाळांत रंगता-रंगता त्यांची आणि शंकरची मैत्री सुटली होती... तो एकटा पडत चालला होता.

म्हातारी त्यातनंही धडपड करीत होती. गावातल्या अनेक रोजगारी बापांना तिनं विचारून बघितलं. शंकर त्यांच्या लग्नाच्या पोरींकडं मनातल्या मनात आशाळभूत होऊन पाहायाचा; पण मुली द्यायला कुणी तयार नसायचं. उलट ती बातमी गावात फुटायची. शंकरबरोबरची लग्न झालेली पोरं त्याला चिडवायची—

"शंकऱ्या, तू आता जोगतिनीबरोबर झुलवा लावून घे."

"काय म्हणून रं?"

"तसं न्हवं; म्हजे आपली कामं चालवायपुरती बायकू तरी मिळंल रं."

"आरं, पन्नास बायका बाशिंग बांधून तयार हाईत."

"असं? कुठं कुंभाराच्या हिकडं तयार कराय टाकल्यात का काय रं?"

शंकर हे हसून गंमतीवर न्यायचा. आत भकास होऊन जायचा. मनातून त्याला आपणाला कशीतरी का असेना पण बायको असावी, असं वाटत होतं. मनावर घेऊन तो चिकाटीनं पैसा साठवत होता.

सव्वीस-सत्तावीस वर्षांचा झाल्यावर त्याच्याजवळ साडेचारशे रुपये साठले. पुन्हा त्यानं दोन वर्षांचा गडीपणाचा करार करून दीडशे रुपये काढले. म्हातारीनंही हाडांची काडं करून त्यात भर टाकली.

कुठल्यातरी गावची नवरी तीनशे रुपये द्याज देऊन म्हातारी ठरवून आली. तिचा आनंद गावात मावेना. सगळ्यांना ती सांगत सुटली. शंकरचं ऊर पुरुषत्वानं भरलं. लग्न पुढं पंधरा दिवस आहे म्हणताना म्हातारीनं आणि शंकरनं घर सारवून नीटनेटकं केलं. वळचणी, परडं स्वच्छ केलं. वरनं शेखरून घेतलं. होगाडी पेंटरकडनं हनुमान, लक्ष्मी, बाळकृष्ण, पाच पांडवांच्यामध्ये बसलेली द्रौपदी, राजा गोपीचंदाला आंघोळ घालणाऱ्या स्त्रिया असले साताठ फोटो विकत आणून लावले.

मुहूर्तावर जवळच्याच रामाच्या देवळात लग्न झालं. नवरेपणाचा पोशाख न उतरताच दिवसभर तो हिंडला. आलेल्या प्रत्येक माणसाला हौसेनं पुढं जाऊन बाशिंगासकटच त्यानं रामराम केला. हळद भरपूर खेळली. वरात गावातल्या गावात रातभर फिरवली. खेळ केलं. पोट भरून त्यानं नवरेपणा भोगला. गल्लीतल्या माणसांना साधं पण पोटभर जेवायला घाटलं. बायको काळीबेंद्रीच होती. वयही बरंच झालेलं. तरी तो तिच्यावर खूष होता. सगळे सोपस्कार झाले.

लग्न झाल्यावर त्यानं नवी अंथरुण-पांघरूणं खरेदी केली. बायकोसाठी स्वतंत्र दोन घोंगडी नि एक चादर आणली. संसार आतापर्यंत गाडग्या मडक्यांवरच चालला होता. बायको आल्यावर तिचं मन रमावं म्हणून त्यानं जर्मनची आणि पितळेची भांडी खरेदी केली. तांब्याची घागर आणली.

...सगळा संसार स्वयंपाकघरात मांडला. त्याच्याकडं डोळं भरून पाहिलं.

"...ऐकू आलं काय ग?"

"काय ते?"

"वाढ की मला आता. कामाला जायचा हाय मी."

"एवढी पाण्याची घागर एक आणा जावा."

"आगं, आणायची आणून एकच घागर का? चांगली कावड घेऊन दोन-तीन कावडी आणतो. तू पाण्याला जाईत जाऊ नगं. घरात बसावं. रोजगाराला कुठं जायचं न्हाई. मी रग्गड मिळवून आणतो... आरामात म्हाराणीगत घर धरून ऱ्हा." ...त्याच्या मनासमोर संसाराची चित्रं उभी राहत होती. त्यात कसे चार-पाच दिवस गेले ते कळलं नाही.

पाचव्या दिवशी तो आणि त्याची आई नवरीला आणायला गेली. तीन-चार

दिवस तिकडंच राहून हात हलवत रिकामीच परत आली.

लग्न झाल्यावर नवरी परत गेली होती. परगावचं नि वाटेवरचं कुठलंही पाणी पिऊन नि लग्नाचं अन्न खाऊन तिला परत जातानाच हाग-वक लागली. ती पिळून निघत होती. लांबचं खेडं. ना डॉक्टर ना औषध. घरभर तिच्या घाणीनं सगळं घर घाणतेलं. त्यातच ती चिपाड होऊन जिवाला मुकली.

परत आल्यावर आई-बा मेल्यागत आईच्या मांडीवर पडून शंकर रडला. साताठ दिवस तो असाच घरात पडला, रडला. रात्र नाही, दिवस नाही. घराच्या अंधारात तो तसात पडून राहिलेला. डोकं बडवून फोडून घेतलं. अंगावरची कापडं फाडली. रामाच्या मूर्तीवर दगड नेऊन टाकला, फोटो फोडले. मांडलेल्या भांड्या-कुंड्याकडं बघत नाचला... वटवटत बाहेर आला तो असा 'खुळा शंकऱ्या' होऊनच.

पाच-सातशे रुपयांचा पंधरा दिसात चुरा. सगळ्या जल्माची मिळकत गेली. पुन्ना पोरगं याड लागल्यागत कराय लागलं. न्हवरा न्हाई. दुसरा पोरगा न्हाई... काय रं माझ्या जल्माऽऽ! म्हातारीचंही मन फाटून गेलं.

दारात बसून ती रड रड रडली. शंकरला गावातून हुडकून आणून ती जेवायला घालायची. शंकरचं वेड वाढतच गेलं. आई त्यानं जास्तच खंगत गेली नि वर्षभरात होत्याची नव्हती झाली... शंकर एकटाच. असाच भटकत. बिड्या ओढत.

पावसाळ्याचे दिवस होते. भरगच्च पाऊस लागून गेलेला. नदी-नाले काठोकाठ भरून वाहत होते. दूधगंगा नदीला भरपूर पूर आला, की पाणी आसपासच्या मळ्यातनं शिरतं. ऊस, पिकं, झाडं, गवतं सगळी पाण्याबुडी जातात. झाडाचे नुसते झुबके वर राहतात. त्यावर साप तरंगताना दिसतात. मोठमोठे मासे गळाला लागतात. एखाद्या वेलेला लाकडे वाहून रस्त्याच्या कडंला लागतात. ती बरीच माणसं काढून घेतात. एकदा एका बाईचं प्रेत लागलं होतं. तिच्याही अंगावरचं फुटक्या मण्यांचं दागिनं घेऊन माणसांनी ते प्रेत धारेला सोडलं होतं.

माणसं सांज करून नदीवर गर्दी करतात. त्यात पूर बघायला आलेल्या विशीच्या आसपासच्या पोरांचा भरणा जास्त.

पुराचं पाणी बघायला शंकरला कुणीतरी गुल करून आणलं होतं. बिड्या ओढणाऱ्या माणसांच्या जवळपास जाऊन तो उभा राहत होता. कुजबूज करत बिडी खाली पडण्याची वाट पाहत होता.

पुलाच्या कमानी भरून पाणी बेफाट वाहात होतं. रस्त्यावर पाणी पडायला फक्त हातभर अंतर उरलं होतं. पाणी रस्त्यावर पडलं, की ते गावात शिरतं म्हणतात. पोरांना ते पाणी रस्त्यावर पडावं असं सारखं वाटत होतं. पाणी गावात शिरल्यावर मजा येणार होती. माणसांच्या गमती-जमती त्यांना बघायला मिळणार

होत्या... आतासुद्धा त्या सपाट मैदानात पाण्याचा विस्तार डोळे फाटून जाण्याजोगा झालेला होता. सगळीकडं पाणीच पाणी.

"शंकऱ्या, बायकू पाहिजे काय रं?" म्हणून कुणीतरी विचारत त्याची गंमत करत होतं. पाठीमागनं त्याची चड्डी ओढत होतं. शंकर हा हा करून हासत होता आणि गप्प बसत होता. बिडी ओढणाऱ्याच्या मागोमाग चालत होता.

मधल्या कमानीवर जमलेल्या पाच-सात पोरांनी शंकऱ्याला भंडावायला सुरुवात केली. एक पोरगं खोट्या समजूतदारपणानं त्याला म्हणालं, "शंकर, तुला नक्की बायकू पाहिजे काय?"

"हां. हा हा!"

"मग ती बघ ती. त्या पुलाच्या पलीकडच्या कोपऱ्याला हुबी हाय. तिला इचार."

"नगं रं बाबा. चपलीनं मारंल मला. हा हा!"

"आरं, न्हाई. आई-बाबरोबर ती न्हवरा हुडकायलाच आलीया."

"तू सांग. मी न्हाई बाबा. हा हा!"

ते पोरगं तिथपर्यंत गेलं नि पळत आलं. गावातला संभू दिवाण आपल्या मुलीबरोबर व बायकोबरोबर पूर पाहायला आला होता. ते तिघे पूर पाहण्यात गर्क होऊन गेले होते.

"तिचा बाप म्हणतोय, शंकऱ्या जर पुरात उडी मारून पवत काठावर येत असंल, तर आपुन आपली पोरगी देऊ. ते बघ, तिचा बाप तुझ्याकडं बघाय लागलाय. मी सांगितलंय की, शंकर आता लगीच कठड्यावरनं उडी टाकणार हाय. ते बघ, ते बघ, ते आलं बघ कठड्याजवळ."

"खरं?"

शंकर भिवया कपाळावर नेत बघू लागला. काही प्रश्न सुटल्यासारखा त्याचा चेहरा चमकला. मोठ्यानं कुजबूज झाली. हात हलले. पाय टानदिशी उडाले. "पवून यायचं काय, आवजूक हे बघ." त्यानं पुरात उडी टाकलीही.

माणसं ओरडाय लागली. ती कमानीपर्यंत नि त्या पोरांच्या घोळक्यापर्यंत धावून आली. पोरांना शिव्या देऊ लागली.

शंकर गटांगळ्या खात वेगानं पाण्याबरोबर चालला. त्या पुरात उडी टाकून त्याला काढण्याची कुणाची छाती नव्हती. पाणी दोन्ही बाजूला अफाट पसरलेलं. त्यानं नेमकी मधल्या कमानीवरनं धारेत उडी टाकलेली.

दोन पोरांना दोघांनी धरून बडवलं. दोन-चार पोरं सुटून रस्त्याला लागली होती. 'जाऊ दे, खुळं तर हाय–' असं म्हणून ती आरडत वाहणाऱ्या शंकरकडं बघत पळाली.

लांबवर शंकरचं डोसकं अधून-मधून वर येताना दिसत होतं. खाली जात होतं. लांब सरकत होतं. बराच वेळ खाली गेल्यावर जरासंच वर येत होतं. दृष्टीला दिसेपर्यंत लोक त्याकडं बघत होते. त्यांच्या पायाखालनं नदीचं उग्र पाणी वेगानं वाहत होतं.

किनीट पडत चालली. डोळ्याला समोरचं अंधुक दिसू लागलं. माणसं परत फिरली... रस्त्यावर बिड्यांची जळकी थोटकं तशीच पडू लागली.

■

६

❋

गिधाडं

तिची आई काळजीत होती. तिच्या मनात उलटसुलट विचार येत होते... तालुक्यास्नं यायला पोरीला मोटार मिळाली का न्हाई? एस.टी. तर सांजचं सातालाच येऊन जाती. लाल्या बागवानाची मोटार अजूनबी आली न्हाई. मोटारीत असली म्हंजे बरं. गाडी कुठं तरी बंद पडली असंल. वकतसरी सुरू झाली तर बरं, न्हाईतर रातभर वाटंवरच. का त्येची मोटार तालुक्यास्नं फुडच्या कुठल्या तरी गावाला गेली? एखाद्या वक्ती तसंबी हुयाचं नि ही बया तालुक्यातच अडकून पडायची... काय झालंय कुणाला दखल!... ही तर सारखी तालुक्याला जाती. हिचं एवढं काय नडलंय तिथं? किती सिनेमा सारखा बघायचा त्यो. बाजार एवढा पंधरा दिवसातनं करायला का आपूण तालेवार हाय? किती नटायचं ते? वय असलं म्हणून काय झालं? आपणाला ना आगा ना पिछा. एक म्हणता बेक झालं, तर काय करणार?... इच्छा नसताना तिच्या डोक्यात भलभलत्या विचारांची चक्रं फिरू लागली. बाहेरच्या सोप्यात ती दिवा लावून बसलेली. दार बंद करून आतनं कडी लावून वाट बघतेली.

मंगला कशीबशी रात्री अकरा वाजता आली. आईनं चटकन उठून दार उघडलं. दार उघडलं तशी मंगला आईच्या गळ्यात पडून अनावर ओक्साबोक्शी रडू लागली. आईच्या काळजाचं पाणी झालं.

"काय झालं गं!"

"माझ्या जन्माचं खोबरं झालं गं ऽ आई! माती झाली माझ्या जन्माची." ती हॉऽ करून मोठ्यानं रडू लागली. निवांत काळोखाला चिरत तिचा आवाज लांबवर जाऊ लागला.

"रडू आवर बघू आदी. सगळं गाव जमंल तर तमाशा हुईल. काय झालं सरळ सांग मला."

आईला मिठी मारून ती रडत सांगू लागली. मनभर रडली. व्याकुळ झाली. सगळ्या गावाला शिव्याशाप देऊ लागली. नाना-शामराव यांच्या नावांनी हात घासू लागली. वैतागून स्वत:च्या कपाळावर हात मारून घेऊ लागली.

रात्रभर दोघींना झोप नाही. अंगावरचं फाटलेलं पातळ, बटणं तुटलेला ब्लाऊझ नि नाडी तुटून किसलेला परकर तिनं कोपऱ्यात फेकून दिला. मानेवर, पाठीला, हातांवर, गुडघ्यांना भरपूर खरचटलं होतं. पाठीवर तर कळकीच्या काट्यांचे उठावेत तसे रक्ताळलेले ओरखडे उठले होते.

आईनं तिच्या अंगाला आयोडीन लावलं. एक-दोनच्या सुमारास ती तिला उराशी धरून झोपी गेली. सांगितलेल्या प्रसंगानं तिचंही काळीज फाटून गेलं होतं.

कधी तरी आठवड्यातनं दोन दिवस गावात डॉक्टर येत होता. एरवी नर्स म्हणून आठवडाभर मंगलाच संततिनियोजन केन्द्र चालवत होती. साडेदहाच्या सुमारास ती आपल्या खोलीतून उठून समोरच असलेल्या केन्द्रात जात होती. नर्सक्वार्टर्स, दवाखाना, संततिनियोजन केन्द्र एकाजागीच. केन्द्रावर कुणी नसलं, की माणूस सहज चौकशी करत मंगलाच्या खोलीकडं येई. त्याचा फायदा घेऊन दुसरे दिवशी सकाळी नऊ वाजताच एकजण गांधी टोपीवाला मिशा पिळत खोलीवर आला.

"हाईत का नरसबाई?" रोखून, डोकावून आत बघत त्यानं प्रश्न केला.

"तिला बरं न्हाई." आई.

"थोडं काम हुतं. राती निरोध संपलं म्हणून आलो हुतो."

"आज ती रजेवर हाय. उद्या या."

"ते खरं, पर आमचं काम खुळांबतंय की रातच्याला."

"अकरा वाजता या. डाक्टर एखाद्या वक्ती येतील."

"शेतावर जायचं हाय, बाकीची कामं सोडून टीचभर निरोधासाठी गावाकडं पुन्ना कशाला येऊ? द्या की आताच, न्हाई तर दुसरी काही तरी येवस्था करा." तो फुटक्या डब्यागत हसला. "म्हंजे तुम्ही दिलासा तरी चालंल."

मंगलाला ते किळसवाणं बोलणं ऐकवेना. त्याच्या तोंडाला लागण्याइतका तो सरळही नव्हता. ती उठली नि कपाटाचं दार उघडून तिनं निरोधाची एक बॉक्स काढून त्यांच्याकडं फेकली.

"आता! म्हंजे घरातबी ठेवून टाकल्यात म्हणा की. मला वाटलं लग्नाच्या माणसांस्नीच हे वापरायची परवानगी हाय."

"आण्णा, तुम्हाला बॉक्स दिली ना? तुमचं काम झालं आता." ती सरळ नोंदवहीत नोंद करून आत निघून गेली.

"झालं झालं. आमचं कामबी झालंच म्हणा." इकडंतिकडं बघत संपत घरात

नसल्याची खात्री करून घेत तो निघून गेला.

असे प्रसंग वरचेवर येत होते. त्यांना ती असहायपणे गेले आठ-दहा महिने तोंड देत होती. बदली व्हावी म्हणून तिनं दोनदा अर्ज केला. त्यात गावातील परिस्थिती सविस्तर सांगितली, तर दाद लागत नव्हती. त्यासाठी पांढऱ्या कापडातल्या पुढाऱ्याचा वशिला तिच्याजवळ नव्हता. नोकरी सोडणंही शक्य नव्हतं. वडिलांच्या पाठीमागं आदिवासी असूनही तिचं मॅट्रिकपर्यंत शिक्षण आईनं पूर्ण केलं होतं. गुरुजनांच्या मदतीनं दोन वर्षांचा मिडवाइफचा कोर्स तिनं पुरा केला होता. पहिल्यांदाच या गावी नेमणूक झाली होती. ही नोकरी लगेच सोडणं परवडणार नव्हतं. कसं तरी वर्ष कंठायचं, मग रीतसर बदली होऊ शकेल किंवा कुणाच्या तरी ओळखीनं बदली करून घ्यायची या उद्योगात तिचे दिवस चालले होते.

पहिल्या दोन-तीन महिन्यांत तिला गावचा अंदाज आला. तिच्या स्वच्छ पोशाखावर, टापटिपीच्या राहणीवर गावातले टगे भाळले होते. दवाखान्याच्या पुढच्या गल्लीत तालीम होती. तालमीतली तरणी पोरं तिला जाता-येता अधनंमधनं घाणेरडं बोलून चिडवीत होती. त्यात गावात दोन पार्ट्या. कुणी तरी तिच्याकडं सहज चौकशीला आलं, की विरुद्ध पार्टीच्या माणसाला तिचा संशय येऊ लागे. यातूनच तिची सालस वाटणाऱ्या, शेतकी शाळा शिकून घरची शेती करणाऱ्या संपतची, त्याच्या घरच्या बाई-माणसांच्या परिचयामुळे घसट निर्माण झाली न् तो तिला धीर देऊ लागला. संपतच्या विरुद्ध पार्टीचे लोक तिच्यावर डोळा ठेवू लागले. तिची जाता-येता छेड काढू लागले. निरोध मागण्याच्या हेतूनं, माहिती विचारण्याच्या निमित्तानं तिला वाटेल ते अश्लील प्रश्न विचारून हैराण करू लागले.

परवा सोसायटीच्या निवडणुकीचा निर्णय लागला नि संपत सेक्रेटरी म्हणून निवडून आला. निवडणूक झाल्यावर दोन दिवसांतच तो मुंबईला गेला होता. चार दिवस झाले तो अजून परत आला नव्हता. दरम्यान ही घटना घडली.

दोघी गोंधळून गेल्या होत्या. काय करावं, कुणाला सांगावं ते दोघींनाही सुचत नव्हतं. पोलिसांकडं तक्रार केली तर, त्याच रात्री तिची खांडोळी केली जाईल म्हणून तिला दहशत घातली होती. तोंड दाबून धरून आतल्याआत ती मरणयातना सोसत होती. आई तर प्रसंगानं गर्भगळित होऊन गेलेली. मिशांना पीळ देत, तिच्याकडं रोखून बघत गांधीटोप्या खोलीवरनं जात-येत होत्या.

तिसऱ्या दिवशी संपत मुंबईहून आला. कुणी तरी त्याच्या कानावर ही गोष्ट घातली. रात्री आठ-नऊच्या सुमाराला तो मंगलाकडं आला. मंगलानं आईच्या मदतीनं त्याला सर्व हकीकत सांगितली. तो चिडून गेला.

"फौजदारी करतो या भडव्यांवर. तू पोलिसात वर्दी दिलीस?"

"पोलिसांत कोण आहे माझ्या ओळखीचं? आणि पुन्हा यांनी माझा छळवाद

मांडला तर?''

''उद्या सकाळी तालुक्याला जाऊ नि केस गुदरून येऊ. जेलात अडकवलं पाहिजे भडव्यांस्नी. ही गुंडगिरी चालू दिली, तर उद्या सगळ्या गावातल्या बायकांची अब्रू घेतील.''

''संपतराव, या गावात आम्ही नवी माणसं. या गावचं वळण आम्हाला ठावं न्हाई. कुठं उगंच फौजदारी करत बसता? फुडचं सगळं निस्तरायचं कुणी? कोर्टात जावं लागंल, वकील द्यावा लागंल...मग सगळी जाहीर चौकशी. समद्या अब्रूचं खोबरं उधळल्यागत हुईल. त्यापेक्षा समदं गिळून बसलेलं बरं. गरीब माणसं आम्ही. हाईत ते चार दीस काढू. त्येंच्या हातापाया पडू. तवर तुम्ही कुठं तरी बदलीचं तेवढं बघा. जाऊ म्हणं मग हितनं तोंड घेऊन.'' तिची आई काळजीनं बोलत होती. गावातल्या मारामाऱ्या, भांडणं, तिथली गुंडगिरी तिच्या पूर्ण परिचयाची झाली होती.

''बदलीचं तर बघूच. पर या गावाला भ्यालासा तर हितलं लांडगं तुमचं लचकं तोडून तुम्हांस्नी खाऊन टाकतील. मंगलाची अब्रू लुटल्याचं गावाला कधीच कळलंय. मोठ्या चघळपणानं चावडीवर, तिकटीवर गप्पा चालत्यात. वाट्टेल ते कानावर ऐकायला यायला लागलंय. ह्यांस्नी सरळ केलं पाहिजे. तुम्ही घाबरू नका. आज गप बसलासा, तर उद्या धाड येणार न्हाई कशावरनं?''

भेदरलेल्या गाईसारख्या दोघी एकमेकींकडं बघत बसल्या. आईचं मन जडजड झालं... तिच्या गावाकडं अशीच गावकऱ्यांनी अनेक वेळा अब्रू लुटल्याचं तिनं पाहिलं होतं. आदिवासींनी ते मुकाटपणानं सोसलेलं. काही गडबड केली, तर एका रात्रीत सगळ्या झोपड्यांना आगी लागत. एखाद्या तरण्या पोराचा कुठं तरी माळावर, ओढ्यात अचानक मुडदा पडे. गावात कामं, धान्य, पाणी बंद केलं जाई. हे सगळं तिच्या मनात साकळलेलं; पण त्यामुळं तिला मुकाट बसावं असं वाटतेलं...पण संपतनं कमर बांधली. दोघींनाही धीर दिला.

दुसऱ्या दिवशी सकाळी संपत मंगलाला घेऊन तालुक्याला गेला. तिनं-त्यानं गुन्हा नोंदवला. सगळ्यांची नावं मंगलाला सांगायला सांगितली. फौजदाराला सर्व परिस्थितीची कल्पना दिली नि केस रीतसर करून घेतली. दोघे परत गावाकडं आले.

बलात्काराच्या दिवशी लालूच्या गाडीत असलेल्या सर्वांना त्यानं व्यवस्थित कल्पना दिली. आपल्या मदतीचा आधार दिला. लालू बागवानाला मन घट्ट करून वागायला सांगितलं.

लगेच चौकशीला सुरुवात झाली. मंगलाच्या अंगावरच्या जखमांची आणि शारीरिक तपासणीही फौजदारानं करवून घेतली. जागेचा पंचनामा केला. बलात्काराच्या

जागी तिच्या फुटलेल्या बांगड्यांचे तुकडे पडले होते. ते एकत्र जमा केले. गाडीतल्या लोकांचे आणि लालू बागवानाचे जबाब घेतले. त्यांनी काय घडलं ते स्पष्टपणे सांगितलं. आता तसं सांगणं भाग होतं. त्याला कुणाचाही इलाज नव्हता. नावं सगळ्यांचीच गुंतली होती... पण पोटात नानाचा नि शामरावचा भालाही घुसत चालल्याचं भय वाटू लागलं.

पवाराचा भैऱ्या बलात्कार केल्याची बातमी सगळ्या गावभर मसाला घालून सांगत होता. त्याला चैन पडत नव्हती. तालमीच्या कट्ट्यावर, देवळासमोरच्या पिंपळ-पारावर, वंश बुडालेल्या सोपानाच्या पडक्या घराच्या वळचणीला बसून तो लाळ गळेपर्यंत बोलत होता.

''काय मजा आली त्या दिवशी!''

''तू हुतास त्यात?''

''मग? मीच तर पुढाकार घेतला. पैल्या झूटला मोटारीचं दार उघडलं नि हात घातला. काय मऊमऊ हात. अर्धवट हवा भरलेल्या सायकलीच्या इनरीगत लागायचं. तशीच धरली नि न्हेली बागेवाडीच्या एका खबदाडात. अंगाला वासाच्या साबणाचा वास घमघमतेला. जीव उडून चालल्यागत हुईत हुता. न्हेली खबदाडात नि निजवली. आरडाय लागली म्हणताना मी माझी टोपी तोंडात कोंबली नि खच्चून मुका घेतला.'' तोंडातली लाळ वर ओढून घेत तो बोलला.

पका पका पका सगळी हसली.

''आणि रं?''

''आणि काय! फुडचं काय सगळं सांगायचं असतंय काय मर्दा?... रसाचं आंबं पिळल्यागत थानं पिळून काढली नि...''

पुन्हा हशा वाढला. पोरं जवळजवळ येऊ लागली, खोदून खोदून विचारू लागली. भैऱ्याच्या कल्पनाविलासाला मग जास्तच उधाण आलं. तो खरंखोटं एकमेकांत मिसळून सांगू लागला. चोळीची बटनं कुणी काढली, पातळ कुणी फेडलं, पाय कुणी धरलं, हात कुणी धरलं, पहिला कोण, दुसरा कोण... सगळ्यांचा बनाव तो साभिनय करून दाखवू लागला. पोरांच्या शाबासक्या पाठीवर घेऊ लागला...गावाला चघळायला एक विषय झाला होता.

पोरं या बातम्या आपल्या दोस्तांना आणि घरातल्या बायकांना आणखी तिखटमीठ लावून सांगत. दोन दिवसांत आसपासच्या गावांत ही बातमी गेली नि निरोध, डायफ्रॅम, जेली न्यायला पुरुषांबरोबर बायकांचीही रीघ केंद्रावर लागली.

थोडीबहुत ओळख झालेल्या बायका मंगलाला सरळसरळ, 'व्हय हो नरसबाई, असं असं झालं म्हणं; खरं का? काय माणसं तरी! आणि असं कसं हो हे झालं?' असे चवदार प्रश्न विचारीत. तिला तिचा जीव नकोसा करून टाकीत. प्रत्यक्ष

बलात्कारापेक्षा हे प्रश्न भयानक असत. एखाद्या धारदार लांब शस्त्रासारखे खोल खोल जखमा तिच्या मनाला करत. सगळ्या गावभर अब्रू लुटल्याची बातमी पसरली आहे, लोक तिची चर्चा करत आहेत याची जाणीव तिला झाली नि तोंड बाहेर काढणं कठीण होऊ लागलं. आईच्या मदतीनं ती नियोजन केन्द्रावर जाऊ लागली. तिथली कामं तिच्या मदतीनं करू लागली. आई शरमिंदेपणानं सगळं सोसत होती.

केस गुदरल्यावर पाचव्या-सहाव्या दिवशीच तालुक्याचा जनवाडकर फौजदार आला नि नाना-शामराव यांच्यासह अकराजणांना कैद करून घेऊन गेला. गावातून आणखीनच गाजावाजा झाला. संपतला समाधान वाटलं. मंगलाला थोडासा मानसिक धीर आला. आईला बरं वाटलं.

''भडव्यांस्नी बसा म्हणावं आता सरकारी पिंजऱ्यात हवा खात. न्हाई जन्मठेपी दिल्या तर बाऽचं नाव सांगणार न्हाई... बघाच तुम्ही साल्याहो.'' संपत चार ठिकाणी बोलला.

एक दिवस नाम्या जिनगर तालुक्यासनं एक वर्तमानपत्र बरोबर घेऊन गावात शिरला नि हत्तीवरनं साखर वाटावी तसं ते सर्वांना र ट फ करत वाचून दाखवू लागला. ''ग्रामीण तरुणीच्या अब्रूचे धिंडवडे! नर्सवर अकराजणांनी केलेला निर्घृण बलात्कार.'' अशी मोठ्या टाईपात बातमी.

''आयला! निर्घृण म्हंजे काय रे?''

''म्हंजे भरपेट रे! दुसरं काय असणार?''

लोक चविष्टपणे वाचू लागले. आतापर्यंत मंगलावर पाचजणांनीच बलात्कार केला अशी सांगोवांगीची बातमी होती; पण आता अकराजण झाले. लोकांच्या विकृत विकारविलासाला भरपूर रान मिळालं.

''आया! आया!! आयायः अकराऽ जणं!!! काऽऽय त्या बाईचं झालं असंल. त्यात खेडेगावची माणसं... नुसतं रेडं!'' गल्लीच्या तालमीची पोरं तिला ऐकू जातील असे उद्‌गार कुत्सितपणे काढत समोरून जात. ते ऐकून तिच्या कानात शिशाचा रस ओतल्यासारखं होई.

...हे आणि काय प्रसिद्ध होऊन आलं? तिनं कोठून तरी वर्तमानपत्रं मिळवलं. पुन्हा पुन्हा बातमी वाचली. विस्तृतपणे दिली होती. चमचमीत मजकूर भरला होता. आरोपींची नावे, वये, धंदे, खऱ्या-खोट्या घटना, मंगलाची सविस्तर माहिती, तिच्या पातळा-ब्लाऊजचा त्यावेळचा रंग इथपर्यंत मजकूर होता. आणि हा खटला लवकरच महाराष्ट्राचे लक्ष वेधून घेणारा ठरेल. जाब-जबान्यांसह खटल्याची सविस्तर माहिती देणार आहोत म्हणून त्या दैनिकानं आपल्या खपाची व्यवस्थित काळजी घेतली होती. ...मंगलाचा विचार त्यात महत्त्वाचा नव्हता. ते सगळं वाचून तिला

जीव द्यावा असं वाटू लागलं....काय या अब्रूच्या चिंधड्या. काय राहिलं आता जगण्यासारखं?... कशाला जगू मी?...

संपतनं आणि तिच्या आईनं तिला सावरलं. वर्तमानपत्रात पुन्हा असं येणार नाही याची व्यवस्था करतो, असे संपत म्हणाला.

सात-आठ महिन्यांनी खटल्याला खरा रंग चढला. फौजदारांनी नाना-शामराव आणि पार्टीला अटक केल्यावर आठ दिवसांत सगळे जामिनावर सुटले होते. सगळ्याच आरोपींनी गुन्हा नाकबूल केला होता. उलट मंगला ही बदफैली नर्स आहे, गावातल्या गरती स्त्रियांना कुटुंबनियोजनाच्या निमित्तानं एकत्र बोलावून त्यांना बिघडविण्याचा, वाममार्गाला लावण्याचा प्रयत्न करते, असा जबाब दिला होता. शिवाय संपतचे आणि तिचे अनैतिक संबंध आहेत, तेव्हा संपतने राजकारणातल्या वैराचा सूड म्हणून आम्हाला गुंतवण्याचा प्रयत्न केलेला आहे, असेच सगळ्यांनी सांगितले.

मंगलाला आरोपींचे हे जबाब ऐकून, तिच्या बदलफैलीपणाच्या रचलेल्या काल्पनिक गोष्टी ऐकून चक्रावल्यासारखे झाले होते. लोक किती खोटे बोलून दुसऱ्याला बदनाम करत असतात याची तिला चीड येत होती. स्वत:ला काहीच करता येत नाही म्हणून गांगरून गेली होती. संपत तिला वरचेवर धीर देत होता. हे सगळे आरोपींचे म्हणणे खोटे असल्याची न्यायाधीशांची खात्री झाल्याचे सांगत होता.

पण याहून तिला जास्त शरमल्यासारखे वाटत होते ते खटला ऐकायला येणाऱ्या लोकांच्या प्रतिक्रिया पाहून, तिच्याविषयी खरी सहानुभूती वाटण्यापेक्षा लोकांना मनापासून रुची होती ती तिच्याविषयी कोर्टात होणाऱ्या लैंगिक उल्लेखात, ते उल्लेख केल्यावर तिच्या चेहऱ्यावर होणाऱ्या फरकात, सार्वजनिक ठिकाणी एका स्त्रीला लैंगिक प्रश्न वकील कसे विचारू शकतात यात... भाजी चिरावी तसे तिचे मन तिथं चिरलं जात होतं.

जिल्हा वर्तमानपत्रांतून या जाबजबान्यांना भडकपणे प्रसिद्धी दिली जात होती. त्या दिवशीची पेपरवाली उपाशी पोरं मंगलाच्या नावाचा मोठ्याने आरडा-ओरडा करून पेपर खपवत होती. पोटं भरत होती. बिनखपाच्या वर्तमानपत्रांना ते एक मोठं भांडवल मिळालं होतं. खटल्याच्या बातम्यांवर त्यांचा धंदा जोरात चालला होता. कोर्टात जाबजबाब कसे होत होते, कोण कसा दिसत होता, कोण कसा गोंधळला होता, कोण निर्लज्जपणे कसा बोलला, हशा कुठं पिकला याची सविस्तर वर्णने येत होती... मंगलाच्या आयुष्याची आतडी खाता खाता त्यांची चंगळ चालली होती.

आरोपींनी दिलेले तालुक्याचे जमदाडे वकील हे फौजदारी गुन्हे चालवणारे

प्रसिद्ध पुरुष. बहिरी ससाण्यासारख्या टोकदार नाकाचे नि घाऱ्या-बारीक डोळ्यांचे. विरोधी पार्टीला नाना प्रकारांनी कायदेशीर बदनाम करून, त्यांचे नैतिक धैर्य नाहीसे करून टाकण्यात त्यांचा हातखंडा. स्वत:च्या धंद्यापुढं त्यांनी जीवनातली कोणतीच मूल्यं पाहिली नाहीत. संपतचा जबाब घेताना त्यांनी त्याला हैराण करून टाकले. लालू बागवानाला नि गाडीतल्या लोकांना पद्धतशीर फोडून उलटवले. त्यांनी जरी आरंभी बलात्कार झाल्याचे लेखी स्वरूपात कबूल केले होते तरी नंतर 'मंगलाला ओढून नेलं; पुढं अंधारात काय केलं आम्हाला ठाऊक नाही.' अशी भाषा फिरवली. शिवाय सगळेजण तोंडावर डोळे उघडे ठेवून फडकी, रुमाल, फेट्यांचे शेमले बांधून आले होते. त्यामुळे तो कोणकोण होते हे नक्की सांगता येणार नाही, असेही सांगून ते मोकळे झाले होते. मंगलानं बलात्कार झाल्यावर तीन-चार दिवसांनी फिर्याद गुदरली होती याचाही आरोपींच्या वकिलांनी फायदा उठवला होता आणि ही केस म्हणजे एक शुद्ध बनाव आहे असे सिद्ध करण्याचा प्रयत्न केला होता.

...सगळ्या खटल्याला विपरीत वळण लागलं. संपतही थोडा विचलित झाला. वकिलांना पदोपदी भेटून तो वस्तुस्थिती सांगत होता. वर्तमानपत्रात पद्धतशीरपणे विपर्यास करून बातम्या छापल्या जात होत्या. सगळी केस राजकीय बनावातून गावातल्या दोन राजकारणी पार्ट्यांनी केलेला डावपेच आहे, असा रंग देऊन जाबजबाब छापले जात होते... मंगलाचं मन हे सगळं पाहून दगडाखाली चेचल्यागत होत होतं. तिला वाटे, घरी बसल्याबसल्या हंबरडा फोडून जगाला सांगावं की, हे सगळं कुभांड रचलं जात आहे, खोटं आहे हे. खंगून खंगून ती निम्मीआर्धी झाली होती. कशी तरी संपतच्या आणि आईच्या आधारानं दिवस ढकलत होती.

आज तिची जमदाडे वकिलातर्फे उलटतपासणी होती. तारीख लागल्याचे कळल्यापासून तिच्या मनावर भयंकर ताण आला होता. गेले चार दिवस अगदीच बेचैनीत गेले. जमदाडे वकील भलभलते चमत्कारिक प्रश्न आपणाला कसे विचारतील, याची कल्पना करून ती मनोमन खचत चालली. रात्री-बेरात्री तिला जाग येई नि ती विचार करत जागीच पडून राही. झोपेतही तिला तसलीच स्वप्नं पडू लागली.

शेवटी तो दिवस उजाडला. पांढरे पातळ नि काळा ब्लाऊज घालून ती आली. खटला सुरू झाला त्यावेळची तिची प्रकृती आणि आताचा तिचा उरलेला अस्थिपंजर यात पराकोटीचं अंतर पडलं होतं. खारकेसारखी तिची अवस्था झालेली. कोर्टाचं आवार नि हॉल भरगच्च भरून गेलेला. संपतची उलट तपासणी कधी एकदाची संपते आणि मंगलाची सुरू होते असं प्रत्येकाला होऊन गेलेलं. अनेक खोटेनाटे आरोप करून जमदाडे वकिलांनी संपतला राजकारणी, गावगुंड, बदफैली, श्रीमंतीचा कैफ चढल्याने पैशाच्या जोरावर भानगडी करणारा तालेवाराचा पोऱ्या असा काळाकुट्ट रंग दिला. आपल्या वकिलाचा सल्ला असल्याने संपतनं त्या सर्व प्रश्नांना अतिशय

शांतपणे उत्तर दिली.

मंगला उलटतपासणीसाठी उभी राहिली नि तिला दरदरून घाम सुटला. तिष्ठत बसलेल्या बघ्यांना दिवसभराचं सार्थक झाल्यासारखं वाटलं.

"आपला सगळा बनाव उघडा पडेल म्हणून आपणास भीती वाटते, असं दिसतं. एरवी आपणास असा घाम सुटण्याचं काही कारण नाही, नाही का?" तिचं मानसिक धैर्य उद्ध्वस्त करण्याच्या दृष्टीनं जमदाडे वकिलांनी पहिलाच प्रश्न विचारला.

"न्यायाधीश महाराज, असले विषयबाह्य प्रश्न विचारायला माझा आक्षेप आहे. आरोपींच्या वकिलांना तशी ताकीद द्यावी, अशी माझी विनंती आहे."

न्यायाधीशांनी प्रसंग ओळखून जमदाडेंना तशी ताकीद दिली. त्यामुळं त्यांची आरंभीच मोकाट सुटलेली गाडी थोडी रुळावर आली.

हळूहळू त्यांनी मंगलावर प्रश्नांचा भडिमार सुरू केला, "संपतपासून गरोदर असल्याची बातमी खरी आहे का? आपण गावातल्या अनेक स्त्रियांना जमवून अनैतिक मार्गाला लावण्याचे अनेकदा प्रयत्न केले आहेत, हे खरे का? गावोगाव संपतबरोबर का भटकत असता?" असे अनेक प्रश्न विचारून तिला गांगरवून टाकले.

शेवटी शेवटी तर पद्धतशीर जाळे पसरून तिला पकडण्याचा त्यांनी प्रयत्न केला.

"फॅमिली प्लॅनिंग सेंटर कधी उघडे असायचे?" तिला हळूच प्रश्न केला.

"दिवसभर."

"तुम्ही असताना कधी जबरदस्तीने घुसून गावातील लोकांनी तुम्हाला ओढाओढी केली का?"

"नाही. पण रस्त्यातून जाताना हे लोक मोठ्यानं बोलून माझी टिंगल करीत असत."

"तुम्ही त्यांना ओळखता? त्यांची लग्ने झाली आहेत, खरे का?"

"मला माहीत नाही."

"संपत तुमच्याकडं नेहमी रात्री-अपरात्री येतो हे खरं का?"

"नाही. तो क्वचित पंधरवड्यातून माझ्याकडं येतो. मला गावात मदत करणारे दुसरे कोणी नाही. तो मला भावासारखा आहे."

"तुम्हाला आणि संपतला एकत्र पकडावे म्हणून लोक रात्री दाराला धडका मारीत असत हे खरे का?"

"हे खोटे आहे."

"तुमच्यावर बलात्कार झाला त्यावेळी तुम्ही लगेच फिर्याद का नोंदवली नाही?"

"मी गावात परकी आहे. माझ्या घरात कुणी पुरुषमाणूस नाही. संपत मुंबईहून

आल्यावर त्याच्या मदतीनं मी फिर्याद नोंदवली.''

''बलात्कार केला ही खोटी गोष्ट केसला रंग भरावा म्हणून तुम्ही सांगितली ना?''

''नाही, ती गोष्ट खरी आहे.''

''मग फिर्यादीत तुमच्या पायाची तिठी काढली, परकर वर केला, चोळी हिसकली आणि शामरावनं प्रथम बलात्कार केला या गोष्टी का नोंदवल्या नाहीत?'' जमदाडे वकिलांनी तिची नाचक्की करण्याची सीमा गाठली.

''तसं सांगायला मला लाज वाटली; पण साक्षीत मी ते सांगितलं आहे.'' ती धीरानं बोलली; पण शरमेनं तिची मान खाली गेली. सगळ्या बघ्यांचे डोळे तिच्यावर रोखले.

मेल्याहून मेल्यासारखी होऊन ती घरी परतली. दुसऱ्या दिवशी वर्तमानपत्रवाल्यांनी त्या बातमीवर झडपा घालून त्या दिवशी आपले पोट भरून घेतले.

उलटतपासण्या पूर्ण झाल्या. दोन्ही वकिलांचे म्हणणे कोर्टानं पूर्णपणे ऐकून घेतलं नि पन्नासभर पानांचं निकालपत्र लिहिलं. गावगुंडांच राजकारण कसं खेडेगावात चालतं, निष्पाप स्त्रियांचा बळी कसा अकारण घेतला जातो यावर विस्तृत लिहिलं; पण बलात्कार प्रत्यक्ष केल्याचे पुरावे मिळत नसल्याने फक्त तीन आरोपींना प्रत्येकी सहा महिने सक्तमजुरीची शिक्षा नि पाचशे रुपये दंड केला. असे असूनही आरोपींची पुढे अपील करण्यासाठी जामिनावर सुटका करायला परवानगी दिली.

मंगलानं हाय खाल्ली... म्हणजे आता पुन्हा पुढं, पुन्हा वकील, पुन्हा पैशांचा व्यय, पुन्हा मानसिक त्रास नि गावभर अब्रूच्या धिंडवड्याची चर्चा... नको आता पुढं जायला. पुष्कळ झालं हे... ती संपतची विनवणी करू लागली. केस काढून घे म्हणून गळ घालू लागली.

महिनाभरानं नाना आणि शामराव अपील गुदरून आल्याची बातमी गावात पसरली... तिच्या कानावर येऊन ती आदळली.

संपत तिला नि तिच्या आईला धीर देऊन रात्री आपल्या घरी निघून गेला नि पलीकडच्या गल्लीतली तानूबाई मंगलाच्या घरात शिरली.

''काय चाललंय नरसबाई?''

''काय नाही. या'' सवयीनुसार शिष्टाचार म्हणून तिनं 'या' म्हटलं. कांडगावच्या गावकऱ्यांना ते खरंच वाटे. 'या' चा फायदा घेऊन ते तासन्‌तास बसून आपला रिकामा वेळ घालवत. तानूबाईही इकडचं-तिकडचं बोलता बोलता मूळ मुद्यावर आली.

''अपील केलं म्हणं नाना-शाम्यानं पुन्यांदा?''

''असं ऐकतो.''

''काय बाई तुमच्या अब्रूचं धिरडं नि जन्माचं धिंडवडं चालल्यात हे!''

''काय करता? नशिबी आलं ते भोगायचं.''

मग तानूबाईनं अनेक जिज्ञासू प्रश्न विचारून स्वत:ची भरपूर करमणूक करून घेतली. उठता उठता ती बोलली, ''व्हय हो नरसबाई, गावानं तर तुमचं हे असं भदं केलं. एवढी तुमची अब्रू लुटल्याचं जगभर झालं. पेपरातनं छापून आलं... आता तुमच्यासंगं कोण हो लगीन करणार? कसं हुयाचं तुमचं?''

मंगला नि तिची आई अवाक झाल्या नि तानूबाई, 'काय गंऽऽबाई भोग ह्यो!' म्हणत अंधारात पायात लोळणारं लुगडं आवरत निघून गेली.

...एक वाजून गेला तरी डोळा लागेना. तिला रात्र खायला उठली... तानूबाईचा प्रश्न खराच आहे. बाईचा जन्म माझा. कोण करणार माझ्याबरोबर लग्न? नाना-शामरावांची सूडाची खाज भागली. संपतच्या वैराचा या लांडग्यांनी माझ्यावर बदला घेतला. गावानं आपल्या करमणुकीसाठी माझ्या चिंध्या केल्या. वर्तमानपत्रांनी पोटासाठी धंदा केला; जमदाडे वकिलानं आपल्या बायकोपोरांसाठी माझ्या जन्माची राख करून टाकली... काय उरलंय आता आयुष्यात? कुणासाठी ही नोकरी करायची? कोणतं स्वप्न उराशी धरायचं नि जगायचं मी?... देवा! सोडव रे मला या यातनांतून!

तिच्या भोवतीनं अंधार प्रलयकाळच्या भोवऱ्यासारखा गरगरू लागला. घर उलटं-पालटं होऊ लागलं... मांजरानं पकडलेल्या चिमणीसारखी ती तडफडू लागली.

सकाळी आई उठली नि उद्योगाला लागली. तिला ठाऊक होतं, की मंगलाला रातभर झोप नसते. पहाटे-पहाटे तिचा कुठं डोळा लागतो. म्हणून तिनं तिला उठवलं नाही.

सकाळचे नऊ वाजले तरी ती उठलीच नाही. आईनं हाका मारल्या तरी हलायला तयार नाही.

मनात विपरीत येऊन आईनं जवळ जाऊन तिला हलवलं... ती शांत शांत झोपून गेली होती. पुष्कळ थकल्यानंतरची, पुष्कळ पुष्कळ शांतता तिला हवी होती. कपाट उघडून आईनं काही पाहिलं नि तिच्या लक्षात आलं, की झोपेच्या सगळ्या गोळ्या नाहीशा झाल्या आहेत.

■

७

*

मल्लू रामोशी

सणगरगल्ली संपली की एक वळण लागतं. या वळणावरनं दोन-चार कासरं गेलं, की गाव संपतं आणि तिथं रामोशीवाडा लागतो. जिल्ह्यात प्रसिद्ध असलेला हा रामोशीवाडा. या रामोशीवाड्यानं कंटाळा येईपर्यंत चोऱ्या आणि दरोडे घातले आहेत. एका मुठीनं वागला आहे. आठ-नऊशे वस्ती. सालोसाल पुन्हा वाढते आहे. एकट्या मल्लूच्या वंशाचीच शंभरभराची भर पडली आहे. रामोशीवाड्याचा उगवतीचा कोपरा त्याच्या नातवा-पणतवंडांनी गच्चोगच्च झाला आहे.

अतिम्हातारपणामुळं नजर कमी झालेला आणि अंग झडत चाललेला मल्लू आता रस्त्याच्या एका बाजूला पडलेल्या एका भल्या दांडग्या काळ्या शिळेवर ऊन खात लांबवर बघत बसतो. कोपऱ्यात असलेल्या दहा-पंधरा घरांच्या छपरांवरनं त्याची नजर पलीकडं जाते... कधी कधी त्याला अगदी मागच्या बाजूला असलेलं घराचं पैस जुनं छप्पर थांबवतं. मग मल्लूची नजर गिचमीड गिचमीड होत तिथं झिरपत राहते, कुठला तरी तळ गाठते. मग त्याला तेवढंच एकुलतं एक घर दिसू लागतं. तिन्ही बाजूंनी तांबरलेले, फुटके, कायलीचे पत्रे लावलेले पुढच्या बाजूला धाटांचा कूड. एकही सांदर नाही तरी बारीक बारीक भोकांतनं कोण आलं कोण गेलं ते सगळं कळणारं... आता आहेत तशा लहान-मोठ्या झोपड्यांपैकी एकही झोपडी नव्हती. सगळी रिकामी जागा. त्या जागेत चार-पाच शेरडं नेहमी तुडुंब पोटानं बसलेली. छपरावर मुळात खापऱ्या होत्या; पण गळेल तसं उसाचा पाला घाटलेला. घर चार कुडांचच असलं तरी लांबी-रुंदी दुपाखी खोपीगत भरपूर. पुढं एक दार आणि पाठीमागनंही पत्र्याचं एक दार. पुढचं दार नेहमी पुढं ढकललेलं... आत कायम फिकट अंधार. त्यात काळ्या जंगली जनावरागत पडलेला मल्लू. त्या अंधारातही होय-नव्हं सफाईनं करणारी त्याची बायको आणि त्यांच्या सोबतीला

अजूनपर्यंत कुणालाही व्यवस्थित माहिती नसलेलं एक तळघर. ते घरापेक्षाही मजबूत आणि जमिनीखालनं बाहेर पडायला वाट असलेलं, खास रामोशी पद्धतीनं बांधलेलं. त्याच्या तोंडावरच मल्लूची वाकळ आणि घोंगडं पडलेलं... या तळघराला मल्लूच्याही अगोदरच्या दोन-तीन पिढ्यांपासनं हे घर सांभाळतं आहे... भुईतल्या गुप्त धनासारखं. वर नागासारखं छप्पर आणि पोटात असलेली काळी विषारी मल्लूची जातिवंत गाठ.

बाहेरन हाक आली, की ओळखीचा असेल तरच मल्लू बाहेर येत होता आणि नसेल, तर बायको पुढं येत होती. काही ओळखीच्या आवाजांचा अंत काढण्यासाठी बायकोच पहिल्यांदा बाहेर यायची. मल्लू कानावरचे केस पिंजारून बोलणं ऐकायचा.

"मल्लारी हाय का घरात?"

"न्हाईत हो. काय काम हुतं?"

"कवा येईल?" आवाज प्रश्नच विचारायचा.

"दीस बुडायला येतील की. शेळीला पाला आनाय गेल्यात."

"मग सांजचं येतो मी."

"काम असंल तर सांगा. म्हंजे घराकडं लावून देतो."

यावर मग काय उत्तर येतं, सूर कुठला येतो, कुठं चढतो आणि उतरतो हे मल्लू आतनंच डोस्क्यात कोरून घ्यायचा आणि दीस बुडायला गाठ पडायचं का नाही हे ठरवायचा.

ऐनवेळी साध्या वेषातले पोलिस-फौजदार असले आणि आत डोकावून न्याहाळू लागले, तर मल्लू कुठं तरी नाहीसा व्हायचा... कदाचित न हलता तो बसत असेल आणि अंधाराशी एकरूप होऊन जात असेल. एकरूप होऊन जाण्याइतका त्याला काळा रंग लाभला होता. शरीर तसंच हत्तीच्या पिल्लासारखं धिप्पाड. नाकाला सरळ धार. नाकपुड्या पुतळ्यागत वर उचललेल्या आणि भेदक, बारके, जाड भुवयांचे डोळे. अंगावर आणि विशेषत: तोंडावर भरपूर देवीचे वण. त्यामुळं टाकीचे घाव घालून काळ्या पाषाणातनं त्याची काया घडवल्यागत दिसायची. तशीच नितळ आणि कमावलेली, घोटीव... मार खाताना मोटारीच्या टायरीवरनं उश्शी खाल्ल्यागत लाथ व्हायची. त्याची काया तेल चोळून चोळून तालमीतल्या गुंडीगत बायकोनं करून टाकली होती.

स्वत: बायको मात्र नारळीच्या झाडागत उंच आणि शेलाटी. पण या बायकोनंच मल्लूची किनया आसपासच्या सबंध भागातनं पोरा-टोरापर्यंत पसरवली. तिला वर्षाला एक मूल व्हायचं अशी एकोणीस मुलं झाली. सगळीच्या सगळी जगली. तिला इकडं मुलं होत होती आणि तिकडं नातूही होत होते. पहिले आठीच्या आठी

पोरगे. नंतर चार लेकी आणि पुन्हा मुलगा-मुलगी असे सातजण. आता हा हिशेब तर जवळच असलेल्या आमच्या गल्लीत सर्वांना माहीत झाला आहे. लोक म्हणतात, तिला आणखी दोन मुलं झाली असती. कारण खंडीवर पेंढी होत असते. म्हणजे एका बाईला एकवीस मुलं; पण तिला एकोणीसच का झाली कळत नाही. कदाचित दोन अर्धी-कच्ची गळली असतील. तरीही तारा नीट बोले. आवाज अजून कडक आहे. तिच्याकडं बघितल्यावर कुणालाही असं वाटणार नाही, की ही एकोणीस पोरांची आई आहे. अंगावर कधीच धडसं नाही. सदा दोन तुकड्यांचं जुनेर. दातांना दातवण चारलेलं. कुरूप झालेली एक टाच उडवीत चालणं. गळ्यात काळ्या मण्यांच्या डोरल्यात चार पिवळे मणी दिसतात, तेवढेच... पण प्रत्येक बाळंतपणात जिल्ह्यातलं कुणातरी वाण्याचं दुकान फुटायचं आणि हिच्या घरात सुक्या खोबऱ्याच्या गाठी नि खारकांचं पोतं पडायचं. कोंबड्या नि कोवळी कोकरं अधनंमधनं मिळायची... पोराबरोबर हीसुद्धा लल्ल्याच्या लल्ल्या व्हायची.

रात्रंदिवस घरासमोर पोरांचा दंगा चाललेला असायचा. थोरलं कोणचं नि लहानगं कोणचं ओळखायचं नाही. सगळी खेळायची, दंगा करायची, अचकट-विचकट बोलून जाणायेणाऱ्याला गंमत म्हणून शिव्या द्यायची. शेंबडी, मेकडी, काळी-बेंदरी सगळ्या प्रकारची पोरं...गावंदरीकडंला घाटग्याचा मळा आहे. त्या मळ्यात विहिरीवर मोटा सुरू झाल्या, की तारा या पोरांना शेरडा-मेंढरांसारखी पुढं घालून पाटावर आणत होती. एका कडेनं सगळी नागडी करून दगडानं त्यांची अंगं घासत होती. पाठी-पोटावरचं किटाण काढीत होती.

आई आंघोळ घालती म्हणून पोरं तिला आई-भनीवरनं शिव्या द्यायची. बोंबलायची, दगडं भिरकटून तिच्यावर मारायची. त्यातनं एखादं पत्ता नाही ते आपलं कुडतं घेऊन पळायचं आणि मग आठ-पंधरा दिवस त्याच्या अंगाला पाणी मिळायचं नाही. कोणचं जेवलं, कोणचं जेवायचं आहे हे ताराला बरोबर कळायचं. पण मल्लाला खानेसुमारीच्या वेळी चावडीवर बोलावलं होतं, तर त्याला एका पोराचा नावनिशीवार हिशेबच लागेना झाला होता.

या सगळ्यांचा सगळ्या गावावर दरारा. सगळ्या गल्ल्यांतनं आणि रानातनं ही पोरं उंदरागत पसरायची. ताराही डाकिणीगत फिरत होती. मल्लू तर रानामाळातनं कुठं असायचा ते कळायचं नाही.

गावात घरांच्या वळचणीला, गराड्यावर धोतरं-कुडती उन्हात घातलेली असतात. कुठं धान्य वाळत टाकलेलं असतं, कुणी चांदीच्या आडोशाला लाकूडफाटा ठेवलेला असतो, परड्यात कुणाच्या वैरणी रचलेल्या असतात. तिथंच शेरडं, कोकरं-कोंबड्या आजूबाजूनं उकिरड्यावरनं हिंडत असतात. या सर्वांवर या पोरांचा

डोळा. त्यांना स्वत:ला उचलता येत असलं, तर ती स्वत: उचलून सरळ आणतात. गिऱ्हाईक असलं तर परभारी विकून हाटेलात भजीचिवड्यानं तोंडाची चव भागवतात. गिऱ्हाईक नसलं, तर पोरापोरांत एकमेकाला बातमी द्यायची आणि त्यांच्याबरोबर गावात पसरवायची. मग सस्तात घेणारं गिऱ्हाईक निघतं आणि चोरलेली वस्तू विकली जाते. एकट्याला न येणारी वस्तू रात्री दोघंतिघं पोरं जाऊन उचलून आणतात... मल्लूच्या पोरांनी हेच केलं आणि पोरांचीही पोरं आता हेच करतात. आणखी काही करतात. या पोरांच्या जोडीला तारा आपला उद्योग नेटानं चालवीत होती. गावातनं उगंचच कोरड्यासासाठी, लोणच्यासाठी, कधी मूठभर डाळी-चवळीसाठी फिरत होती आणि पोरांची कपड्या-धडोत्यांची नि खाण्यापिण्याची सोय करत होती. हक्कानं मिळवत होती.

"अहो, अक्काऽऽ ऽऽ"

"काय गंऽऽ?" अक्काच्या मनात भीतीचा गोळा.

"तुरीची डाळ असली तर द्या की, शेरपायली."

"शेरपायली?"

"हां. त्येंनी द्यायला सांगिटलीया... आवंदा खळ्यावर आलंच न्हवतं की तुमच्या."

"अगं, पर तुझी पोरं आली हुती की साताठ."

"पोरं आम्हांस्नी पत्त्या लागू देत्यात व्हय? इकली असंल त्येंनी कुठं तरी नि खाल्ली असंल."

"डाळ न्हाई बाई माझ्या घरात. संपली."

"सपायला का धाड पडली? माप पिकलंय की आवंदा."

"पिकलं म्हणून काय झालं? ते का तुझं पिकलंय?"

"तुमचंच पीक. खरं राखलं 'त्येंनीच' न्हवं?"

"म्हंजे?"

"आता म्हंजे नि काय. आवंदा त्येंनी तुमच्या पिकाला हात लावलाय का?"

"......!!"

"द्या. उठा बघू. घरात जाऊन काय तरी पोटापाण्याचं केलं पाहिजे मला." बराच वेळ बडबडून शेवटी अक्कालाच उठायला सांगत होती.

गावातल्या बायका पावसाळ्यात तर वैतागून जात होत्या. ताराला उलट बोलण्याची सोयच नव्हती. गावातल्या सगळ्या वस्तू पावसामुळं घरात निवाऱ्याला ठेवलेल्या आणि रानातला चिखल पोरांना पाय घालू देत नसतेला. दिवस कडसाराचे येत चाललेले. मग ही पोरं ताराबरोबर गावातनं फिरायची "पोराला दीड-एक भाकरी तरी द्या," म्हणून तारा हट्टानं तासतासभर दारात बसत होती. घरातल्या बायकाही

ताराला सोडून बाजूला जाऊ शकत नव्हत्या. बाजूला गेली तर ताराचं एक पोर पत्ता नाही ते तेथून नाहीसं व्हायचं... आणि एखादी भाद्दरीण 'सोप्यात कायच न्हाई' म्हणून खुशाल तिच्यावर एक डोळा ठेवून आत होयनव्हं करायची. ताराही 'साठवून-साठवून तुझंच वाढू दे. त्येंनी मनावर घेटल्यावर दावतील कवा तर इंगा' म्हणून निघून जायची. मग घरवालीच्या ध्यानात यायचं, की उंबऱ्याजवळच्या चपल्यांचा जोड कुठं गावत नाही. जातानं ताराच्या पायात तर तो नव्हता... पोरगं तर परसाकडं लई लागलंय म्हणून अंगराख्याखालचं पोट दोन्ही हातांनी धरून पळालेलं असतंय.

दुसरे दिवशी घरवाली कळवळून रामोसवाड्यात ताराच्या छपरासमोर येती.

"तारा, काल माझ्या चपल्या आणल्यास तू." तिचा आरोप.

"आईऽच्यानं हो आक्का. मी कशाला तुमच्या चपल्या आणू? तुमच्या म्होरंच उठली न्हाई?"

"तू न्हाई, तुझ्या पोरानं आणल्यात."

"त्येचं त्येला झालंय फुरं. पावसाळ्यात तोंड धुवायला पाणी तापवीन म्हटलं तर जळण न्हाई. तव्यावरच्या भाकरी तशाच हिरव्या ऱ्हात्यात. त्या खाऊन आज तीन दीस झालं त्येला लागलीया ढंडाळी... काल तुमच्या म्होरंच पळालं न्हाई 'परसाकडं लागली' म्हणून?"

मग तो जोड कधीच सापडत नाही आणि ताराची पोरगी चराचरा चपल्या वाजवत तिच्याच गल्लीतनं कुठंतरी गेलेली तिला दिसती...तिचा जीव चपल्याखाली गावून चिरडल्यागत होतो.

पावसाळा सुरू व्हायच्या आधी अचानक एखादा वळवाचा पाऊस पडतो आणि रानात बसलेली धनगरांची मेंढरं माळावर येतात. भोवतीनं ओढं, वताडं, खड्डं, घळणं, झुडपं असतात. आसपास काळामिट्ट काळोख. वरती चोरागत खालपर्यंत लोंबकळून अंधारात डोकावणारे काळे ढग. पावसात निजायला जागा नाही म्हणून दगडावर तशीच पेंगत बसणारी धनगरं. मेंढराच्या भोवतीनं वाघरं नाही. आणि माळाच्या अंधाराव हिरवाटाच्या वासानं ती कुठंही जायला धडपडणारी... रात्री काही कळतच नाही. नुसता पाऊस कोसळतेला नि घोंगड्याच्या उबीला सारखी येणारी नि चुरचुरणारी पेंग.

सकाळी उठून बकरी मोजली तर एकदम दोन-चार बकरी कमी यायची.

"हिच्या भनं! मल्ल्या रामुश्यानं दणका दिला वाटतं."

मग अचानक सकाळीच मल्लूच्या घराकडं चार-पाच धनगर बटवं सोडत यायची. मल्लू ढाराढूर झोपलेला. त्याला उठवलं जायचं.

"संशेव आला असंल तर धुंडाळ घर."

एखादा धनगर पुढं व्हायचा.

"पर हऱ्या याद राख. जर का बकरं बिकरं तुला गावलं न्हाई, तर एखादं कोकरू पोरांच्या न्याहारीला दिलं पाहिजे."

...पोरांचा खांडवा एका ओळीनं पडलेला असतो. घर धुंडाळून धनगरं चेहरा गरीब करून जात होती. मल्लू डोळे मिटून पुन्हा निजल्यासारखा करायचा आणि पोटातल्या पोटात हसायचा.

मग विसर पडला, की आठ-दहा दिवसांनी एखादं बकरं कुणाच्या तरी उसातनं उचलून रात्री आणलं जायचं. तारानं अंथरुणात निजलेल्या कडेच्या एका पोराला डिवचलं की ते त्याला, ते त्याला असं करून एकमेकाला डिवचायची आणि सारं अंथरुण गपागप उठून बसायचं. काहीही गडबड न करता कापलेलं बकरं निवडलं जायचं. कुठला तरी तेलाचा डबा अगोदरच्या सात-आठ दिवसांत मारलेला असायचा. चटणीमसाल्याची सोय करून ठेवलेली असायची. ते सगळं दोन घागरींच्या हंड्यात शिजवलं जायचं आणि तांबडं फुटायला घर साफसूफ होऊन पोरं अंथरुणात झोपेतच मिटक्या मारत घोरायला लागायची...सकाळी ढेकर देऊन नुकत्याच जेवलेल्या लांडग्यासारखं घर दिसायचं.

उसाच्या तीन-चार फडांत अशी तीन-चार बकरी पडलेली. आठ-दहा, आठ-दहा दिवसांच्या अंतरानं ती पोरांच्या पोटात जातेली. तोपर्यंत एक एक पोरगं या बकऱ्यांची निगा करतेलं. ते दीस बुडायला उसाच्या फडात तीनचार पेंढ्या वैरण घेऊन आणि पाण्याची बारडी घेऊन जातेलं. तिथं चारी पाय सैलपणानं बांधून ठेवलेल्या बकऱ्याला चारा घालतेलं. तिथल्या पत्र्याच्या डब्यात पाणी ओततेलं आणि मग घराकडं परतत असतेलं.

"आणि ऊसवाल्या शेतकऱ्याला ठाऊक हुईत न्हाई व्हय रे?"

"त्यो कशाला जातोय एवढ्या दांडग्या उसात मधासाला?"

"आन् पानक्या गेला म्हंजे?"

"पाणी प्यालेल्या खांडालाच बकरं टाकायचं गा. म्हंजे पाण्याचा फेर येईपतोर बकरं पोटाच्या मढ्यावर घालूनबी आम्ही मोकळं हुतावं."

"त्यातनंबी एखाद्या वक्ताला गावलंच तर?"

"गावलं तर गावलं. चार-पाच रुपयांचा वाटा द्यायचा बकऱ्यातला. मग बसत्यात कुत्र्यावाणी."

पोरं सहजावारी बाबानं कुठं चोऱ्या केल्या, कशा केल्या ह्यांच्या गमती वारगीच्या पोरांना कहाण्या सांगितल्यागत सांगायची.

"एका वक्ताला तीन-चार बकरी बाबा कशी आणतोय रे?"

"कशी म्हंजे? उचलून"

“एका पेट्टाला?”

“मग?”

“एवढी उचलत्यात काय त्येला?”

“उचलंना तर. मनात आलं तर एका वक्ताला आठबी बकरी आणंल. पर हात दोनच हाईत.”

“आणि उचलून आणताना वराडली-बिराडली तर धनगरांस्नी ऐकायला जाईत न्हाई?”

“वाऽ काय खुळा हाय का बकऱ्यांस्नी वरडू द्यायला? बकरं आणलं बाजूला, की धरायची जीभ नि आरपार टोचायचा काटा. तसाच अडकून टाकायचा. मुकाट्यानं तोंड झाडत न्हेईल तिकडं जात्यात. गडबड असंल तर मारायची काखोटीला.”

आणि मग मल्लू धोतरांच्या तीन झोळ्यांत तीन बकरी पाय बांधून टाकत होता. एक झोळी टापरीगत डोसक्याला अडकून बकरं पाठीवर टाकत होता. दुसऱ्या दोन काखोटीला लावत होता नि उरलेलं चौथं बकरं चारी पाय धरून आपल्या खांद्यावर नेहमीप्रमाणं आडवं टाकत होता...उसाच्या निरनिराळ्या फडांत एका वक्ताला एक बकरं जाऊन पडत होतं.

बकरी रानात एका जागी असली तर तो एकदम पुढं न जाता बाजूला राहून बकऱ्याचा हुबेहूब आवाज काढायचा. मग एक एक बकरं या लांडग्याकडं यायचं नि तिथंच घळीत आडवं पडायचं.

तो चोरी-दरोड्यात असला, तर असेच निरनिराळ्या जनावरांचे आवाज अंधारात व्हायचे. चारी बाजूंनी दरोडा पडायच्या ऐनवक्ताला एक गाढव खच्चून ओरडायचं नि मग दरोडा पडायचा. लूट केली जायची. पोलीस फौजदारांना रानात तो कुठंही गुंगारा देत होता.

एक दिवस तो पिंपळगावच्या ओढ्यातनं वर येऊन गावाकडं भरदुपारीच जायला निघाला. हातकणंगल्याकडच्या बाजूला दरोडा घालून फरारी झाला होता. त्याला पोलीस पाठीमागनं येताना दिसले. तो वडाच्या झाडागत तसाच पाय रोवून त्यांच्याकडं बघत उभा राहिला. पोलिसांनीही लांबनंच त्याला शरणागती दिली.

“कागलला परत चाललोय. चावडीच्या कामासाठी खेबूडला गेलो हुतो.” आपण होऊन एकानं माहिती दिली... एकाजवळ फक्त एकच बंदूक होती. दुसरा मोकळाच होता.

“तू जा तुझ्या वाटंनं. आम्ही जातो आमच्या.” दुसऱ्यानं आपली बाजू मांडल्यागत केलं.

“कागलात कुणाला बोलू नका मी हितं असतोय म्हणून. न्हाईतर तुमचा जीव वाऱ्यावर फुकट जायचा.”

"खुळा काय? आमचं काय नडलंय? आम्ही त्या डुटीवर न्हाई... पान खाणार?" दोघंही जवळ आल्यावर चालता चालता एकजण म्हणाला.

आपल्या पाळतीवर कोणकोण, कुठंकुठं हिंडतंय ही माहिती काढून घ्यावी म्हणून तो निर्धास्तपणानं त्यांच्याबरोबर पानाला चुना लावत नि सुपारीचं खांड चघळत चालला. अधनं-मधनं माहिती विचारू लागला. पोलीसही त्याला माहिती पुरवीत होते. बोलता बोलता एकजण म्हणाला, "तुला धरून आणल त्येला नऊशे एकावन्न रुपये बक्षीस लावलंय."

"कुणी बेलभंडारा उचललाय?"

"कोण उचलणार? कुणाला आपला जीव नगं झालाय?" एकजण फिदीफिदी हसत म्हणाला.

बोलता बोलता दुसऱ्यानं पाईंट काढला. "मल्लारी, पाचशे रुपये आम्ही तुझ्या घरात पोचतं करतो."

"आणि?"

"आणि तू नुसतं आमच्याबरोबर ठाण्यावर चलायचं. तिथनं मग कवाबी पळून जा!"

लोखंडाच्या साखळ्या खळखळल्यागत मल्लू हासला.

"खुळा हाय व्हय रं मी? दुहेरी-तिहेरी पारा बसवून हातापायांत बेड्या ठोकलासा म्हंजे?"

"पळून जाणं तुला अवघड न्हाई. हत्यारं आम्ही पुरवितो की."

आणि बोलण्यात गुंग असतानाच त्याला समोरच्या घळणातनं पोलिसपार्टी नि फौजदार वर येताना दिसलं. अचानक, दोघातल्या एका पोलिसानं हातातल्या सुती काढणीचा तिढा त्याच्या भोवतीनं टाकला. मल्लूला डाव कळला नि त्यानं दातावर दात थाडदिशी आपटून काढणीला धाडदिशी हिसका दिला. काढणी लावलेला पोलिस तिरपटत जाऊन उताणा पडला. मणाचा धोंडा छातीवर हाणल्यागत मल्लारीची लाथ बसली नि त्येच्या डोळ्यांपुढं काजूकिडं चमकाय लागलं. दुसरा लटालटा कापत बंदूक काढत असतानाच त्याच्या नाकाडावर बुक्की बसली नि त्याला समोरचं दिसंना. दाताला झिणझिण्या आल्या नि दुसऱ्याच क्षणाला उजव्या हातावर खच्चून पकड बसली नि धुण्याचा पिळा पिरंगळावा तसा तो मुरगळून टाकला गेला. त्याची बंदूक घेऊन उतरणीच्या उसाकडल्या बाजूला मल्लारीनं पळ काढला. जाताना गोळ्यांच्या चामडी पाकिटाला हिसका देऊन त्यानं ते घेतलं नि दोघांनाही बजावलं, "जर का पाठीमागनं आलासा तर चार दिसांत मुडदं गावाच्या येशीवर टांगून ठेवीन!"

पोलिसपार्टी उसापर्यंत धावत गेली; पण उसात जायची कुणाची छाती झाली

नाही. बाहेरूनच बार काढले गेले आणि आता तर मल्लूच्या हातात बंदूक गेली होती. पोलीस पडलेल्या जाग्यावर फौजदार आला तेव्हा एकजण फौजदाराचं पाय धरून म्हणाला, "...आता माझी पोरं सांभाळा. मी आता जगणार न्हाई." मल्लू निसटून गेला हे बघून तो ढसाढसा रडू लागला. सदरा घामानं भिजला. चड्डीही ओली झाली होती.

सात-आठ वर्षांची शिक्षा भोगून आल्यावर मल्लूची नजर हळूहळू कमी येऊ लागली... दरम्यान, तिकडं पोरं वेगळी झाली होती. चारपाच जणांची लग्नं राहिली होती, ती त्यांनी करून घेतली. एक दोन पोरींचे नवरे मेले. त्या आपल्या पोरांना घेऊन परत बाच्या घरात राहायला आल्या होत्या. मोकळ्या जागेत पावसाळी आळुंब्यागत बारकी बारकी छपरं पुंजक्यानं उगवली होती. एक-दोघांनी लग्नं न करता कुठल्या तरी नटरंग्या बाया आणून ठेवल्या. मध्या आणि कंत्या अट्टल चोर निघाले होते. शंकऱ्या गरीब गाईगत झाला होता. त्यानं रोजगाराचा काम-धंदा सुरू केला होता. त्याला पाच-सात पोरीच झाल्या होत्या. सुमन्यानं दोन रेडे पाळले होते. तो गावच्या म्हशी गाभ घालवून पोराबाळांची पोटं भरत होता. किसन्या वाळली शेती करत होता. तशाच आसपासच्या वाळल्या वैरणी चोरून आणून विकत होता. म्हारुत्या कायम जुगारानं खेळत ताईबाईच्या घरात बसलेला दिसत होता. गण्या कोल्हापुरात जाऊन ख्रिस्ती लोकांत शिरला होता. प्रत्येकाच्या पोटाला पाच-सहा, पाच-सहा तरी पोरं होती. ही सगळी पिलावळ गावभर भुरट्या चोऱ्या करत होती. लाकडं, खुरपी, कुऱ्हाडी, गवतं, कडबं, भाजीपाला, मक्क्याची कणसं, कांदं नाना तऱ्हा. मिळेल ते पदरात पाडून घेत होती. सगळ्यांचे हालच चालले होते.

दरम्यान स्वातंत्र्य आलं, दारूबंदी आली नि गोरगरीब जनतेचं कल्याण झालं. त्यात ह्यांचंही कल्याण झालं. नवा उद्योग मिळाला. गुऱ्हाळं सुरू झाली, की मळीच्या डब्यातला उकिरड्यावर टाकायचा काळा रस ही पोरं आपल्या डब्यात घेऊ लागली. गावाच्या आजूबाजूला ओढ्या-ओघळीतून भट्ट्या पेटू लागल्या. गाववाल्यांना व्यवस्थित पुरवठा होऊ लागला. एकएक माणूस सारखं येतं आणि बोळातनं, उकिरड्यातनं, घरात पाडलेल्या खड्यातनं काढून त्याला कडक पाणी मिळतं...

...गावात आता सिनेमा आला आहे. वीज, रेडिओ आले आहेत. एक दोघांनी ट्रँझिस्टर घेतले आहेत. कापडांच्या दुकानातून आता कोपऱ्यांसाठी मांजरपाट खपत नाही. उलट भडक रंगाचं टेरेलिन, सिल्क, वूलन खपू लागलं आहे. हे कपडे घालून, टाळूला चपचपीत तेल लावून, तसलाच भडक रंगाचा रुमाल गळ्यात अडकवून आणि पान खाऊन ही पोरं गावातनं आता फिरतात. बाटल्या पोचत्या करतात. पोलिस-फौजदारांची रहदारीही या बाजूला जास्त झाली आहे. वेळेवर हप्ते पोचवतात की नाही, याकडे त्यांचं काळजीपूर्वक लक्ष असतं. थेटरावर या पोरांची

कायम गर्दी असते.

परवा ख्रिस्ती झालेल्या गणाचा थोरला पोरगा इल्लासराव याचं लग्न ह्या कोपऱ्याला झालं. पोरगा मागास वर्गाच्या शिक्षणाचे आणि नोकऱ्यांचे फायदे घेऊन फौजदार झालेला आहे. या लग्नात नेहमीप्रमाणं हलगी नव्हती. बॅण्ड होता. पडदे आणि झालरी लावून लग्नाचा मांडव सुशोभित केला होता. झकपक कपडे घातलेली मंडळी होती... सगळंच झकपक होतं. मात्र, मुळातला सगळ्यांचा काळसर रंग तोच होता. त्याला फक्त खोबरेल तेल आणि कपडे यानं टवटवी आली होती.

आपल्या पोरांच्या लग्नाला मल्लारीनं बकरी चोरूनच आणून कापली होती; पण या लग्नाला पोरांनी शिंगाडी बकरा विकत आणला नि कापला. लग्न होत होतं तरी मल्लारी शिवेच्या जुनाट दगडावर एखाद्या पुराणातनं आलेल्या वृद्ध आदिमानवासारखा बसला होता. नजर पारच कमी आलेली. डोक्यावरचे केस तर कधीच पिकले होते; पण अंगावर दाट दाट असलेले, चरबट केसही पिकून पांढरेशुभ्र झाले होते.

लग्न लागलं आणि तिसऱ्या पंगतीला दुपारी दोन वाजता गणा त्याला बोलवायला आला.

"बाबा, जेवायला चल बघू."

"मला नग बाबा आता. सकाळी जेवलोय मी."

"कुठं?"

"नारायेण बामनाच्या हितं."

"तेवड्यानं काय हुणार हाय? मटनाचं जेवाण हाय, चल."

पण का कुणास ठाऊक मल्लारी यायला तयार नव्हता. मग आणखी दोघे-दोघे ल्याक आले नि त्यांनी त्याला जवळजवळ धरूनच नेला.

फौजदार झालेला नातू मांडवातनं इकडं-तिकडं फिरत होता. गावातनं आलेल्या पोलिसांच्या भेटी घेत होता, स्वतंत्र जागी त्यांची व्यवस्था करून चहापाणी देत होता. विकत आणलेल्या बकऱ्याचं मटन मल्लारीच्या पुढ्यात आलं; पण ते खायला कणखर दात त्याच्या तोंडात नव्हते. सगळ्या तोंडाचा कापूस झालेला. म्हणून त्यानं आमटीच्या तिखट पाण्याचा भुरका मारला. त्याला तो भलताच तिखट लागला असावा. त्याच्या डोळ्यात तरातरा पाणी आलं नि जुन्या मांजरपाटाच्या चिंध्या होत गेलेल्या कुडत्याच्या सोग्यानं त्यानं ते पुसलं. कदाचित म्हातारपणामुळंही त्याच्या डोळ्यांना पाणी आलं असावं... आता हे डोळेही बुजत बुजत चालले होते आणि त्याच्या अंगावरचं मांजरपाटाचं कुडतंही त्या घरात शेवटचं राहिलं होतं.

■

८

❋

हल्लक

पांढरं फटफटलं नि हवेतल्या गारठ्यानं त्याला जाग आली. कुडाच्या बाहेरच्या बाजूला तो झोपला होता. मळकटून गेलेल्या पोत्यावर पडलेला. चिंध्या-पिऱ्या झालेली एवढीएवढीशी वाकळ पायाला पुरे होत नव्हती. तोंडावर घेतली की पाय उघडे पडायचे नि पाय झाकले की तोंड उघडं पडायचं. डास चावायचे. पाय पोटात घेऊन घेऊन खांदे दुखायचे. पाय लांब व्हायचे. वाकळेच्या बाहेर जायचे. मधल्या भसक्यातनं गारठा आत शिरायचा तो वेगळाच. कशी तरी रात्र पार पडत होती. थांबून थांबून लागणाऱ्या डुलकीनं झोप संपत होती. पहाटेचा गारठा शिरल्यावर मात्र नीज येईना... उठून तरी बसावं. बिडीची ऊब पोटात घ्यावी. तोंडाला तरी उनउन वाटंल.

त्यानं उठून उशाची काड्याची पेटी नी बिडी काढली. दाराच्या भसक्यातनं हवा भरपूर आत येत होती. बिडी ओढता ओढता त्याची नजर कुडापलीकडं गेली... पोरं एकमेकाला चिकटलेली. चारींच्या अंगावर तसलंच भसक्याभसक्यांचं एक पटकूर पांघरूण म्हणून फसवायपुरतं. शेवटाची सगी पटकूर ओढता ओढता छब्याला जाऊन चिकटलेली. अर्ध्या अंगावर पटकूर नि अर्ध अंग उघडंच... वळवळत होती. अर्धवट जाग आली असावी. मधनंच तिचं अंग काकडून थरथरत होतं. ढुंगण उघडंच पडलेलं... छब्याला सगीची नि पक्याची ऊब येतेली. ती त्याच्या दोन्ही बाजूला होती. पक्याला छब्याची नि बारक्या पोराची ऊब. त्याला आईची नि पक्याची... आई तशी उघडीच. पांघरूणच नाही. अंगावर विटलेलं, तीनतीनदा शिवलेलं जुनेर. मूळचा रंग नसलेला... झोप लागली होती का नाही कुणाला ठावं? तिला कधी झोप लागती कळतच नाही. रातभर ती जागीच असल्यागत वाटती. पोरगं रडू लागलं की, 'न्हाई गप, न्हाई गप' करत चोखवायची. हातानं थोपटायची.

पोरांची रात्री पांघरुणासाठी भांडणं व्हायची. सगी रडायची. त्यांच्या बरोबर ती बोलायची. त्यांना गुरकवायची... तिला थंडी वाजत नसावी. थंडीत अंग मुरून गेल्यागत पडलेली. दुसरं जुनेर पोराच्या अंगावर घडी करून घाटलेलं. तेच तिच्या कमरेपर्यंतचं अंग झाकून टाकत होतं.

...आयला, पोरांच्या अंगावर वाकाळ तरी टाकावी, उघडीच पडल्यात. सगी काकडाय लागलीय...

बकाबका बिडी ओढून त्यानं धूर गिळला. आपली वाकळ सरकवली... बायकूच्या अंगावर काहीतरी टाकावं असं त्याला वाटलं. इकडं-तिकडं बघिटलं. काही दिसलं नाही. अडदाणीची दोरी तेवढी आडवी दिसली. गाडग्यांच्या उतरंड्या, काल दुपारीच थंड झालेली शिळी चूल, पाण्याचा डेरा नि दोन-चार डबडी सान्याच्या उजेडात अंधुक अंधुक दिसली.

त्यानं उठून तिच्या कमरेपर्यंत पोतं टाकलं. ती एकदम हलली.

"काय ते?"

"काय न्हाई. कांबरूण टाकलं अंगावर. गारठा हाय गं बराच."

"लौकर उठलासा?"

"नीजच येईना."

"पडा आणखी घटकाभर तसंच."

"नको. चूल पेटवू का?"

"आणि काय ठेवणार तिच्यावर?"

"आऽ?"...त्याला ऐकू आलं होतं. तरी प्रश्न पडला. "शेकायसाठी म्हणतो गं. तू शेकणार?"त्यानं तिच्या बोलण्याला बाजू दिली.

"नुसतं महिंदासारखं हिंडतासा. काय तरी काम बघा की. एक दीस तरी ताजं ताजं पोरांच्या पोटांतनी जाऊ दे. चार दीस झालं तव्यावर भाकरी भाजून."

"कामच कुठं न्हाई तर काय करू ग?"

"वनावना हिंडा म्हंजे गावंल. धुंडा की जरा. रानात जावा, गावभर कुणाची तर गवतं कापू लागा. ढोरं चारून आणा कुणाची तरी." ती कटाकटा चिडून बोलली.

त्यानं नुसता 'हां' केला. मनात काही तरी विचार झाल्यावर बोलला. "आज बघतो हं काय तरी कामाचं. एक किल्लोभर तरी जुंधळं आणतो आज. जमलं तर अर्धा किल्लो तांदूळबी आणू." त्यानं हवाला दिला. विजारीच्या शिवणीतली रुपयाची नोट चाचपली. क्षणभर त्याला वाटलं, दीस उगवल्यावर थोडा चहा-गूळ आणावा नि सगळ्यांसाठी चहा करावा. पण पुन्हा त्याला वाटलं, की तिच्याजवळ चार-आठ आणे असतील. सकाळी चहा मिळंल. पोरांबरोबर आपल्याबी अंगात ऊब

शिरंल... चूल पेटवून तो एक एक धाट घालत शेकत बसला.

सकाळ झाली नि तिनं केलेला ढोळकणी चहा पिऊन तो बाहेर चालला.

"कुठं जातासा आता?"

"काम बघतो कुठं तरी."

"बघा. न्हाई तर बसशीला कुठं तरी नि ढोसून येशीला."

"न्हाई न्हाई. एक पैसा म्हटलं तर जवळ न्हाई नि ढोसून काय येतोय?"

तो बाहेर पडला...आज पोरांस्नी काय तरी आणलं पाहिजे. लोकांच्या मोरीतलं खरकाटं खाऊन जगत्यात. बायकूबी आडव्या अंगाची हाय म्हणून बरं. उपाशी असली तरी वळखू येत न्हाई. आपूण त्येच्या आयला असंच बोंबलत हिंडतोय. कुठं काम तरी बघायचं? पावसुळ्याचं दीस. समद्यांचीच ही दशा...ही म्हणती, लोकांस्नी गवतं कापू लागा. गवतं कापून तरी कोण देतंय पोटाला? सकाळच्या वक्ताला चार तास गवात कापल्यावर मग कुठं एखादी भाकरी नि भाजी खायला मिळती. तवर आतडी गळ्यात येत्यात. दोन-तीन पाचुंडं मिळालं तर गवात मिळतंय. ते इकायचं कुणाला? समदी अडून मागत्यात. कुणी सांगिटलीय ही दगदग? आणि ढोरं राखायला मी का लुळा हाय का पांगळा?

दीसभराचा रोजगार मिळाला, तर बघायचं. न्हाईपेक्षा बसला दर्ग्यात जाऊन. एकाजागी बसल्यावर काय भूक लागत न्हाई काय न्हाई.

कामासाठी हिंडून तो दर्ग्यात आला. काम नव्हतंच. मनातनं त्याला ते नकोही होतं. दर्ग्याच्या खोपड्यात डाव मांडलेला होता. पानं पिसली जात होती. चौघेजणं आपापली नशिबं हातातल्या पानांत न्याहाळून न्याहाळून बघत होते. बेकार कंपनी, भोवतीनं पैशांवर मन घालत बसली होती.

त्यानं दोन-तीन डाव बसून बघितलं. संत्याची रीत न्याहाळली. संत्यानं तीनही डाव सुरात मारले होते. पाच-दहा पैशांची नाणी गोळा करत तो सटासटा पानं वाटत होता.

....त्यानं विजारीच्या शिवणीतली नोट काढली. बोलत बोलत हळूच पुढं सरकला. दीस वर येऊन आपापल्या वाटेन चालला होता. चालता चालता माणसांच्या पोटात भूक पेटवत होता.

डाव संपला त्यावेळी दुपारचा एक बाजून गेलेला. त्याच्या खिशात चार-पाच रुपयांचा खुर्दा साठला होता... मन तल्लख झालं. जाऊन चमचमीत भजी खाल्ली नि थावड्याच्या मळ्यात जाऊन कडक हातभट्टीची बरीच पोटात वतली. तिला तशीच जळती ठेवून घराकडं फिरला. माळानं परत येताना जीव इस्पिटांगत नाचू लागला. मोकळ्या हवेत तरंगल्यागत वाटू लागलं.

गावात आला त्यावेळी डोसकं खांद्यावरनं उडून कधीच गगनात गेलं होतं. अंगाचं ओझं हल्लक होऊन कापसासारखं तरळत चाललं. गंमत येत होती. सकाळपास्नं पोटात भज्याशिवाय काहीच नसल्यानं आत चांगलंच रसरसून मेंदूला ताजी रंगीत वाफ मिळत होती. अंधारातनं हात फिरवत चाचपडत चालल्यागत तो रस्त्यानं घराकडं येत होता.

छब्या, पक्या नि सगी तिन्ही पोरं घरात दिसली. त्यानं डोळं ताठ केलं. तिन्ही पोरंच दिसली. डोळं पुसून पुन्हा तारवटून बघिटलं. तरीही तिन्ही पोरंच. त्याच्या डोळ्याभोवतीनं क्षणभर त्या घरानं हलकीशी गिरकी मारली नि ते पुन्हा स्थिर झालं ... पोरं आढ्यावर गेलेली पुन्हा खाली आली... त्यानं दोन्ही पाय जरा फाकून उभे केले.

"छब्या, ती रांड कुठं गेली?" जड झालेल्या जिभेनं तो अडखळत बोलू लागला.

"आम्हांला ठावं न्हाई. आम्ही आत्ता आलावं."

"घर उघडं सोडून कुठं गेलातासा?"

"सगी घरात होती की."

"हांऽ! घर मोकळं सोडून कुठं जायचं न्हाई. न्हाई तर जीव घेईन एकाएकाचा."

"न्हाई, आम्ही कुठंच जाईत न्हाई." तिन्ही पोरं चुलीपुढं एकाजागी बसून बोलत होती. अशावेळी बापूशी कसं बोलायचं, त्यांना कळत होतं.

कुडाच्या अलीकडं पडलेल्या पटकारावर तो बसला. घर पुन्हा हललं. त्यानं भिंत धरली. तीही हलली. तसाच धरून बसला. भुईला नीट चाचपून तो तिच्यावर पडला नि ती एकदम पाळण्यागत आंदोळली. तसाच पडून राहिला. जड झालेल्या चिल्लर नाण्यांच्या खिशात हात घातला नि तीही चाचपून बघिटली. नाण्यांचा मूठभर खुर्दा खुळखुळला...पोरं एकमेकांकडं बघू लागली. भुईला काही नाणी पडली की काय ते त्यानं हातानंच चाचपलं नि डोळे झाकून पडून राहिला... जत्रेतल्या गोल पाळण्यासारखं घर हलकं होऊन त्याला घेऊन त्याच्या डोक्यात फिरू लागलं. आकणी पाचवाडकरणीगत मन नाचू लागलं...गाणं म्हणावं अशी इच्छा झाली; पण ते तोंडातून बाहेरच येईना. आतल्याआत सुरू झालं. खिशातले पैसे इस्पिटांच्या ढिगात चमकू लागले. एकमेकांशी झिम्मा खेळू लागले. ढिगांवर ढीग. त्यांच्यावर त्याचे हात झप्पू घाटल्यागत पडू लागले...

काहीतरी करपल्याचा उग्र वास त्याच्या नाकात घुसला. त्यानं अगोदर श्वास बाहेर मारून त्याला झटकण्याचा प्रयत्न केला; पण वास पुन्हा नाकात घुसला. कानांच्या आतल्या बाजूनं झिणझिणत फिरला. पोटात चालला. घशाच्या आतल्या बाजूनं डोक्यात शिरून तरतरी येऊ लागली. डोळे उघडावे असे वाटू लागले. जीभ

पाणी गाळू लागली.

"छब्या, चुलीत काय घाटलंईस रं बेन्या?"

"काय न्हाई... पावसात भिजलावं म्हणून शेवत बसलावं."

"खरं सांग ए ऽ कडू." तो उठला. धडपडत चुलीजवळ गेला. "खोटं बोलतंस तुझ्या ऽ आयला. कुणाच्या पोटचं रं तू?" छब्याच्या पेकटात लाथ बसली. ते कोलमडून ढुंगणावर उताणं पडलं.

"मी न्हाई, पक्यानं घाटलंय."

"काय रे पक्या?"

"खेकडं हाईत!" पक्या हात वर करूनच उठला.

"खेकडं?"

"हां."

"कुठनं आणलंस?"

"म्हार-वड्याला गेला हुतावं."

"रांडच्या! वड्याला काय हाय तुमचं? व्हय रं? काय हाय तुमचं?" त्याच्याही पेकटात लाथ. त्याला लाथ घातल्यावर "आई गंऽ" करत सगी अगोदरच रडत पळाली.

"तुला रडायला काय झालं गं रंडे!"

ती तोंडात बोळा कोंबल्यागत गप बसली. डोळ्यांतनं पाणी तेवढं येऊ लागलं.

"छब्या, ते खेकडं काढ आदूगर."

छब्यानं उलथण्यानं रक्सं बाजूला सारलं नि तीन खेकडं बाहेर काढलं.

"कडू बेन्याच्यांनो, बाऽला चुकवून खाता व्हय रे? तोंडात किडं पडून मरशीला की तुमच्या आयला." त्यानं दोन मोठं खेकडं उचललं. "त्यो घ्या खेकडा. पाय नि नांगं अजून चुलीत हाईत न्हवं! ते खावा फोडून. चांगलं लागत्यात ते."

खेकडं घेऊन तो पटकारावर जाऊन बसला.

पोरांनी खेकड्याचं नांगं नि पाय वेचून घेटलं. छब्यानं ओल्या शेंगाचं आणलेलं गठळं पोटात कुडत्याखाली घाटलं नि तिन्हीही पोरं वळचणीला गेली. एक खेकडा तिघात वाटून त्यांनी संपवला. शेंगा भाजायचा त्यांचा विचार होता; पण आता ओल्याच शेंगा नि खेकड्याचे पाय फोडून खाऊ लागली.

थानच्या पोराला पदराखाली घेऊन ती येत होती. पावसाचं बारीक झिरमाट वरनं कोंड्यागत पडत होतं. तिच्या अंगावरचं निम्म्या मांड्यावर आलेलं जुनेर भिजून अंगाला चिकटलेलं. पातळ चिकटल्यानं सगळं कमरंखालचं अंग दिसतेल. चोळी थिटी. खाली ओढून डाव्या बाजूला पुढं फाटलेली. त्यातनं स्तन बाहेर येऊन

लोंबतेलं. आतल्या आत भिजल्या पदराखाली काकडत चाललेलं काखेतलं पोरगं ते पिऊ बघत होतं. तिच्या उजव्या हातात डेचकं होतं. त्यात कोरड्यास डचमळतेलं. कमरेच्या वर आलेल्या ओट्यात शिळ्या भाकरीच्या तुकड्यांचं गठळं. त्यानं जुनेर किसत चाललेलं.

"काय खाता रं हितं बसून? चला घरात."

"छब्यानं तोंडाला आंगठा लावून गप बसायला सांगिटलं नि बापू आत पिऊन बसल्याची खूण केली.

तिच्या डोसक्याची शीर ताणली. रोज असंच चाललं होतं. गोड बोलून खायचा आणि बाहेर जाऊन पिऊन यायचा. ती गुमान आत आली.

तिची चाहूल ऐकून त्यानं डोळं उघडलं.

"कुठं गेलतीस ग रांडं? किती सोयरं करून आलीस?" ती गप्पच बसली.

"बोल की. काय कोण मिळाला न्हाई तुला?"

"गप बसता का आत्ता? घोटून येतासा ते येतासा नि वर तोंडाला येईल ते बोलतासा."

"का लई उड्या मारतीस? सोपं गेलं व्हय तुला? ठाऽर मारीन."

"अजून जरा मूत पिऊन या जावा. गावातलं कुतरं तरी ठार मारायची परमानगी हाय का तुला?"

"ढेकणासारखी चिरडीन तुला कुतरे. दावू नाटक तुला? गावभर केलेलं सोयरं मला बोलून पचवाय बघतीस व्हय?– कुठं गेलीतीस सांग आगूदर."

"ही काढून ठेवलाईसा न्हवं का, एकाला चार. पोटाला कुणी घालायचं त्येंच्या?"

"घाल की तू. लई खाज हाय न्हवं तुला? म्हणून अशी नागडी नाचत हिंडतीस गावभर."

"तोंड बंद करता का?" ती ओरडली.

"का? न्हाई बंद करत. काय करणार हाईस तू माझं?"

"काय करणार? थोबाड फोडून ठेवीन वाळल्या चेपलीनं. आजपतोर लई बघिटलं थ्यार."

"गप बस की आईऽ." घाबरत चाललेला छब्या.

"त्येच्या तोंडात शेणाचा पू घाल नि लीप. घोड्याचा मूत पिऊन बोलतोय बघ कसा? ईळभर नुसता बोंबलत हिंडतोय गावातनं. का म्हणून मी बोलून घेऊ ह्येचं. का कवा पोटाला घालून दमलाय, का अंगावर कपडा घेऊन दमलाय? एक दीस तरी तुम्हांस्नी मूठ-पसा आणू ने हुतं ह्येनं!"

"तुझ्याऽ आयला तुझ्या..." तिरीमिरीनं उठला. दाराला लावलेला धोंडा त्यानं

घेटला. "बायकू हाईस का कोन हाईस गं छिनाल रांडं!" नेमका कानाच्या वरच्या बाजूला दणका दिला.

"बापूऽऽ" छब्या, पक्या धावत आले.

सगीनं मोठ्यानं भोकाड पसरलं.

तिनं बोंबलत मूल तिथंच सोडलं नि चुलीजवळची फुकणी घेटली.

"आईऽऽ"

पोरांनी आईला मिठी मारली.

बोंब ऐकून त्याचा सवता राहिलेला पलीकडचा भाऊ आत आला. तिचं फुटलेलं डोसकं बघिटलं नि त्यानं बाबज्याच्या थोबाडात दोन दिल्या.

"व्हैमालीच्या, काय चालवलईस रोज हे? रोज मरमर मरून ती गावाची खरकटी पोरांच्या पोटाला आणती नि जगवती. तिला मारतोस? सलपं गावलं व्हय सुक्काळीच्या तुला? हो घरातनं बाहीर आधी; न्हाई तर डोसकं फोडतो बघ आता पायताणानं."

"मी बाहेर होऊ?"

"हां. तूच."

"घर माझं हाय."

त्याला पुन्हा दोन बुक्क्या मानगुटात बसल्या. "राबून आण जा पोरांसाठी. पळ. मग म्हण घर तुझं."

"बापूऽ, जा की बाहीर" पोरं ओरडली.

"मी जातो बाहीर... तू घेऊन बस तिला घरात. तुला तेच पाहिजे, मादरचोद."

"कुणाला बोलतोस रं, सुक्काळीच्या." पुन्हा दोन थोबाडात बसल्या.

तो दारापाशी कोलमडून पडला. पोरांनी त्याला उठवलं नि तो धडपडत बाहेर पडला.

"जावा रे घरात. जाऊ दे त्यो सुक्काळीचा बोंबलत." भाऊ आपल्या घरात गेला.

तो सगळ्या गल्लीला शिव्या देत निघून गेला.

तिनं भित्तीतल्या दर्पनात बघिटलं. डोसकं फुटलं होतं. गठळ्याच्या फडक्याची पट्टी काढून घेतली नि दातवण लावून डोईला बांधली.

"कशाला उगंच बापूसंगट भांडाण काढलंस आई?" छब्यानं आईच्या डोसक्याकडं बघत म्हटलं.

"त्याशिवाय वटणीला यायचा न्हाई त्यो. नुसता पितोय नि रेड्यागत हिंडतोय. राबायचं कुणी? तुमच्या खादीला आणायचं कुठनं?"

"पर त्येला पिल्यावर काय बोलून फायदा गं? उद्या सकाळनं सांगायची

हुतीस. इन्नाकारण तात्याचा मार खाल्ला त्येनं. आता रातचं येऊन तुला आणखी मारंल.''

''मारु दे. मी काय मरत न्हाई, काय न्हाई... घरात असता तर आणलेलं समदं हादडून बसला असता. — तुम्हांस्नी काय घालू मग?''

''...त्येच्या खिशात पैसं हुतं. घरात बसला असता तर निजल्यावर घेटलं तरी असतं.'' पक्याची हुशारी...

''किती हुतं?''

''किती हुतं कुणाला दखल! वाजत हुतं.''

''येईल तेवढ्याची आता पुन्ना घोटून.''

तिनं अंगावरचं जुनेर काढून पिळलं. दुसरं फडकं कमरेभोवतीनं गुंडाळलं. पोरांनी पेटविलेल्या चुलीत धाटं घाटली नि तिच्यावर आणलेलं आमटीचं डेचकं ठेवलं. आमटी तापवली नि वाडग्यातनं उनउनीत घालून तिन्ही पोरांना तुकडं वाटून दिलं. एका जागी बसून पोरं मिटक्या मारत खाऊ लागली. तीही त्यांच्याबरोबर पोराला मांडीवर घेऊन तुकडं चावू लागली.

रात्री नऊच्या आसपास तो गल्लीत आला. पोटात हातभट्टीचा डोह. डोसकं भन्नाट झालेलं नि मनाचा भडका उडालेला.

''...या गल्लीच्या आयला आता गाढव लावणार!...तुमच्या बायकांस्नी घेऊन निजणार...साल्यांनो, मी तुमच्या बाऽच्या पैशाची दारू पितोय? का तुमच्या बायका मला भाड आणून देत्यात? अरे भैनचोद! तुमच्या आया-बायली सांभाळा... अरे गणप्याऽ, बाईलभाड्याऽ, ही पोरं का तुझ्या पोटची हाईत? अरे, तुझी बायकू पाटलाच्या वड्याला गाव गोळा करत हिंडती...हाण तिला. भाडखाऊ. मग माझ्या घरची चौकशी कर... राम्याच्या बाऽला मी भीत न्हाई. मला दम देतोय व्हैमालीचा. मी काय तुझ्या बायकूचा सोयरा हाय?'' त्याच्या तोंडाची आग भडकत चालली. शिव्या वाढत चालल्या.

रात्री शांत झालेली गल्ली दारात आली होती. गणप्या, रामज्या आतल्या आत संतापून दारात उभे होते.

भावाच्या दाराजवळ जाऊन तो भावाला शिव्या घालत दार धडकू लागला.

तिनं दार झाकून घेटलं होतं. त्याच्या शिव्या आणि धडका वाढतील तसा रडकुंडीला आलेला छब्या आईला म्हणाला, ''आई, दार उघड कीऽ. बापूला आत घे. तात्या मारंल त्येला.''

''गप बसा. काय मरत न्हाई काय न्हाई त्यो. त्येची हाडं जरा चांगली बुकणा होऊ द्यात. वटणीवर यायचा न्हाई त्यो त्याबिगार.''

लाथा वाढल्या तशा भावानं आतनं चिडून दार उघडलं. त्याला धरून उचलला

आणि पालथा पाडला. लाथा घालाय सुरुवात केली. गणप्या, रामज्या धावत आले नि आपली नाला मारलेली पायताणं हातात घेऊन चेचायला सुरू केलं. उलटा-पालटा करून पाठीवर, ढुंगणावर, तोंडावर, डोसक्यावर टिप्पिर दिलं...त्याचं शिव्या देणं थांबलं. मग ओरडणं थांबलं. तोंड बंद होत होत गप्प झाला. वरनं टिप्पिरं पडतच होते. हाणून हाणून तदम केला...भोवतीनं ही गर्दी. प्रत्येकाला वाटत होतं त्याला चेचावा. जो तो 'हाण, बडव' म्हणत होता.

अगदी थंड झाल्यावर सगळ्यांनी सोडून दिला नि मग आतल्या आत भेदरलेली गल्ली आपापल्या घराकडं वळली...एखाद्या वक्ताला मरायचंबी.

"शिरमे" त्याच्या भावानं बाहेरनं तिला हाक मारली.

"काय?"

"दार उघड. या सुक्काळीच्याला घे आत."

तिनं दार उघडलं. पोरांनी आत रडून-आरडून आकांत मांडलेला.

"गप बसा रे. उगच बोंबलू नका. काय मेला न्हाई काय न्हाई." तो बोलला.

त्यानं त्याच्या बखोट्याला धरून ओढत उताणाच आत आणला. कुडाच्या शेजारी पटकारावर टाकला. खूप दमल्यासारखे त्याचे श्वास चालले होते. तोंड फुटलं होतं. खांद्यावर रक्ताचे डाग पडले होते. अंगातल्या कुडत्याला नि विजारीला भरपूर चिखल लागला होता. त्याचा अवतार बघून तर पोरांनी शोकच मांडला.

"गप बसा रे." त्यानं पुन्हा पोरांना दबवलं. "पडू दे असाच; सकाळपतोर काय करू नको. सगळ्या गल्लीची अब्रू घेतोय भडवा. पोटात बारडीभर दारू घालून आलाय. ती उतरल्याशिवाय त्येला खरं काय ते कळणार न्हाई. खुशाल पडू दे. तुम्ही काय असंल त्यो तुकडा खावा नि गप्प पडा जावा."

दार ओढून घेऊन भाऊ आपल्या घराकडं वळला. तोही दमला होता.

तिनं त्याच्याजवळ दिवा आणून न्याहाळलं. श्वास जोरातच चालले होते. डोळे मिटलेले. हात नि पाय निखळल्यागत सैल पडलेले...उठून तिनं एक बोळा घेतला नि तो भिजवून मारानं उडालेली भातडी ती पुसू लागली. पोरं रडं आवरत भोवतीनं रक्त बघत बसून होती. तिनं जखमा पुसून टवक्यांत दातवण भरलं. त्याच्या हातापायांची हालचाल जोरात झाली; पण तोंड उघडलंच नाही. सगळं झाल्यावर त्याच्या अंगावर तिनं वाकळ टाकली. पोरांना होते नव्हते तेवढे उरलेले सगळे तुकडे पोटात घालून पटकारावर पडली.

पाढरं फटफटलं नि हवेतल्या गारठ्यानं त्याला जाग आली...पोट थंडगार झालं होतं. ज्या कुशीवर वळला होता त्या बाजूलाच ती नि चारी पोरं निजलेली त्याला दिसली. त्याच्या जवळच ती झोपली होती; पण त्याच्याकडं तिची पाठ होती... डोक्याला पट्टी बघून त्याला काल दुपारचा प्रसंग आठवला नि वाईट

वाटलं. पलीकडं पोरगं, पक्या, छब्या, सगी पटकारावर पडलेली. त्याची नजर गरीब होऊन त्यांच्यावर फिरली... कुत्र्याच्या पिल्ल्यागत पोरांचं जगणं. एकमेकाला चिकटून निजणं. हुडकत एकमेकाला डसणं. अंगावर तीच भसक्यांची वाकळ. सगीची तीच तऱ्हा; पण पालथी झोपलेली. गार झालेल्या भुईतच ऊब शोधतेली. दाराच्या भसक्यातनं भूरभूर थंडगार वारा येतेला. त्याचं मन उदास झालं...काय ह्यो माझा संसार. धड कांबरायलाबी न्हाई.

तो हलला नि त्याच्या अंगाला शेकडो दाभणं कचकचून डसली.

"आई गंऽऽ!"...तसाच पडून राहिला. सगळं अंग चाचपून बघितलं. चांगलंच चेचून निघालेलं. जखमांवर लावलेलं दातवण घट्ट होऊन बसलं होतं. सगळं अंधुक अंधुक आठवू लागलं...भडकलेलं डोसकं, शिव्या...मग गणप्या, रामज्या, भाऊ, हऱ्या, सिध्या यांचे चेहरे...लाथा, पायतणांचे दणके, बुक्क्यांचा नि कमक्यांचा वर्षाव...अंगाबुडी खालची दगडं रुतलेली, चिखलात तोंड फुटतेलं...कळा...

...समद्या गल्लीनं मारलं. बुक्क्यानं, लाथानं, पायताणानं. कशानं मार खायचा ऱ्हायला आता?...बरं झालं त्येच्या आयला! मन निर्मळ झाल्यागत वाटतंय. नल्याक माणसाला अशीच पायताणं बसायला पाहिजे. किती दारू प्यायची मी? गोड लागतोय म्हणून मूत प्यायचीच वासना ही. बायको-पोरं उपाशी मरत्यात नि मी बोंबलत हिडतोय...

...तरी या गणप्या, रामज्यानं अंगावर हात टाकायला नको पाहिजे हुता. मी काय त्येच्या बाऽचा पैसा घेऊन दारू पितोय? माझ्या घरात मी नागडा नाचीन... पर आता नागडं काय नि उघडं काय. त्यांनी जोड्यानं मारलं एवढं खरं. चांगलं साधून घेटलं भडव्यांनी. तोंड दावायला जागा ठेवली न्हाई. आता कुठं ऱ्हायली माझी लाज?

उदास होऊन तो तसाच घटकाभर पडून राहिला. सगी वळवळली. पक्यानं तिच्या नि छब्याच्याही अंगावर काहीच ठेवलं नव्हतं. तो कळा सहन करत उठून बसला. कण्हला. हळूच आपली वाकळ घेऊन वाकत वाकत उठला. कमरेत जोरानं कळ आली. तसाच जाऊन सगीच्या नि छब्याच्या अंगावर वाकळ टाकून तिथंच बसला. शिरमीचा चेहरा रडकुंडीला आल्यागत होऊन गाढ झोपलेला. उजव्या गालावर केस पुढं आलेले. पट्टीची गाठ गच्च. जुनेराचा थिटा कासोटा झोपेत निसटलेला नि जुनेर वर आलेलं. त्यानं ते हळूच सरळ केलं. तिच्या अंगावर उबदार पोतं टाकलं नि बाजूला सरकून बसला.

मनात काहीतरी चमकलं नि त्यानं खिसा चाचपला. सगळा रिकामा होता. त्याचं मन हललं. विजारीची शिवण चाचपली. ठेवणीची नोट तेवढी हाताला लागली... तसाच हात पोटाच्या घडीवरनं फिरला. खूप भूक लागल्याची जाणीव

झाली. काल दिवसभर पोटात काय नाही.

उठला नि हळूच दार उघडून बाहेर पडला. सगळी गल्ली शांत झोपलेली. तरी रामज्याचं दार दिसलं. गणप्याचं घर लागलं. सिध्या-हऱ्याच्या घरांवरनं जाताना मान खाली गेली...डोसकं गरगरू लागलं. कमर जास्त दुखल्यागत वाटू लागलं. कटाकटा ओठातल्या ओठात त्यानं शिव्या मोजल्या... पोटात भूक लागलेली जास्तच जाणवू लागली. मन चिधडल्यागत होत चाललं.

...त्याच्या चालण्याचा वेग वाढू लागला. खूप वाढला. तरातरा चालतच राहिला. मान खाली. डोसक्यात घण. मन पाट्याखाली चेचल्यागत, जिवाला इंगळ्या डसत चाललेल्या...

अनवाणी पायाला खडं बोचू लागलं नि त्यानं समोर बघितलं. थावड्याचा मळा माळाच्या पलीकडं दिसत होता. नोट चाचपत तो जास्तच तरातरा चालला... खोपीतनं धूर हल्लक होऊन बाहेर पडत होता. गगनात चढताना तरंगत वर पसरत होता नि पहिल्या धारंचं कडक पाणी खाली डबड्यात ठिबकत होतं...

■

९

संशयात्मा

आतापर्यंत त्याला मुलीच झाल्या. त्यांतली एक फक्त तेराचौदा वर्षांची आहे. बाकीच्या चार-पाच, चार-पाच वर्षांच्या होऊन मरून गेल्या. आणि शेजारी थोरल्या भावाचं घर. त्याला चार मुलगे आणि दोन मुली. त्याचं घर गजबजून गेलं होतं. पहिल्या मुलग्याचं लग्न होऊन घरात नातवंडही आलं होतं...जानदेव मात्र भुयारातला अंधार खात एकटाच. सोबतीला एक मुलगी.

सात मुलींतली एक जगलेली. मुली जगेनाशा झाल्यावर त्याला संशय खाऊ लागला. बायको मुलगा होऊ दे आणि मूल जगू दे म्हणून देवदेव करत गावभर हिंडत होती...ती अचानक पळून गेली. जानदेव तिचं नाक कापणार होता अशी बातमी उठली होती.

त्याचं घर एका चिंचोळ्या बोळात आहे. बोळातनं घराकडं जाणं म्हणजे गटार, घाण, सांडपाणी यांच्यातनं पलीकडं जाणं. लांबनं ते सुन्न, बधिर झाल्यासारखं वाटतं. काळ्याशार दगडांचं घडीव घर; पण आत अंधार पोखरून एक भुयार केल्यासारखं.

हे भुयार जानदेवानं स्वत: होऊन खोदलं होतं. घराच्या मागच्या बाजूच्या तीनही खिडक्या बंद करून टाकल्या होत्या. त्या काळात मंतरलेली, चिरून हळद-कुंकू भरलेली लिंबं त्या खिडक्यांतनं रात्री-बेरात्री पडत होती. पोरी आजारी असायच्या. ताप-खोकला वाढलेला असायचा आणि लिंबं पडायची. सात-आठ दिवसांत पोरगी कायमची थंड. मग लिंबू आणि मरण यांचा संबंध जानदेवाच्या डोक्यात लागायचा. विंचू झोंबल्यागत झोंबायचा... शेजारी थोरल्या भावाचं गजबजणारं घर. बाजारात असलेलं त्याचं किराणा मालाचं प्रचंड दुकान. त्यात काम करणारे त्याचे मुलगे आणि या मुलग्यांचा बाप पोट भरून हासत, गप्पा मारत बाजारपेठेतनं हिंडणारा...

जानदेवाचे डोळे जास्तच विस्फारायचे.

"गौरे, मी जरा जाऊन येतो."

"या."

"दाराला आतनं कडी लावून घे. आतच बस."

"हं."

खाकी चड्डीच्या खिशात पाण्यानं भरलेली पिशवी घातलेली असते. ती कुणाला दाखवायची नसते. कुणालाही वाटू नये, की तो रानात परसाकडंला चाललाय. या जागासुद्धा रोज बदलायच्या. संशय नको. तरीसुद्धा कुणीतरी विचारतं, "काय जानदेवा, कुठं चाललाईस?"

"कुठं न्हाई. जरा फिरून येतो."

"बिडी तर वड, ये."

"नको. हाय माझ्यापाशी."

दुसऱ्या कुणाची बिडी ओढायची नाही... तिच्यातही काही तरी असायचं. खर्च पडला तरी चालेल. आपणच आपली बिडी आणायची. तीही एकाच दुकानातनं नाही. रोज एकाच्या दुकानातनं. कारण थोरल्या भावाच्या ओळखी सगळ्या बाजारपेठेशी आहेत. म्हणून अचानक एखाद्या दुकानात जायचं आणि अचानक बिड्या मागायच्या. म्हणजे कुणालाच काही पत्ता लागत नाही.

या बिड्यांचा धूर पूर्वीसारखा रस्त्यात कधीच निघत नाही. निवांतपणानं दाराच्या उंबऱ्यात बसून निघतो. उंबऱ्यावर दोन्ही पायांवर अंतराळी बसायचं. ज्याकिटातून बिडी नि काड्याची पेटी काढायची आणि बिडी ओढत वातावरण पेटवायचं. डोक्यात आग भडकलेली असतेच.

आत गौरी एक खिडकी संशयासारखी हळूच उघडून स्वैपाक करत असते.

"भांडी पुसून घे गं."

"व्हय."

भांडी पुसूनच घेतलेली असतात. सगळं धान्य, पीठ कपाटात बंद करून ठेवलेलं असतं. पाणीही कपाटातच असतं...कपाटं काय चाललं आहे हे न समजून खांबासारखी गप उभी असतात. कधीतरी उघडलेल्या खिडकीकडं त्यांचं अचानक लक्ष जातं आणि खिडकीच्या फटीतनं त्यांना बाहेरचा पांढरा, मोकळा प्रकाश दिसतो. लांब एक चिंचेचं झाड आपले केस मोकळे सोडून सकाळच्या उन्हाची आंघोळ करून उन्हातच केस वाळवत बसलेलं असतं. कपाटांना वाटत असतं; बाहेर प्रकाश असतो वाटतं. कारण घरात कायम मिणमिणता दिवा लावलेला असतो. त्या दिव्याच्या भगभगीनं उजेड पडतो. त्या उजेडात तव्यातली भाकरी

भाजली का दिसते. आमटीला आधण आलं का दिसतं. दिवा सगळ्या गोष्टींना जळत जळत साक्षी असतो.

दुधवाला येतो. जानदेव त्याच्याकडं रोखून बघतो. डोळ्यांत संशय तांबारलेला असतो. दूधवाल्याचा चेहरा त्याच्या मनासारखा दिसला, तर तो दूध घेऊन जातो. नाहीतर गवळ्याला थांबवून आपल्या भांड्यातलं घोटभर दूध प्यायला देतो.

"पी हे. मग माझं समाधान हुईल."

"असं गा का जानदेवा?"

"आरं, सहज प्रेमानं."

"न्हाई; पर मला काय दूध कमी हाय व्हय?"

जानदेव काही तरी सांगायचं तसंच ठेवून आत जातो. 'मोठी गंमतच हाय म्हणायची' असं स्वत:शी म्हणत गवळी हासत निघून जातो. तरीही आत दूध कडक तापवलं जातं. ते हिरवं झालं नाही याची खात्री करून मग वापरलं जातं. स्वैपाक झाला की सगळं पीठ, धान्य, पाणी, भांडी कपाटात ठेवून दोघेजण दाराच्या तोंडाला उजेडात येऊन जेवतात. पाठीमागची खिडकी पुन्हा प्रकाशाला गडप करून टाकते.

तरी गौरी एकदा आजारी पडली. अंधारात आंथरूण घातलं. जुन्या खोक्यातल्या साठवून ठेवलेल्या दोन बाटल्या काढल्या. सोडा घालून स्वच्छ धुतल्या. खिडकीतल्या उन्हात वाळवल्या आणि बाहेरनं दाराला कुलूप घालून जानदेव सरकारी दवाखान्यातलं औषध आणायला गेला. झाकलेल्या घरात अंधार आणि पोरगी एक होऊन गेली.

आठ दिवस औषध आणलं; पण गुण काहीच नाही. ताप-खोकला होता. मग जानदेव बाजारातनं फिरून आला. त्याला एक बातमी कळली. नवीन आलेल्या तरुण डॉक्टराचं खातं तवणू वाण्याच्या दुकानात होतं. आणि तवणू वाणी थोरल्या भावाचा दोस्त होता...औषध बंद झालं. मोसंबी, तापलेलं दूध, शाबूची खीर यावर पोरगी ठेवली. घरगुती औषधं चालू झाली.

"औशीद का बंद केलंस?"

"डॉक्टर काय शाणा हाय त्यो?"

"काय झालं?"

"गावातल्या पार्टीत सामील हाय."

"असंना का."

"खुळा का काय? इरुद्ध पार्टीचा हाय त्यो. औशिदात काय तरी नक्की घालत हुता."

"असं?"

“हां. पोरीला बरंच वाटंना. आता घरगुती औशीद चालू केलंय. बरं वाटंल आता.”

मोठं घड्याळ कोण तरी दुरुस्त करायला आलेलं असतं. त्याच्याशी हे बोलणं चालतं. समोरच्या दाराजवळची खिडकी उघडून तिथं हे काम चाललेलं असतं. त्याचा हा कायमचा धंदा आहे. एकदा त्यानं कोल्हापूरला जाऊन मोडकी घड्याळं ढीगभर विकत आणली. वर्ष-दोन-वर्ष घरात त्यांचा ढीग होता. त्या ढिगातनं अनेक घड्याळं चालू करून विकली. कपडे शिवण्याचं मशीनही त्याच्याजवळ आहे. पूर्वी त्यानं लहान मुलांसाठी अनेक प्रकारच्या टोप्या करून विकल्या होत्या. आणि गाव तालुक्याचा असल्यामुळं त्या खपल्याही होत्या.

धंदा चांगला चालला होता. उन्हाळ्यात तो मशीनच्या वरच्या चाकाला पंखा लावून काम करता करताच वारा घेत असे. सातवी शिकलेला; पण तसा तो हुन्नरी. दिवाळीत आकाशदिव्यांत तो पळणारी चित्रं ठेवायचा. ती चित्रं कशी पळायची याचं इंगीत कुणाला कळायचं नाही. विचारणाऱ्याबरोबर तो बाकीच्याच गप्पा मारायचा.

“आरं, एका झाडावर शंभर राघू हुतं. त्यांतला बंदुकीनं एक मारला तर ऱ्हायलं किती, हे आदूगर बरोबर सांग म्हंजे तुला ही भानगड काय हाय ते सांगतो.”

पण आताशा तो फारसा बोलत नाही. स्वत:शीच बराच वेळ बोलत असतो... गाव पेटवून काढलं पाहिजे. भलतंच पार्टी स्पिरीट हाय. बिचारा बेलापुरे वकील मरून गेला. हळदगावची केस त्येनं जिंकली नसती, तर कशाला मेला असता? दुसरं काय हुणार? इरुद्ध पार्टीनं बाध्या घाटलाय. हायस्कूलचा हेडमास्तर तरी कशानं मेला? त्येनंच की. नवं हायस्कूल काढणाऱ्या पार्टीनंच त्येला मारलं...ही मास्तरं, वकिलं दुसऱ्यानं आणून दिलेलं श्याणबी खातील. भोगा म्हणावं त्येची फळं. कुणीबी भाजीपाला आणून दिला, की हावऱ्यापणानं त्येनी घेटलाच. घाटलं ईख त्यातनं, बसा आता सर्गात जाऊन बोंबलत.

रस्त्यानं असं बडबडणं आणि हातवारे करणं अलीकडं फार वाढलंय. आपल्याच तंद्रीत नेहमी चालत असतो. आसपासचं सगळं वातावरण, माणसं, घरं, दुकानं सगळं शून्य झालेलं असतं. कुणीकडं जातो काही काळ नाही. दत्ताला गुरुवार सोडून कोणत्याही वारी जातो. पण गुरुवार चुकवायचा. कारण त्या वारी दत्ताला जातोय असं लोकांना कळेल आणि काय म्हणायचं ते होऊन बसेल. सकाळी दात घासण्यासाठी लिंबाच्या काड्या लागतात. मोटारीच्या वाटेवर ही लिंबाची झाडं आहेत. त्यांच्या काड्याही रोज निरनिराळ्या लिंबाच्या घ्यायच्या. धान्यही एकाच दुकानातलं घ्यायचं नाही. मनात येईल त्या दुकानात शिरायचं.

“पोत्यात खोल हात घालून मधलं मधलं एक-दोन किलो काढ बघू.”

दुकानदार गडबडीत वरचेच तांदूळ घालण्याचा प्रयत्न करतो. मग जानदेव स्वत:च त्याच्या हातातलं घमेलं घेतो आणि पोत्यात खोल घालून मधले तांदूळ काढतो.

"आता वरलं काय नि खाललं काय, सारखंच की हो!"

"सारखं कसं असतील? वरलं ते वरलंच आणि खाललं ते खाललंच तांदूळ असणार. मला शिकवतोस व्हय? वाहवा रं वाघा." पिशवी उलटी करून झाडल्यावर तांदूळ घेतले जातात.

दुकानदार गडबडीनं दुपारीच दुकान बंद करत होते. जानदेव धान्य न्यायला आला होता. एका उघड्या दुकानात तो शिरला.

"जुंधळं एक-दोन किलो घाल."

"इक्री बंद हाय. दुकान बंद करणार आता."

"का आणि?"

"लालभाद्दूर शास्त्री वारलं."

"केला का घोटाळा? कुठं मेलं हे?"

"रशियात. भेटीच्या जागीच."

"तरी मला वाटलंच. पाकिस्तानच्या आयुबखानासंगं बोलायला गेला हुता. एवढा शाणा माणूस; पर त्या आयुबखानाबरोबर काय तरी खाईत बसला असणार. त्येनं काय तरी नक्की कालवा केला असणार... जेवणाखाण्यातनं कोण पाहिजे ते ईख घालतंय हो. सबंध पेसवाईत तेच झालं की. योक तरी पेसवा म्हातारा होऊन मेला का? सगळी बाध्या खाऊन चट की पट झाल्यात."

...दुकानदार डोळ्यांचं उंदीर करून त्याच्याकडं बघतच उभा राहिला. त्यानं गपागपा दोन किलो जोंधळं घालून दुकानाच्या फळ्या लावल्या. जानदेव एका हातात पिशवी नि एका हातानं हातवारे करत निघून गेला.

अलीकडं तो फारच असं करू लागला होता. उंबऱ्यात बसून थोरल्या भावाच्या नावानं काय तोंडाला येईल ते बोलत होता. कधी कधी त्याच्या दारासमोर उभा राहून त्याला शिव्या देत होता. थोरला भाऊ मुकाट्यानं घरात गप बसायचा. काही बोलायचा नाही. मग याला जास्तच चेव यायचा. "मला ठार मारायला बसलाईस काय? सर्जा, तुलाच म्हैन्याच्या आत गोळी घातली न्हाई तर इचार. भावाला मारून भाऊवाटा खायला का ही पेसवाई लागलीया व्हय? का मोंगलाई?...बरं हाय भाद्दरा, पुन्हा काय तरी गावू दे म्हंजे तुला सांगतो." असं काही तरी म्हणत निघून जाई. बाजारात चार माणसांत तो असंच काही तरी बोले. शेवटी ऐकणाऱ्या माणसाचाच त्याला संशय येई. "तुम्हीबी त्येला सामील हाईसा हे मला ठावं हाय. पर मी भिणार न्हाई त्येला. खुशाल जाऊन त्येला मी असं असं बोललो म्हणून

सांगा.''

पूर्वी आम्ही त्याच्याकडं आमचे कपडे शिवायला टाकत असू. त्यामुळं माझे वडील आणि त्याची चांगली ओळख आहे. वडील त्याला कधी तरी वाटेत भेटतात, बोलतात.

''सावकर, कुणीकडं चाललाय?

''चाललोय जरा बाजारात.''

''बरं हाय. आणि कापडं-बिपडं शिवायची असतील तर टाकत चला.''

''बरं बरं.''

''आणि बरं काय सावकर, माझं घर इकायचं हाय. कोण गिऱ्हाईक असलं तर काढा.''

''आणि तुला ऱ्हायाला?''

''मला काय, मी कुठंबी खोपटात ऱ्हाईन. मी का जास्त वर्स जगणार हाय आता?''

''तर?''

''हिकडं-तिकडं एक-दोन वर्सं. हो! परवा मत्तिरलेला लिंबू तुडीवला मी. हळद, कुक्कू त्यात घातलं हुतं आणि काजाळ लावून सुई टोचली हुती. तवा एवढं घर इकून पोरीचं लगीन करणार नि मरायला मोकळा हुणार बघा.''

''कशाला इकतोस? ऱ्हाऊ दे पोरगी त्याच घरात.''

''छे छे! तुला काय कळायचं न्हाई त्यातलं. तिला माझं भाऊबंद ऱ्हाऊ देणार हाईत, असं वाटतंय तुला?''

''देतील की. माणसं चांगली हाईत.''

''आंऽ? मग तूबी त्याच पार्टीचा दिसतोस तर.– बरं जा. पर कोण गिऱ्हाक असलं तर लावून दे. गाद्या, घड्याळं, मशीन, भांडी इकायची हाईत बघ.''

''बरं बरं.''

आणि माणसं खरोखरच आपणांस हव्या असतील त्या वस्तू तिथनं कधी कधी घेऊन जात होती.

आमच्या घरात बोलता बोलता जानदेवाचा विषय निघाला. मला गादी नव्हती. जाऊन गादी मिळते का बघावं असं वाटलं.

रात्रीच्या नऊच्या सुमाराला मी त्याच्या दाराची कडी वाजवली.

''कोण हाय ते?''

''मी हाय जानदेवा.''

''नाव न्हाई का तुला?''

मी नाव सांगितलं. त्यानं दार उघडलं. त्याच्या एका हातात भलं मोठं नि

जाडजूड कुलूप होतं. आत दिवा धगधगत होता.

मी म्हटलं, ''गावात वीज आलीया; वीज घ्यायची न्हाई?''

''वीजबोर्डाची माणसं इमानी असती तर घेटली असती.''

''त्येंनी आणि काय केलं?''

''पाच आण्याची वीज झाली म्हंजे पंधरा आणे बील!''

''हां हां.''

बोलता बोलता त्यानं उघडलेलं दार लावलं. मी दाराकडं बघितलं. दाराच्या आडाला भलाजंग सोटा दोन्ही बाजूला लोखंडी इड्या घालून ठेवला होता.

''पारेकरी हाय माझा.''

''चांगला हाय.''

दार लावून मागं सरला. दिवा पाठीशी होता तो पुढं आला. लाल भगभगत्या उजेडात जानदेव मला दिसला. एकदम भयानक! डोळे, नाक आणि तोंड यांच्या भोवती साळिंदरासारके केस पिंजारले होते. बोलतानाच फक्त तोंडाची जागा ओळखत होती. डोळे ढोलीतनं बघणाऱ्या घुबडासारखे वातावरणाचा सारखा वेध घेत होते. संशय शोधत होते. पिंजारलेले केस त्या संशयाला भेसूरता आणत होते. त्या केसांच्या वरच्या भागावर काळी फाटकी टोपी. अंगात चार खिशांचं नेहमीचं ज्याकीट. मात्र, आता फाटलेलं. कमरेला खाकी चड्डी. चिंध्या होऊनही खंबीर राहिलेली...भोवतीनं दातखिळी बसलेला मुका अंधार. त्या अंधाराला शत्रू समजून आतबाहेर पेटलेला ढणढणता दिवा. सगळंच चमत्कारिक दिसत होतं. जानदेवानं दाढी वाढविली होती. डोकं जास्तच ढिलं होत चालल्याचा भास होत होता.

''का आलाईस?''

''सहज आलो हुतो.''

''सहज न्हाई यायचास. कुणी तरी लावून दिलं असंल.''

''न्हाई न्हाई. बाबा म्हणाला तुमच्याकडं एक गादी इकायची हाय. म्हणून चौकशी कराय आलोय.''

''तुला काय करायची गादी?''

''कोल्हापुरात कारखान्यात कामाला जाणार हाय एक तारखीपास्नं. म्हटलं आपलं रातचं अंग टाकायला बरं.''

''थांब तर.''

''त्यानं दुसरा दिवा लावला. जुना दिवा. काचेचं उंच निमुळतं दुधी भिंग असलेला. वर साहेबी टोपीसारखे झाकण. मुळात पांढरा प्रकाश; पण काजळी काळवंडलेला.

''चल पलिकडच्या खोलीत.''

"चला."

स्वयपाकघरात गौरी दिसली...गंमतीची कल्पना चमकून गेली...वाघाच्या घरात शेळी भाकरी भाजती असं वाटलं. पलिकडच्या खोलीत आलो.

सगळ्या वस्तू दिव्याकडं डोळे स्थिर करून बघू लागल्या. काचेची दारं असलेल्या जुन्या कपाटात उरलेली जुनी मोठी घड्याळे आडवी-उभी रचून ठेवली होती. तबकड्या तांबूस-तपकिरी होत चालल्या होत्या. जन्मठेपीच्या कैद्यांसारखी ती त्या कोठडीत बंदिस्त दिसली. कपाटावर दोन जुने फोनोग्राफ पाय निखळल्यामुळे आणि आतली स्प्रिंगची आतडी काढून टाकल्यामुळे मरून पडले होते. शिवण्याच्या मशीनभोवतीनं धारदार पत्रा बसविला होता.

"असं का केलंय हे?"

"काय?"

"यंत्राभोवतीनं पत्रा का बसीवलाय?"

"ते व्हय? ते तुला कळायचं न्हाई. हे मशीन रात्रीचं कोणी तरी चोरून न्हेणार हाय, असा सुगावा लागलाय. न्ह्यायला लागला की त्येच्या हातात हे पत्रं घुसावंत; अशी येवस्था केलीया. आणि या खिडकीचा बोलट काढून असं दार उघडाय कोणी तरी गेलं, की ह्यो मोकळा डबा खाली पडून आवाज हुतोय. मग त्यो धरायचा नि त्या सोट्यानं झाडून काढायचा."

"गादी कुठं हाय?"

"काढतो न्हवं का." खुटीला बांधून ठेवलेली जाडजूड गादी त्यानं काढली. "ही बघा गादी. सावरीच्या कापसाची हाय." दोन माणसं झोपायची ती गादी होती.

"केवढ्यापतोर देणार ही?"

"गादी सावरीच्या कापसाची हाय. मऊ रेशीम. आता कराय गेलं तर पन्नास रुपयं तर पडतील. तुला तीस रुपयाला न्हे जा."

"ईस रुपयाला दे."

काहीच न बोलता त्यानं गादी गुंडाळून ठेवली.

"का गा?"

"तू काय गादी घ्यायला आलाईस? कुणी तरी तुला नक्की लावून दिलाय."

"तसं न्हाई गा."

"काय सांगतोस तू? ज्येनं तुला लावून दिलाय त्येला सांग; म्हणावं बाईलभाड्यासारखा असा माणूस लावून देत जाऊ नगं. यायचं असंल तर तू एकटा ये म्हणावं. मग माझं मी बघून घेतो... सरकार मला बंदुकीचं लायसन देत न्हाई गा. न्हाई तर त्येच्या पार्टीची सगळीच गोळ्या घालून ठार केली असती. आता कसंबी झालं तर माझा संसार जिथल्या तिथं खिळून पडलाय. असाबी मरणार हाय

नि तसाबी मरणार हाय. पर मीबी फाकड्या काय हलका न्हाई. घरातच बंदूक तयार कराय लागलोय. एक दीस गावातली न्हाई पाच-पन्नास गोळ्या घालून मारली, तर मिशी उतरून ठेवीन... बंदूक बघणार हाईस तू?... थांब, तुला दावतो.''

त्याचे डोळे शिशाच्या गोळ्यांगत चमकले आणि माझ्यावरचा विश्वास उडाला. माझ्या डोळ्यांत भोवरे फिरू लागले. आत जाऊन त्यानं काख वाव लांबीची खरोखरच एक बंदूक आणली. निदान नळी, खटका, दस्ता यांना आकार तरी तसा होता.

''ही बंदूक बघ. पन्नास जीव घेणार हाय हिनं. अजून थोडं काम ऱ्हायलंय.'' त्यानं खाड्दिशी खटका दाबून दाखवला. माझ्या डोक्यात झाण्णकरून कुणी तरी घण घातला. कपाटातल्या सगळ्या जुन्या घड्याळ्यांना कुणी तरी एकदम किल्ल्या दिल्या आणि तांबड्या वाणीकिड्यांच्या ढिगासारखा त्यांचा ढीग वळवळू लागला. शिवण्याच्या मशीनला नेहमीपेक्षा दुप्पट गती मिळाली. त्याची धडधड धडधड होऊ लागली. कंदिलाचं भिंग पेटून फुटलं. केसांच्या आतलं जानदेवाचं डोकं मशीनच्या चक्रागत फिरू लागलं...

''अशा गोळ्या घालायच्या बघ; अशाऽ अशाऽ'' तो खाडकन खटका ओढू लागला नि त्याच्या डोक्यात गोळ्या उडू लागल्या... गरगरत्या डोक्यानं त्या बोळाच्या अंधारातनं वाट काढत मी पळू लागलो.

■

१०

*

हूल

वारं आलं नि धूळ भुईतनं भूत उठल्यागत वर उडाली. सारं गाव लोटात बुडून गेलं. माणसं डोळं मिटून घटकाभर बसली. निघत्या वैशाखाचं ऊन आणि आज शेडगावचा बाजार. बाजारची माणसं 'पाणी पाणी' करून हाटेलात घुसतेली. घेवारीण बायका दहा पैशांची भजी नि दोन ग्लास पाणी बसल्या जाग्यालाच मागवायच्या. घाम पुसून पाणी प्यायच्या. डोईवरच्या धडप्यावर खोंगाभर पाणी शिंपडायच्या... उरलेलं सुकत चालेलल्या भाजीवर नि महाग झालेल्या कोथमिरीवर. 'गारेगारवाली' पोरं पाच-पाच पैशाला बर्फाचा एक-एक गोळा विकत होती...पोटात आग लागल्यागत ओरडून एकमेकांच्या चुरशीनं गिऱ्हाइकं बोलवत होती.

तिपाण्णाच्या हाटेलातली सगळी बाकं भरलेली. समोरची दणकट नि आवरवंडी गावठी टेबलं भिजून काला झालेली. चहापेक्षा पाणीच जास्त खपत होतं... पाणी देणारं पोरगं सारखं मधनं मधनं हेलपाटत होतं... हाटेल तर भरलेलं नि गल्ल्यात तर एक पैसा पडत नव्हता. माणसं उनं खाली उतरायची वाट बघत खोळंबली होती. हाटेलावरचा भोकाचा पत्रा तापून रवा झालेला. त्यानं आतल्या माणसांना उकडायला घातलेलं. पण हे उकडणं बाहेरच्या उनापेक्षा परवडत होतं. आत घाम काय यायचा तो येत होता एवढंच...बाहेर पायातला फुफुटा भट्टीगत धगधगत होता. त्याच्यावर हवा तापून पातळ होत लाटा उठतेल्या...या सगळ्याला माणसं वैतागून गेली होती. स्वत:लाच पिसाळल्या कुत्र्यागत फाडून खावं असं त्यांना झालं होतं. मन धाप्या देत होतं; पण सुटका होत नव्हती.

हाटेलात तावातावानं बडबडायला सगळ्यांना एक विषय मिळालेला. गेल्या बाजारी या गावातनं पाच-सहा वर्षाचं पोरगं नाहीसं झालेलं. त्यादिवशी बाजारला आलेली पाटगावची बाई ऊर बडवून आरडत होती. 'माझ्या चंद्रा ऽ रं ऽऽ! कुट्टं

तुला हुडकूऽ?' म्हणून तोंडावर हात मारून घेत होती. सगळा बाजार तिनं पालथा घातला. पोराचा पत्ताच नाही. दीस बुडला तरी गावातनं हलायला ती तयार नव्हती.

"जा बाई आता घरला, पोरगं कुठं गावलं तर आम्ही आणून घालीवतो तुझ्याकडं. पाझर फुटलेली माणसं तिला नाव विचारून सांगत होती.

"कशी जाऊऽ होऽऽ! माझा दाल्ला आता मला जित्ती ठेवायचा न्हाईऽ... पोराला आण तवा घरात घेतो म्हणंल." शोकाबरोबर तिच्या पोटात भीतीचा एक दुसराच गोळा उठला होता.

दुसरे दिवशी पहाटे उठून ती रडतच गावाला गेली... तिपाण्णानं तिला फुकट भजी आणि चहा दिला.

"पोरगं गावलं काय हो हाटेलवाले?" कोणतरी परगावचा येऊन हाटेलात जाता जाता त्या बाजारची बातमी या बाजारला विचारत होता.

"काय झालं कुणाला ठावं!"

"पोरं पळवून न्हेणारी टोळी आलीया कोल्लापूर जिल्ह्यात." एकजण गांधी टोपीवाला नि खादीच्या सदऱ्याला नीळ घाटलेला इसम त्याचं बोलणं ऐकून म्हणाला. त्याच्या तोंडात कांद्याच्या ताज्या भज्यांचा डबडबीत घास होता.

"काय सांगता!" डोळं पटक्यात गेलेल्या नि टेबलाच्या पलिकडच्या बाकावर बसलेला एक असाच चिमाजी.

" 'फुडारी'तनं आलंय तर."

"कुण्या लोकांची टोळी म्हणायची ही?"

"आता कुण्या लोकांची हे कळलं असतं, तर गावली नसती का ती मामा?" टोपीवाल्यानं पटकेवाल्याचा मामा केला.

"तेबी खरंच."

"शेडगावातबी तीच टोळी आलेली असणार. मागच्या बाजारी पोरगं न्हाई का न्हेलं पाटगावच्या बाईचं?" चहा देणारा राम्या.

"लेका, तीच टोळी आली हुती, हे तुला रं कसं कळलं?" मालकानं त्याची शेपूट पिरगळली.

"तीच आलेली असणार की हो" पोरगं स्टोव्हची हवा गेल्यागत तोंड करून फिसीफिसी हासलं.

"गप मुकाट्यानं कप भर, भडव्या. एखाद्या वक्ती तुलाच धरून न्हेल्यावर मग बसशील बोंबलत."

"तीन च्या ऽ ऽ हे!" मालकाचं बोलणं त्यान आपल्या ओरडण्यात भिजवून टाकलं नि आपलंही बोलणं कट केलं... माणसं टोपीवाल्याकडं कान करून ऐकत

होती. बाहेर ऊन तापतच होतं. पत्रा कैंगटून गेला होता.

"म्हंबयला डेलीगेशन घेऊन गेलो हुतो तवाची गोष्ट. एका भिकाऱ्याला संशयावरनं अटक केली हुती. एका पोराचं डोळंच काढलं हुतं साल्यानं."

"आणि?"

"आणि काय? पोराला भीक मागायला सांगत हुता...पोरगं आतड्यात गळ घुसल्यागत वरडून भीक मागतेलं."

"काय करायचं!"

"ते त्या पोराच्या बानं बघिटलं."

"हास्सं!" ऐकणाऱ्याचा ताणलेला चेहरा ढिला पडल्यागत झाला.

"लगीच पोलीस आलं नि हातबेड्या!"

"कुणाला?" जरा पलिकडच्या बाकावरचा आवाज.

"त्या पोराच्या बाऽला." शेजाऱ्यानं त्याला तिकडच्या तिकडंच उत्तर दिलं.

"खरं काय?"

"लेका, कुणाला बेड्या घातल्या, तेवढंबी कळत न्हाई?"

"आगा, पोलिस-खात्यात अशीच बोंबाबोंब असतीय म्हणून म्हटलं."

"शाणा हाईस. ऐक की गप."

"गप ऐक काय! तुला एक गंमत सांगतो."

हळूहळू फाटा फुटून त्याचं सवतंच झाड तिकडं वाढू लागलं.

इकडं मूळ झाड गांधी टोपीतनं वाढतच होतं. त्याच्या समोरचा भांगवाला त्याला म्हणाला, "अहो हे कसलं? मारामारीत माझ्या मांडीला टाकं पडलं हुतं तवा कोल्हापूरच्या दवाखान्यात हुतो."

"कंच्या मारामारीत?"

"ते जाऊ द्या हो." त्याच्याजवळचा तिसरा.

"तर तवा उगंच जरा जरा चालाय येत हुतं. म्हणून माझा मीच खाली जाऊन हाटेलातनं पाव-मिसळ घाऊन येत हुतो. त्या वक्ताला एक भिकारीण नि एक पोरगं असंच आलं. भवतीनं दाटी म्हणजे मी. जे ते वाकून बघतेलं."

"वाकून बघतेलं?"

"हां!"

"बाईकडं का पोराकडं?"

"थट्टा ऱ्हाऊ द्या"

"तस न्हवं, एवढं काय वाकून बघत हुतं, म्हटलं."

"तेच तर मला कळंना. मी तिकडं गेलो तर ते सात-आठ वर्साचं पोरगं

तोंडाचा आऽ करून आऽ आऽ करत हुतं.''

''बरं!''

''अहो, बरं काय! जीभ पार गळ्यातनं उपटून टाकली हुती त्येची. पोटावर हात मारून सगळ्या गावाला आपला टाळा दाखवत हुतं नी ती रांड पैशाला वाडगा फुडं करीत हुती.''

''तिचंच पोरगं असंल ते.''

''खुळा का काय! तिचं पोरगं असतं, तर रडली नसती का? उलट आ करून करून पोराचं तोंड दुखाय लागलं नि त्येनं बंद केलं, की ती त्येच्या पाठीत चिमटायची. म्हातारी बॉच्च दिसत हुती.''

''तिच्या आयला! मग त्या रांडंचीच जीभ हासडून काढायची न्हाई का?''

माणसं कानात जीव आणून ऐकत होती. नवी माणसं तिथंच येऊन दाटीनं बसत होती. पोरगं येऊन उगंच फडक्यानं टेबल पुसत तिथंच रमायला लागलं...माणसं आपली त्याला, ''गण्या, पाणी आण लेका.'' म्हणून तिथनं घालवत होती नि मधली अडचण बाजूला सारत होती.

गेल्या दसऱ्याच्या वक्ताला माळावर भिकाऱ्यांची पालं उतरली हुती...तिथं एकच पाय तोडलेलं एक गोरंपान चार वर्साचं पोरगं हुतं बघा. किती जरी फाटकी कापडं त्येच्या अंगावर घाटली असती तरी त्येची बामणी कळा काय गेली नसती. पोराकडं बघिटलं की काळजाचं पाणी हुयाचं...बाजाराला आलं, की माणसं आपली त्येला पै-पैसा देऊन टाकायची.'' चहा पिऊन झाल्यावर त्यात बुडालेल्या केसरी-मिशा पुसणाऱ्यानं आपला किस्सा सांगितला.

''अहो, तुम्ही एकाच पायाचं सांगता. मी पुन्याला येसवंतरावाला भेटायला गेलो हुतो, तवा दोन्हीबी पाय तोडलेलं एक पोरगं नव्या पुलावर बशीवलेलं बघितलं. त्येला उठायबी यायचं न्हाई नि पैसाबी घ्यायला यायचा न्हाई...फुड्यात एक वाटी ठेवली हुती, तर ती अर्ध्याला फाजील भरलेली. जवळच जरा बाजूला, एकजण व्हैमालीचा पैशाची राखण करायला बसलेला.''

आपल्या पोराला गल्ल्यावर बसवून तिपाण्णा स्वत:लाही ठाऊक न होता हळूच तिथं जाऊन बसला होता.

''अहो, हे कसलं! माझ्या देखत एका बाबानं एका पोराचं पेकाट पाठीवर पाय देऊन मोडलं हुतं.''

''कुठं हे?''

''तारदाळ्याला... माझ्या बायकूचं गाव ते. तेच पोरगं फुडं घोड्यावर बसून 'बाळाजी के हारी राऽम' करत भीक मागायला शिकलं.''

''अहो, नाना तऱ्हा. या दुनियेत हज्जार तऱ्हचं माणूस हाय... पोटासाठी

माणूस दुसऱ्याच्या पोटावर खुश्शाल पाय देतंय.''

''ह्यो काय पोटावर पाय म्हणायचा? दुसऱ्याच्या जिवासंगं खेळच की हो! पोरं कुणाची, त्येंचं आई-बा कोण आणि हे पळवून न्हेणारं साले कोण.'' कुणाला तर इन्नाकारण पान्हेव फुटला.

''अहो, ह्यो धंदाच असतोय काय लोकांचा.''

''ह्यांस्नी गळ्यागळ्याएवढा खड्डा काढून पुराय पाहिजे.''

''गोळ्या घालून ठार मारलं पाहिजे राव. पुरता कशाला?'' खून करून निर्दोषी सुटलेला नाना पवार.

''पर खरं सांगू नाना, या पोरांच्या आई-बास्नी का कळू ने?... आपली पोरं कशाला कुठं पाहिजे तिथं सोडावीत म्हणतो मी.''

''आता काय कुणाला चारी येळा ठावं असत्यात व्हय, येसबा?''

''पर मी म्हणतो– ही माणसं पोरं तरी पळवून नेत्यात कशी?'' विषय संपत आला, हे एकाच्या ध्यानात आल्याबरोबर त्यानं डोसकं लढवून पुढचा प्रश्न उकरून काढला.

''अशीच की, आदूगर कोणतरी माणूस कसलं तरी रूप घेऊन येतंय नि पोरं न्ह्याळून जातंय. मग उनाचं, न्हाईतर असंच बाजारच्या दाटणीत भूल देऊन पळवून न्हेत्यात.''

''चार माणसांत भूल?''

''त्येला काय हुतंय? जादूवाले जादू घालत न्हाईत एखाद्या माणसावर— तसंच.''

''एखाद्या वक्ती औशीद शिंपडलेला रुमालसुदीक एखाद्याच्या म्होरं न्हेत्यात नि बेशुद्धी करत्यात.''

''आणि माणसं आली म्हंजे?''

''वळखीची आली तर घेऊन जात्यात की. त्या वक्ताला पळवे लोक गप्पच बसत्यात आणि नसतील कुणी वळखीची माणसं, तर मग 'आमचं माणूस' म्हणून घेऊन जायाचं.''

''तसं करीत न्हाईत.. बारक्या पोरांस्नी काय तरी खायाला देऊन भुलवत गावाबाहीर न्हेत्यात नि एकाद्या वक्ताला दागिनंच तेवढं काढून लावून देत्यात. एकाद्या वक्ताला पोरालाच घेऊन जात्यात.''

''जात असतील बाबा... मागच्या बाजारी ते पोरगंबी असंच गेलेलं असायचं.''

''तर आणि काय.'' ऊन तापतच होतं.

समोरच्या पिंपळाच्या पारावर एक म्हातारी बसलेली. नुसता हाडांचा सापळा. केसांचा वाख डोळ्यांवर आलेला...डाव्या हातातला पुडा तिनं सोडला. हातात

बेतानं धरून तो अबदार पसरला. शेवचिवडा एका जागी कालवून ती चार चार दाणं तोंडात टाकू लागली...पिंपळाबुडी खेळणारी पोरं तिच्याकडं एकटक बघत होती.

एक पाच-सहा वर्षाचं फाटक्या कुडत्यातलं पोरगं शेव-चिवड्याच्या घासाकडं बघून लाळ गिळत होतं...हळूहळू ते पुढं आलं. तिच्याजवळ येऊन तसंच उभं राहिलं. म्हातारीनं मानेनंच त्याला आणखी जवळ बोलावलं. त्याच्या हातात चिमूटभर चिवडा ठेवला. त्या पोरानं तो चटदिशी खाल्ला. जीभ तोंडातनं चाटून घेत पुन्हा तसंच उभं राहिलं. म्हातारीनं त्याच्या हातावर आणखी चिमूटभर चिवडा दिला.

एकाएकी सगळं हाटेलच्या हाटेल एकदम ईर उठल्यागत 'ह्या ऽ ह्या ऽऽ हाणा ऽ बडवाऽ' करत उठलं नि म्हातारीच्या अंगावर ताड ताड ताड दणक्यांचा पाऊस पडला. बुक्क्या आणि लाथा चारी बाजूंनी बसू लागल्या... तोवर कुणी तीन-चार काठ्या आणल्या. कैक जणांनी पायातली नाला मारलेली पायताणं काढली...हाणाऽ! माराऽ! सोडू नका तिच्या भणं!... ती पालथीच पडली. काठ्यांनी तिच्यावर टिप्परघाई धरली. तिच्या आखा गवसून डोसक्यावर पायताणं बसली. थोडा वेळ ती ओरडली नि मग गप्पच पडली... नुसती कण्हून कुंथू लागली.

अंगावरचं फाटकं नि मळकटलेलं निळं लुगडं जांभळं जांभळं होत गेलं. पांढरी केसं दोन जागी रंगून तांबडी झाली...ती तशीच निपचित पडल्यावर माणसं बाजूला झाली.

"सोडा, मरंल आता."

"मरू दे, हाणा."

"बहुतेक मेलीच असणार आता."

"आयला! मघाशीच माझ्या जवळनं शेव-चिवडा घेऊन गेली हुती... त्यात औशीद कालीवलं असणार." हाटेलातला राम्या.

"शेणी वड्यावर गेल्या तरी असलं धंदं करती, खज्जाळी."

सगळा बाजार तिला बघायला धावून आला. वरचं ऊन नि पायाखालचा तापलेला फुफुटा माणसं क्षणभर विसरली... नुकतीच वावटळ येऊन सगळ्या बाजारभर धुळीचा लोट उडाला होता, तरी माणसं आवाजाच्या रोखानं पिंपळाकडं एकमेकाला थडकत पळत वाट काढत आली होती...घटकाभर सगळ्यांनी तिला बघून घेतलं.

"पोरं पळीवणाऱ्या म्हातारीला धरून बडीवलंय. पिप्पळाबुडी मारून टाकलीया." गावातनं अशी आवई उठली नि सगळी घरं हातातली कामं टाकून तिथं जमा झाली.

चावडीत पाटील होता. त्या बातमीनं त्याची उत्सुकता जागी झाली नि "काय बैदा केलीसा रं?" म्हणत तो घोड्यावरनं तिथं आला. सगळी दाटण बाजूला झाली.

त्यानं म्हातारीला तशीच धुळीत पालथी पडलेली बघितली. मरणाच्या वाटेला लागून ती कण्हत होती...भवतीच्या लोकांनी घडलेली सारी हकीकत सांगितली.

"पर लेकांनू, ही पोरं पळवायलाच आली हुती कशावरनं?"

"आता समद्या गावानं बघिटलं तर."

"आरं, गाव एक श्याण खातंय; म्हणून तुम्ही खातासा? पोराला खायला देणं येगळं नि हात घालून पळवून न्हेणं येगळं... कायद्याचा पाईंट हाय ह्यो. — कोणतरी म्हातारीचा न्हवरा न्हाईतर सोयरा आला म्हंजे समद्या गावावर केस घालंल नि माझ्या बुडाला बुच्च आणंल...राज्य कुणाचं हाय हे?"

"जन्तेचं!" कोण तरी बोललं. सगळ्यांच्याच तोंडाच्या काठावर हासू आलं होतं; पण पाटील समोर होता म्हणून ज्यानं त्यानं ते आत दाबलं.

"मग कसं म्हणतासा?"

शेवटाला पाटलानं लेखी पंचनामा करून; "बाजारच्या लोकांनी मारली. कुणी मारली ते कळलं न्हाई." असं लिहून म्हातारीला आठ-दहा मैलावरच्या तालुक्याला गाडीतनं नेऊन दवाखान्यात टाकली नि पाटलाची गाडी परत गावाला आली... बेवारशी म्हणून नोंद झाली.

म्हातारीला मरणाच्या अगोदरचा जबाबही द्यायला येईना. ती नुसती बेशुद्धीत कण्हत होती. डॉक्टरांनी सगळ्या जखमा बांधून आणि टाके घालून तिला वार्डात निजवलं. ड्यूटी संपल्यावर ते घराकडं निघून गेले.

रातपाळीची नर्स आली. नाव नसलेली बेवारशी केस वाचून तिला उत्सुकता वाटली नि त्या म्हातारीला तिनं न्याहाळून बघितलं...बघता बघता तिला म्हातारीचा चेहरा कुठंतरी पाहिल्यासारखं पुनः-पुन्हा वाटू लागलं. तिच्या डोक्यात एकदम साखळी जोडली. — वार्ड बॉयला हाक मारून ती म्हणाली; "ही गेल्या महिन्यात एकदा आपल्याकडं आली होती... कण्हेरीच्या वाडीची असावी."

मग तिनं कालच्या सगळ्या नव्या केसिस चाळल्या आणि अंदाजानं कण्हेरीच्या वाडीचा एक केसपेपर काढून बाजूला ठेवला... म्हातारीला खूप बोलवण्याचा प्रयत्न केला; पण ती शुद्धीवर आलीच नाही. अखेरपर्यंत डोळे न उघडताच पहाटे पहाटे ती संपली.

सकाळी डॉक्टर आले. ते थंडच होते. पण नर्सच्या सांगण्यावरून त्यांनी चार-पाच मैलांवर असलेल्या कण्हेरी-वाडीला माणूस पाठविला नि चौकशी केली. शेडगावच्या पाटलालाही त्यांनी बोलावून घेतलं.

दुपारी मरतुंगड्या बैलाची एक गाडी आली. बरोबर तीस पस्तीस वर्षाचा म्हातारीचा मुलगा होता...दीनवाणा. कशाचाही पत्ता नसलेला. म्हातारीला बघून त्याच्या बावळ्या डोळ्यांत केविलवाणं पाणी आलं; पण दवाखान्यात रडायला

त्याला नको वाटू लागलं... त्याला आवरून धरायला तिथं कोणी दिसेना. सगळीच स्वच्छ कपड्यातली माणसं. अनोळखी शिकलेली.

"तुझीच काय रे म्हातारी?" डॉक्टरांचा कोरडा प्रश्न.

"व्हय. आई माझी!"

"आणि हिला एकटीलाच कशाला सोडलं होतंस?"

"औशीद खायला काल सकाळी आली हुती."

"अरेऽ, पण एकटीलाच कशाला सोडलं होतंस?"

"सदा एकटीच येती. मी बैलं घेऊन भाड्याला गेलो हुतो."

डॉक्टर हतबुद्ध झाले. त्यांनी दुसरा प्रश्न विचारला,

"आणि वाट सोडून शेडगावला कशाला गेली होती?"

"फुडं पाटगावला माझी भण हाय. तिच्याकडं जाणार हुती."

"चालतच?"

"व्हय. तसंच काम हुतं— भणीचा पाच-सा वर्साचा पोरगा शेडगावच्या बाजारात चुकला; असा सांगावा आला हुता."

"छान!" म्हणून डॉक्टर आत निघून गेले. गाडी आलेली बघून जवळच्याच क्वार्टर्समध्ये राहणारी रातपाळीची नर्स आली होती. ती गप्पच उभी होती. पाटीलही डॉक्टरांच्या खोलीत निघून गेला.

म्हातारीच्या पोरानं नर्सच्या घरातलं पाणी प्यायला मागून घेतलं. चूळ भरली. चार घोट घटाघटा प्याला. उरलेल्या पाण्यानं त्यानं तोंड धुतलं. डोळ्यातलं पाणी त्या पाण्यात मिसळून सोडून दिलं.

सोडलेली गाडी पुन्हा जोडली. म्हातारीचा बँडेज बांधलेला देह गाडीत उचलून घेतला. बरोबर बसायला आणलेलं घोंगडं तिच्यावर पांघरलं... गाडी तयार झाली.

नर्सच्या पोटात गलबलून आलं. तिला परवा दिवशीची सकाळ आठवली... दवाखान्यासमोरच असलेल्या तिच्या घराजवळ झाडाखाली बसलेली म्हातारी...

"वाईच पाणी वाडा हो, नरसबाई. न्ह्यारी केली."

"कोणच्या गावची?"

"कणीरीच्या वाडीची."

"कुठं चाललीस?"

"लेकीच्या गावाला. जाता जाता औशीदबी खायाचं हुतं...पोटात नुसतं तोडतंय बघा चार चार दीस."

पाणी घालता घालता पांढऱ्या केसांकडं बघून तिनं सहज चौकशी केली होती.

"डॉक्टर बोलावतात." कंपाऊंडर बाहेर येऊन म्हातारीच्या पोराला सांगून गेला. पावकड्याला कासरा बांधून पोरगा भीत भीत आत गेला.

कसल्या तरी कागदावर त्याचा अंगठा करून घेतला.

"आता घरी जाऊन तिची व्यवस्था लाव."

"व्हय जी."

तो परतला. शेजारी बसलेल्या पाटलानं त्याला जाता जाता सुनावलं; "आणि आता शेडगावाकडं फिरकू नगं. गावात हूल उठलीया. त्याच म्हातारीचा ल्योक म्हणून तुलाबी धरून ठार मारतील."

तो काहीच बोलला नाही.

"कसं?" पाटलाचा आवाज.

"मी जी कशाला येऊ तिकडं?"

गाडी हळूच आलेल्या वाटेनं मागं फिरली. मरतुंगडी बैलं खाली माना घालून गावाकडं म्हातारीचं ओझं घेऊन चालली... नर्स तरीही काही बोलली नाही... तिला फक्त लेकीच्या ओढीनं तुरुतुरु वाट तुडवत चाललेली म्हातारी आई दिसत होती. ∎

११

❋

भोलेनाथाची मर्जी

जादूचा खेळ केला नि नुसतं चाळीस पैसे जमलं. सामान पोतडीत भरून इराप्पा पालाकडं चालला. आलेल्या नव्या पाण्यानं हगवण लागलेला ग्रामसेवक सुबराव दारात गुडघे कानापर्यंत घेऊन बसला होता. नुकतीच बदली झालेली. त्यात हे आडगाव. त्यात हा आजार. तो जिकिरीला आला होता.

''सलाम पाटील.'' इराप्पानं त्याला सलाम केला.

''सलाम.''

''तुमची तब्येत ठीक दिसत नाई.''

''पाणी बाधलं गा या गावचं''

इराप्पा त्याच्यासमोर बसला. त्याचा हात नि चेहरा बघितला. ठेकेबाज भाषेत सटासट बोलू लागला. 'सकाळी, दुपारी, सांजचा, रात्री कवाभी परसाकडं होतो. पोटात चावतो, हात-पाय आकडतो, भूक मंदावतो, तान लागतो, नदर झापडतो; मर्जी असेऽल तर वोषद देतो, नसेऽल तर जातो.''

एका दमात तो घडाघडा बोलला. सुबरावला वाटलं; असेल देशी औषध तर बघावं. बरं वाटलं तर वाटलं.

''तुझ्याकडं कसलं औषध आहे?''

''भरोसा राखो पाटील. ये ताईत हय. – खेड्यामंदी कोणी मूठ मारतो, मत्तीर घालतो, लिंबू काटून दारात टाकतो. जादू घालून हाग-वक लावून जातो. उद्या सोमवार. आमच्या गुरूचा वार, भुताचा कर्दनकाळ. सकाळी उठून देवाचं नाव घे. उपाशी पोटानं आंघोळ कर, देवासमोर जा नि ये ताईत बाया दंडामदी बांध. एका दिसामदी हाग-वक नाई बंद झाला तर इराप्पाचं नाव बदलून ठेव... ताईतची कीमत जादा नाई, च्या पिऊन मुतून जाईल एवढीच हय. शीर्प आठ आना.''

बडबडून त्याच्या गळ्यात त्यानं ताईत बांधलं. पुन्हा निरखून हात बघितला. "थोडा त्रास हय पाटील... शंकर भोलेनाथाची गैरमर्जी. त्येचा वार कर. सोमवारी काय खाऊ नको. या गावाला भुताची बाधा बहोत. गावामंदी शंकराचं देऊळ हय. त्याचेवर गावाची नदर नाई. भोलेनाथ तुला पर्सन्न होईल पाटील, तू सोमवार कर. जल्मामंदी साप मारू नको, जीवदान दे. खेड्यामंदी साप बहोत. माझ्याकडे चार साप हय पाटील, याच गावामंदी पकडले."

"तू साप पकडतोस?"

"हां पाटील. सापाचे विष जालीम, वोषद माझ्याकडे हय. पुंगी वाजवतो, पावरी वाजवतो, मत्तीर घालतो, साप डोलतो...दोरीसारखा उचलून घेतो."

खूप बडबडून इराप्पा पावसातच जायला उठला.

जवळच दोन-अडीच फर्लांगांवर माळ. दुपार होती तरी आभाळात दाट ढगांनी अंधार करून टाकलेला. सैल अंगानं ढासळणाऱ्या पावसानं सगळा माळ धुकट-धुरकट झाला होता. त्या विस्तीर्ण माळावर इराप्पाचं पाल थबथबून भिजत होतं. पालाच्या भोवतीनं गटार काढलेली, पाणी उतरणीला सोडलेलं तरी पालात ओल सरकली होती. सगळा माळच पावसानं खोलखोल गरवून गेलेला. त्यात इराप्पाच्या पालाचा टवका तेवढाच कसा वाळला राहाणार?

एकटंच पाल. पावसात गावलेल्या चुकारीच्या जनावरागत भिजत राहिलेलं. आतनं-बाहेरनं गारठलेलं...गरवलेल्या त्या भुईवरच इराप्पानं कुठलं तरी वाळलं गवत आणून आंथरलं होतं नि त्यावर पटकुरात घालून गंगव्वाला निजवलं होतं. तिच्या हाडांचा नुसता सापळा पडलेला. मांस मिठागत विरघळून गेलेलं. हाडंही कठीण होती म्हणून राहिली होती; नाहीतर झिजून कधीच संपली असती. तिला चालता येत नव्हतं की हलता येत नव्हतं. गारवा खालनं हाडात शिरत होता तरी काही करता येत नव्हतं. मोडक्या पिंजऱ्यासारखं फक्त पडून राहणं. उशाच्या खिळ्याला बांधलेलं एक धडपडणारं मुंगूस.

तिला तशीच ठेवून तो साप ठेवलेल्या टोपल्या घेऊन एखाद्या वेळेस मुंगूसही घेऊन गावात जाऊन येत होता. काहीतरी खेळ करायचा. हरहुन्नर करायचा नि दोघांच्या पोटापुरतं शिळंपाकं घेऊन यायचा. खरं म्हणजे तो नुसता सापगारडी; पण त्यानं जादूचे बारीकसारीक खेळही गोळा केले होते. जादूवाल्याची भाषाही नक्कल पाठ केल्यागत बोलत होता. खेळाबरोबर मंतरलेले ताईत विकायचा. गावातले सापही पकडायचा. काही तरी करून पोट पार पाडत होता.

या पावसाळ्यात त्याचे हातपाय बांधून टाकल्यागत झालं. ऊन-पाऊस-थंड जन्मभरच सोसत होता. सतत जळणारी पोटातली भूक तर कायम संभाळत होता;

पण तिच्यासाठी त्याला यावेळी हलचाल करता येईना. एकटाच त्या माळावर पाठीमागं राहिला होता. कुरुकलीच्या म्हसोबाची जत्रा झाल्यावर सगळ्या माळभर कापलेल्या कोंबड्यांची काळी-पांढरी पिसं पसरतात. आठ-दहा दिवसांत मग माळावरची दोन-तीन महिने ठिय्या देऊन बसलेली पालं हलू लागतात. पावसाअगोदर निरनिराळ्या गावांना जाऊन आपल्या कोरड्या जागा पकडतात. त्या दोन-तीन महिन्यांत सण, लग्नं, जागरणं, तमाशे होतात. सगळं कुरुकली गाव भीक घालून घालून वैतागून जातं.

पण यावेळी इराप्पाला कुरुकली सोडता आली नाही. गंगव्वाचा खोकला नि आजार वाढत गेला. तिच्या लोकांनी तिला खूप औषधं पाजली; पण उपयोग झाला नाही. शेवटी झिजणीला लागली ते लागलीच. पावसाळ्यात जास्त झालं. जरा बरं वाटल्यावर हलू असं त्यानं ठरवलं, ते काही जमलं नाही. सारखा एकाच गावाला वणवा नको म्हणून तो आसपासची गावं दिवसभर फिरून सांजचं परत यायचा. तोपर्यंत गंगव्वाची हाड जिवंत असायची. राती त्या गारठ्यात एकमेकांची एकमेकाला सोबत. भोवतीनं विस्तीर्ण माळावरचा अंधार आणि त्या अंधाराच्या मनात सतत भिजत पडणारा पाऊस.

तो पालात आला. गंगव्वा पालाच्या आढ्याकडं डोळं उघडं लावून उताणी पडलेली. उघडं डोळं आहेत हे बघून त्याला बरं वाटलं. त्यानं टोपल्यावर टोपल्या रचून ठेवल्या. खांद्यावरचं मुगूस खिळ्याला अडकवलं. झोळीतनं शिळं तुकडं काढलं नि गंगव्वाच्या पुढ्यात ठेवलं. तिनं ते घटकाभर कुडूम कुडूम करून खाल्लं. दातात बळ होतं.

इराप्पा पायावर पाय घालून गप्प बसला...कुठं काही मिळत नव्हतं. खेडेगावात पावसाळा कठीण. तशात हे गाव एवढं एवढंसं. तालुक्यापासनं पार आत. पाऊस वेड लागल्यागत पडतेला. त्यातनही त्यानं तालुक्याला जाऊन गंगव्वासाठी दवाखान्यातलं औषध आणलं. पण डॉक्टरांनी सांगितलं होतं तिला घेऊन ये म्हणून. तिला न्यायची कशी?... पाठकुळीवरनं पावसातनं अठरा मैल नेणं कठीण होतं. दोन-अडीच मैलांत पिंढऱ्या पिंढऱ्या एवढा चिखल नि काळवट रान. गाडीशिवाय शक्य नव्हतं... फुकट गाडी द्यायला कोणी तयार नव्हतं... गेल्या पंधरा दिवसांत आठ-दहा रुपये जमवण्याचा तो प्रयत्न करत होता; पण ते काही जमून येत नव्हते. साप विकण्याचा विचार होता. पण ते आता घेणार कोण? सगळे निरनिराळ्या गावाला निघून गेलेले... पुढच्या उन्हाळ्यात त्याला साप पकडता आले असते. पण हे सगळं मनात राहत होतं नि तो कुरुकलीतनं घोटाळत होता...मनाशी काही तरी ठरवत होता. रात्रीचं गावात जाऊन येत होता.

रात्री जेवण करून सुबराव आणि दादू गप्पा मारत होते. सुबरावची बायको आत एकटीच जेवत होती. ट्रॅन्झिस्टर खरखरत काही तरी म्हणत होता. दहा वाजून गेलेले. एकाएकी दिव्याच्या उजेडात झळझळत काळा किरण यावा तसा लांबडा न्हाणीतनं आत आला नि सरळ भिंतीकडेनं आत सरकू लागला. सुबराव टान्‌दिशी उडाला.

"दादू, साऽऽप!"

"आरं, तिच्या बायली." दादू धोतर आवरून उभाच राहिला. साप म्हटल्यावर बायको किंचाळत बाहेर आली नि साप गडबडीनं सळसळत आत शिरला.

"आता काय करायचं?" सुबराव लटपटत होता.

"काठी आणतो थांबा." दादू बाहेर सटकला.

झटक्यानं काठी घेऊन आत आला. सुबरावनं बॅटरी लावली...चुलीजवळ गेला होता. जवळच काचेचा कंदील लुकलुकतेला.

"आता कसं करायचं, साहेब? खंदील एखाद्या वक्ती फुटायचा.

"फुटू दे, मार."

जिवावर उदार होऊन त्यानं मधे काठी घातली. मणका मोडला नि लांबडा चुलीवरनं खाली कोलमडला. कंदील तसाच राहिला. दादूला ते बरं वाटलं नाही...स्वच्छ कंदील. त्यानं खच्चून एक रपाटा कंदिलावर टाकूनच मग दुसरा पुन्हा सापावर टाकला... काचा खळ्ळ करून फुटल्यावर बरं वाटलं.

साप मारल्यावर गल्लीतली माणसं जमली. मग साप तपासणं. नागच निघाला; पण तसा लहान होता. त्याच्या तोंडात पैसा घालून त्याला माणसांनी कोरडी जागा बघून चिंध्या-गवतांनी जाळून टाकला...सुबरावला खेड्यात साप फार आहेत याची जाणीव झाली. साप ठेचल्यावर त्यानंही दोन काठ्या त्याला घातल्या.

सकाळी दारावरनं फेरी मारत इराप्पा चालला. जाता जाता त्यानं सुबरावला सलाम केला.

"तब्येत कशी पाटील?"

"परसाकडं थोडं कमी आहे."

"ताइतचा गुण. सोमवार करतो की नाई?"

"विसरूनच गेलो."

"काही हरकत नाई. भोलेनाथ तुला माफी करेल...फुडचा सोमवार विसरू नको."

"अचानक साप निघाला."

"हरहर शंभो! भोलेनाथ कोपला. काय केलं मग?"

"मारला दादू मगदुमानं."

"शंकर त्याचं भलं करो...पाटील, पुन्हा असं करू नको. माळावरच मी ऱ्हातो. दोन मिंटांत तुझं घर सापापासनं मोकळं करतो. अंगारा बांदून देतो. फिरून साप आला तर इराप्पाचं नाव बदलून ठेव."

सुबरावचं मन क्षणभर चिंताकुल झालं. कशाला या गावात बदली झाली असं त्याला वाटलं...बिडी ओढून इराप्पा निघून गेला.

पाच-सात दिवसांनी सकाळी उठल्याबरोबर सुबरावची बायको चुलीकडं गेली नि किंचाळत बाहेर आली... चुलीच्या जवळ वेटोळ्याची चुंबळ.

"साप काय गं?" अभावितपणे सुबराव ओरडला. तोपर्यंत ती ओरडून रस्त्यावर गेली होती.

"चावला-बिवला काऽय?"

"नाहीऽऽ" तिचा सूर वरचा. तिला वाटत होतं, आपण भरपूर पाप केलंय.

"मग एवढी कशाला ओरडाय लागलीस! पायबीय पडला?"

"नाहीऽऽऽ." तिला शोक अनावर होत होता. ओरडल्याशिवाय चैन पडत नव्हती.

गल्लीतली माणसं धावत आली. दादू काठी घेऊन आला. दादूला बघितल्याबरोबर सुबराव एकदम भानावर आला. त्याला वाटलं, इराप्पाला बोलावून आणावं. उगंच या पापाचे वाटेकरी नको.

"मारू नका. थांबा, एखाद्या वेळेस देवाबिवाचा असायचा." सुबराव.

"कुठला देव नि बीव घेऊन बसलाय. तात्या काठी घेऊन ये जा रं दुसरी." दादूनं शेजारच्या तात्याला पिटाळलं.

"नको, दादू. माळावरच्या गारुड्याला बोलावून आणावं."

"तवर कुठं तरी जाऊन बसला म्हंजे?... ते बघा आत्ताच भिंतीवर सरकाय लागलाय."

"एवढ्या सकाळी कसा काय साप आला गड्या?' एक गुलहौशी बोलला.

"रातीचा कवा येऊन बसलेला दिसतोय."

ते ऐकून सुबरावची बायको मनात खोलवर चरकली.

"राती आलेला साप अजून कसा ऱ्हाईल गा?"

"उबीला पडलाय ते पडलायच."

"घर गल्लीच्या टोकाला हाय. कुठलाबी रानातला साप येणारच की." चर्चा रंगात आली.

"तसल्यात हे गाव कसलं? सगळीकडं वसाड. पावलाला साप भेटतील असं." कोण तरी गणुराया.

तात्या काठी घेऊन आला नि दोघांनी सापाला बडवून काढला.

आठ दिवसांनी तिसरा साप रात्री आठ-नऊ वाजताच निघाला नि हगवणीचा आजार वाढलेला सुबराव इराप्पाला बोलवायला बॅटरी घेऊन पळाला. तोवर सुबरावच्या बायकोनं आपल्या वरच्या सुरानं माणसं जमवली.

सापाचा चेंदामेंदा झाला.

इराप्पाला घेऊन सुबराव आला, तेव्हा उताणा पडलेला साप इराप्पाच्या पुढ्यात ढकलला...त्याचं मन आतल्या आत चेचल्यागत झालं. पण सूर धरून तो बोलू लागला.

"...एका आदमीच्या घरात तीन साप; हे भोलेनाथाचं पाप हाय बाबा पाप. गावात शंकराचं देऊळ हाय. त्येच्येबरोबर जिगर नाई. गावाची त्येला भी कदर नाई."

तो बोलू लागला नि गल्लीतल्या बायका खरंच वाटून त्याच्याकडं श्रद्धाळूपणानं बघू लागल्या. एकदोघींना सोमवार करून विनाकारण सोडून दिल्याची रुखरुख लागून राहिली. सुबरावच्या बायकोला दोघी-तिघींनी तिथल्या तिथं सोमवार करायला सुनावलं.

दादूनं इराप्पाला उडवला. "लेका, देव काय लोकाच्या घरात साप सोडतोय व्हय?"

"तो साप नाई बाबा, भोलेनाथाचा दूत हाय. बहोत लांब जातो. सांबाला चाये असेल ते आणतो."

या सापाच्या तोंडात गल्लीतल्या बायाबापड्यांनी तोंड भरून पैसे घातले नि त्याला विधिपूर्वक जाळला. जाळून काढल्यावर प्रत्येकानं आपापला एक पैसा भक्तिभावानं उचलला नि घराकडं नेला... पैसा पुजायचा. इनाकारण शंकराचा कोप नगं.

...ठेचल्या मनानं इराप्पा परत फिरला. त्याला वाटलं; गंगव्वा आता मरावी. तिच्या हाडावर आता मांस साठणं कठीण होतं; पण मरणही लवकर येत नव्हतं. उदास मनानं तो पालात येऊन हलकी झालेली टोपली उशाला घेऊन पडला.

सोमवार होता. पाऊस थबथबत होता. माणसं दुपारची जेवणं करून बसलेली आणि उरलेलं मागण्यासाठी इराप्पा गावभर हिंडतेला...बरोबर नुसती पुंगी नि मळकट पोतडी.

सुबराव जेवण करून खाटेवर उगंच उताणा पडला होता. उशाला ट्रॅन्झिस्टर खरखरतेला. बायकोनं आज आठवणीनं सोमवार केला होता. दादूची बायकोही तिच्याबरोबर बोलायला येऊन बसली होती...धपकन सोप्यात काही तरी पडल्याचा आवाज झाला. सुबरावची बायको लक्क करून हलली. आत जाऊन बघितलं तर

कुठंच काही दिसलं नाही. पुन्हा बाहेर आली. तीन सापांच्या आठवणी काढून रंगून गेली.

दोघी ऐन रंगात आल्या नि सोप्यातल्या उंबऱ्यावर भलं जंग मुठी एवढं मुंडकं चकाकलं... काळ्या जिभा दोनपानी चाकूगत बाहेर येताना दिसल्या. सुबरावच्या बायकोनं डोळं पांढरं केलं नि ''देवाऽ ऽ'' म्हणून किंचाळली. सुबरावनं गडबडीत ट्रॅन्झिस्टर बंद करायच्या ऐवजी तो जास्तच ठणठणता केला...महमद रफी ओरडून गाणं म्हणून लागला. बायकांनी जास्तच दंगा सुरू केला; त्या तालावर नाग फणा काढून फुस्स करून उंबऱ्यातच उभा राहिला.

गल्लीत वर्दी केली. पलीकडच्या गल्लीत इराप्पा भीक मागत होता; त्याला कोणी सांगितलं. धावत आला.

गर्दीतनं वाट काढत बेधडक घरात शिरला नि ओरडला, ''ठे ऽ रो! भोलेनाथ के दास, मौत के महादूत; माझा काय पाप नसेल, तुझा सर्वाई बाप असेन, तर तिथंच थांब. असेल ते भोगून जा, भागून जाऊ नको.'' त्यानं झाकलेल्या मुठीतनं त्याच्यावर मंतर हाणला. नाग जवळ जवळ दीड हात उभा राहिला नि फणा काढून तेवढ्या उंचीवरनं जमिनीवर आपटू लागला... माणसं चित्रासारखी उभी. पोरं दाटणीत येऊन माणसांच्या टांगड्यातनं तोंड काढून गंमत बघतेली.

इराप्पाचे डोळे खिळले. त्यानं हळद, कुंकू, पाणी, दोन नारळ, तांदूळ, निरांजन आणायला सांगितलं. झोळीतली ताइतं काढली. चाकू काढला. रिंगणं मारून घेतली. नागाभोवतीनं राखेच्या रेघा काढल्या नि त्याला बांधून टाकला...किती प्रचंड होता तो.

मत्तीर बडबडून त्याची नि शंकराची पूजा केली नि सरळ हळद-कुंकू फेकत फेकत नागाला धरण्याचा प्रयत्न करू लागला. नाग फोफाटत होता. भिऊन मागं सरकत होता, हातावर फणा मारत होता. इराप्पा चपळाइनं हात काढून घेत होता.

शेवटी इराप्पा चिडला. हात-पाय आपटू लागला. हातावर चाकूनं जखम करून घेतली नि ''चावऽव, चाऽव; हिम्मत असेल तर चाऽव. तुझ्या बापाचा जीव घे.'' असं म्हणून झटक्यानं सापाच्या फणीखाली हात घातला. मान बरोबर बेचकीत पकडली. माणसं केळीच्या पानागत थरथरली.

मग पुन्हा मत्तिर. जमलेल्या माणसांकडून पैसे...खिळून गेलेली एवढी गर्दी, हळद-कुंकवाचा पिवळा-लाल रंग, तांदळाचे सडे. रिंगणं, निरांजनांचा पिवळा प्रकाश, फुटलेले दोन नारळ नि पसरलेली राख बघून सुबरावला क्षणभर भान हरपल्यागत झालं...काही तरी मन गुंगवून टाकणारं जाणवू लागलं...इराप्पाच्या हातात कर्दनकाळासारखा प्रचंड नाग वळवळतेला.

''पाटील, भोलेनाथ पर्सन्न कर. जान धोक्यात घालून तुझ्या घरावरची, दारावरची,

तुझ्यावरची, बायको-पोरांवरची पीडा पकडली. मत्तीर घालून सुई बांधली; घर निर्धास्त झालं; जिंदगी उदंड होईल. हिम्मत असेल तर पाच रुपये दे नि या इराप्पाची किम्मत कर.''

सुबरावनं ट्रंकेतील पाचाची नोट काढली नि सरळ त्याच्या हातावर ठेवली.

''या बापड्याच्या पाया पड.''

त्यानं नागाला नमस्कार केला. त्या गर्दीत सापाला घेऊन इराप्पानं चार-चार आण्याला दहा-बारा ताईत विकले. भोलेनाथाचा अंगारा नि खोबरं फुकट वाटलं. नारळ झोळीत घातला.

''इराप्पाजवळ आता पाच साप झाले.'' म्हसोबाच्या जत्रेत चार सापांचा खेळ बघणाऱ्या पोरानं आवाज काढला.

''हांऽ पाटील.''

''आता ह्येचा खेळ कवा दावणार.''

''हे देवाचा हय बाबा. भोलेनाथानं परमानगी दिली, तर फुडच्या जत्रंला खेळ करून दाखवीन.''

''इराप्पाजवळ असलाच दांडगा आणखी एक साप हाय.'' एक पोरगं टांगडीतनं तोंड काढून दुसऱ्या पोराला सांगत होतं.

दादू चमकला. या सगळ्या प्रकाराकडं संशयानं बघत, वाटलेलं खोबरं खात खात निघून गेला. इराप्पा हातात नाग घेऊन सुबरावला सलाम करून माळावर परतला... बाहेर पाऊस थबथबत होता.

किनीट पडत चालली...पाऊस परतून घराकडं गेल्यागत वाटला. दिवसभर पाऊस होता तरी इराप्पाला पालात ऊब आल्यागत वाटत होतं...उद्या तालुक्याला गाडी करायची नि जायचं. डाग्टराचं पाय धरायचं. बाटल्या इकत आणायच्या. हिला सुया टोचायच्या नि म्हैनाभरात बरं करून टाकायचं.

...अधनं-मधनं बायकोशी एकटाच बोलत होता.

''उद्या आता गाडीतनं तुला घेऊन जाईन. पालबी उपडून न्हेऊ या.''

''अंऽ.''

''साताऽठ रुपय हाईत. तुला खाना खायला मिळंल.''

''...''

''ऊन ऊन भात करून घालू?''

''अंऽ''

''तांदूळ आणलेलं हाय.''

चूल पेटवून त्यानं तांदूळ चुलीवर घातलं. भसाड्या आवाजात तो गाऊ लागला. खिळ्याला गुंडाळलेलं मुंगूस त्याच्याकडं लालेलाल डोळ्यांनी बघत होतं.

खरकटं पाणी टाकायला तो बाहेर आला नि दहा-बारा जणांचा घोळका त्याच्या पालाच्या पाठीमागनं येताना दिसला. तो पोटात हलून गेला.

हातांत काठ्या घेऊन माणसं सभोवार उभी राहिली. दादू पुढं सरकला.

''इराप्पा, तुझ्याजवळ साप किती हाईत?''

''पाच हयत, पाटील.''

''दाखीव बघू.''

''रातचं सोडलं तर माळाला पळतील, पाटील उद्या दाखवीन.''

''आत्ता दाखीव.''

''सांज करून साप बाहीर काढत नसतो...वाटलंच तर उद्या तुमच्या दारात फुकट खेळ करीन.''

''आत्ता नुसत्या टोपल्या उघडून दाखीव.''

''आत्ता नको पाटील, दिसाच्या अंतकाळी. ताजा साप हय; दगा देईल.''

''पाल फाडून टाकू.'' पाठीमागनं कोणीतरी ओरडलं.

''त्येला कशाला सांगता? टाका फाडून.''

''नको पाटील! तुमच्या पाया पडतो. गरीब माणूस. बायको आजारी हय. पुण्य लागंल गरिबाचं.''

तो पाय धरत होता नि पालावर झपाझपा लाठ्या पडत होत्या. गंगव्वा आत तळमळत होती 'अम्माऽऽ' करून कण्हत होती. तिनं खुणेनं टोपल्या द्यायला सांगितल्या. इराप्पा ते ऐकायला तयार नव्हता...सगळ्यांना विनवत होता. आवरू बघत होता. तरीही पाठीमागनं कुणीतरी पालात काठी घालून छप्पर टरकावलं. काठ्या खडाखड वाजू लागल्या.

गंगव्वा हाडं घेऊन उठली नि बळ एकवटून तिनं टोपल्या बाहेर टाकल्या. तिन्ही-चारी टोपल्या उलगडल्या नि त्यातनं एकच दांडगा नाग बाहेर पडला...वळवळत अंधारात जाऊ लागला...इराप्पा त्याच्यामागनं धावू लागला.

''आरं हाणा, बडवा, सुटला बघा.''

काही जणांनी इराप्पावर काठ्या घातल्या नि काहींनी सुटलेल्या नागावर. तीन-चारजणांनी पाल टरकावून उपडं करून टाकलं.... इराप्पावर काठ्यांची टिप्परघाई पडू लागली.

''तुझ्या भणं दुसऱ्याच्या घरात साप सोडतोस.''

''गावाचं खाऊन माजलास व्हय हरामखोरा?''

''पोरं मेली-बिली असती तर रं सुक्काळीच्या?''

''हाणा भडव्याला.''

तो जमिनीवर पालथा पडून रेड्यागत मार खात होता. काठ्या पडत होत्या नि

त्याच्या अंगातनं काठीसरशी रक्त उसळत होतं.

तात्या दमला. ''फुरं. चला आता. मरायचं एखाद्या वक्ती.''

''उद्याच्या उद्या गाव सोडून चालता हो, न्हाई तर वाळलं गवात टाकून पाल पेटवून टाकू.'' दादू

गंगव्वाचं डोळं लकलकून हलत होतं...तिनं हात जोडलं.

''न्हवऱ्याला ताकीद दे. तुझ्याकडं बघून त्येला सोडला. न्हाई तर नागासंगं ह्येच्याबी तोंडात पैसा घालून आज या पालातच जाळला असता.''

अंधारात माणसं काठ्या आपटत निघून गेली...इराप्पा पाट चोळत उठला. पाल उफाराटं होऊन पडलं होतं...तांदळाचं गाडगं फुटून गेलेलं. समोर नाग उलटा होऊन शेपटीकडं वळवळत होता...तोंड चेचून चटणी झालं होतं. त्याला आता तोंड नव्हतं नुसतीच शेपूट वळवळत होती...

■

१२

✻

ओढ

कुयाप्पाला जाग आली. बाहेर अजून काही उजाडल्यागत दिसत नव्हतं. त्यानी इकडं-तिकडं बघून छपराच्या सांदरीतून प्रकाशाची चाहूल लागते का ते पाहिलं; पण अजून काहीच नव्हतं. तो तसाच चिंध्याबोतरांचा वेध घेत घटकाभर पडून राहिला. चाहुलीसाठी कान तिखट करून बसला.

...खुराड्यातली कोंबडी ओरडली नि त्यांची बांग निवळणाऱ्या आभाळात गच्च भरली. खुराड्यात कोंडलेली कोंबडी; पण सूर सबंध आभाळात भरत होता. एवढी-एवढीशी तोंडाजवळची मान खाली सनईगत मोठी होत गेलेली आणि सनईच्याच पिपाणीगत त्यांची चोच. दोन्ही बाजूंना खाली-वर विस्तवाच्या जित्या तुकड्यागत शिरगुरी आणि मधून फुटणारा खणखणीत आवाज...देवाची करणी मोठी विलक्षण होती.

मन तरुण झाल्यागत होऊन कुयाप्पानं अकरा-बारा वर्षांच्या तम्माला उठवलं. आज न्याहारी करून शिवापूरच्या लग्नाला जायचं होतं. चौदा-पंधरा मैलांची वाट. पानगावची कृष्णाबाई ओलांडून तीन-चार मैल पांदीनं चालत मोटारीची सडक गाठायची होती. सडकेनं चालत चालतच पाठीमागनं येणाऱ्या एस्टीला हात वर करायचा. थांबली तर बसायचं, नाही तर चालायचं. संध्याकाळपर्यंत उठत-बसत पोराची चाल संभाळत शिवापूर गाठायचं. पोराला चालण्याचा त्रास होणार होता, तरी मन पहाटेगत फुलून आलं होतं. लग्नात पोराची सनई वाजणार होती.

दोन वर्षांनी पुन्हा कृष्णाबाई बघायला मिळणार या आनंदात तम्मा परसाकडनं परत आला. कुयाप्पानं डेचक्यात काळा चहा तयार करून ठेवला होता. शेळीला उठवून दोन-चार धारा पिळल्या आणि चहा रंगवला. पोटात ऊब आली. नरडं शेकल्यागत झाल्यावर त्यांनी खुंटीवर ठेवलेल्या सनयांच्या खाकी पिशव्या काढल्या. एकमेकांसमोर मांड्या घालून भिंतीला टेकून बसले. कुयाप्पानं डोळे मिटून सूर

वेधले. बुक्ट्या हिणून चरबट झालेली बोटे जीव भरून सर्पाच्या पिलासारखी वळवळू लागली. तम्मा त्यांच्यावर डोळे धरून बघू लागला. किमया झाल्यागत सनई होऊन सूर जगू लागला.

...सगळ्या गावावर शांत सूर पसरू लागले. पहाट प्रसन्न होत चालली. ऐकणाऱ्याला ते आभाळातून सूर्याअगोदर येणाऱ्या पहाट-प्रकाशासारखे दैवी वाटत होते. त्या सुरांनी कान ताजे व्हायचे आणि उठावं असं वाटायचं. गल्लीतल्या बायका त्या सुरात बुडून जात्यावर बसायच्या. मुग्ध होऊन मुलाबाळांवरून ओव्या गायच्या.

प्राण एकवटून आठवतील त्या नव्या सुरावटी कुय्याप्पानं शिकविल्या. आपलं सगळंपण देण्याच्याच जिद्दीनं तो तालमीला बसत होता आणि तम्माही ते उचलून पोटात घेत होता. त्याच्या बोटांना मंत्र दिल्यागत झालं होतं.

उजळणीसाठी दोघांनी सूर धरले. कुयाप्पानं तम्माला अगोदर पिपाणी तपासून दिली. त्यामुळं दोन्हींचा पाण्यागत एकजीव झाला. याचा कोणता नि त्याचा कोणता सूर ओळखेना. अधिक घोसदार होऊन पुराच्या पाण्यागत सूर पसरू लागले...पहाट बुडाली, घरं बुडाली. एकमेकांसमोरून एकमेक बुडाले. पार तळाला गेले. सुरांच्या राजवड्यात विलास करू लागले.

तालीम संपली तेव्हा आपल्या जन्माचा आधार आभाळाएवढा झाल्यागत कुयाप्पाला वाटलं. जागी होऊन अंथरुणात पडलेल्या वनव्वाचं त्यांच्या सुरांकडं ध्यानच नव्हतं.

"उठलीस काय?" कुयाप्पाची हाक.

"उठलो." तिचा कानडी वळणाचा उद्‌गार.

"ऊठ. चार भाकरी थापटून दे. ऊन चढायच्या आदूगर पल्ला गाठला पाहिजे."

ती उठली. सगळं आवरून चूल पेटवली. जिभल्या चाटणाऱ्या जाळावर काळाभोर आऽ केलेला तवा ठेवला आणि त्यात पांढऱ्याधोट पिठाच्या मऊमऊ भाकरी टाकल्या.

आंघोळ करून देवाच्या पूजेला बसली. ही पूजा रोज नेमानं चालत होती. यल्लम्माचा टाक करून तिनं देव्हाऱ्यात बसवला होता. तम्मा व्हायच्या अगोदरपासनं हे व्रत चाललेलं. तम्मा झाल्यावर जास्तच उदंडता त्यात आली होती. साती आसरा पोटात घेऊन वावरणाऱ्या कृष्णाबाईकडं जाणं अजिबात बंद केलं होतं...आई यल्लूबाई, तू दिलेला पोरगा. तुझा तू सांभाळ.

...संसाराला लागल्यापासनं नऊ वर्षं मूल नाही. मनोमन उदास होत चालली होती. देव-देवऋषी बघत वणवण हिंडत होती.

"नदीला जायचं बंद कर." कुणी सांगितलं.

"का?"

"साती आसरा लागत असतील. दीसभर साळुंकीगत नदीच्या काठानं फिरतीस. गर्भ खाऊन टाकत असतील त्या."

खरं-खोटं तिला काही माहीत नव्हतं. पण पानगावातल्या माणसांच्या मनावर कृष्णाबाईतल्या साती आसरांचा पगडा मोठा होता. कुणाच्या ना कुणाच्या अंगात त्या यायच्या. काही खाणं घेऊन जायच्या. सुसरीच्या डोहाजवळ पंधरा दिवसातनं एकदा तरी पिवळा भात, उकडलेली सात अंडी, कणकेचे दिवे आणि हळद-कुंकवाच्या पसरलेल्या पुड्या दिसायच्या. गावापासनं नदी तशी दीडएक मैलावर होती. मात्र, तिच्या काठच्या पसरलेल्या कुरणात गुरं-ढोरं, शेरडं-मेंढरं वर्षभर चरायची. पावसाळ्यापुरती तेवढी तीन-साडेतीन महिने बंद. तिथं वनव्वा शेरडं घेऊन जात होती. दिवसभर चारून चार वाजता परत येत होती. कुयाप्पा त्या नदीकाठच्या रानझाडांच्या लवचिक छड्या टोपल्या आणि बुट्ट्या करायला आणत होता. त्यांचा पाला शेरडं खाऊन तदम होत होती. तान्या विणून तो आणि वनव्वा वर्षभर धंदा करायची. पण मूल होत नाही म्हणून साती आसरांपासनं दूर राहूनच ती घरात बसून धंदा बघू लागली. कधी जमलं तर कुयाप्पा शेरडांना गावदरीकडनं फिरवून आणायचा, नाही तर पाल्यावरच ती राहायची.

प्रत्येक शुक्रवारी अंगात येणाऱ्या हिरा जोगतिणीनं वनव्वाला भंडारा दिला. काही सांगितलं. तेव्हापासनं यल्लमाचा टाक घरात आला. दोन वर्ष खंड न पडता देवधर्म चालू होतं. वैदूंची गावठी औषधंही ती बघत होती. पैसे साठवून एकदा नवरा-बायको कोल्हापूरच्या चांगल्या डॉक्टरकडंही जाऊन आली.

अडीच वर्षं अशीच देव-धर्म आणि औषध-पाण्यात गेल्यावर तिला पोट आलं. नव्यानं बाईपण आल्याचा तिला आनंद झाला. आपल्याला मूल होणार याच समाधानात ती दुप्पट देव-धर्म करू लागली.

हिरा जोगतिणीनं सांगितलं, "यल्लूबाईची कुर्पा झाली. तिनं तुझी भक्ती करून घेटली नि तुला आईपण दिलं. वार सोडू नगं."

"न्हाई अक्का. मी कशाला सोडू वार?" निष्ठेनं तिनं सांगितलं.

मुलगा झाला

"नदीला जायचं बंद केलंस म्हणून पोटातला गर्भ थरला." देवऋषी दत्त पठाऱ्यानं सांगितलं.

"व्हय बाबा. तिकडं न्हाई गेलं तरीबी माझं पोट चालतंय आता."...तिचा गावातला धंदा आता चांगला बसला होता.

पुराचं पाणी वाढल्यागत तम्मा भराभर वाढत होता आणि कुयाप्पा आणि वनव्वा त्याच्याकडं बघून पाणी प्यालेल्या झाडागत तृप्तीनं मनोमन डुलत होती. त्यानंतर मूलच नाही. नसलं तरी वनव्वाला काळजी नव्हती. जिवाचा आणि आईपणाचा देठ जपल्यागत ती तम्माला जपत होती. शेरडांचं पावशेर दूध दोन्ही वक्ताला त्याला कायम देत होती.

सात-आठ वर्षाचा झाल्यापासनंच तो शेरडं घेऊन गल्लीतल्या पोरांबरोबर नदीला जात होता. पहाटं उठून अप्पाच्या पुढं बसून सनई जीव लावून शिकत होता. ही सनई नदीवरही तो काखेत मारून कधी कधी नेत होता. झाडाखाली सावलीत बसून, ती तो उन्हाचं वाजवायचा आणि नदी तिचं संथ वाहणं ऐकत ऐकत पुढं जायची. वळणावर वळून खोल खोल डोह होऊन पुढं सरकायची. कुयाप्पा अधनं-मधनं नदीवर येतच होता. उन्हाचं तो नदीवर असला, की पाणवठ्याजवळच्या उथळ, रुंद पात्रात तम्माला पोहायला शिकवत होता. आपणही आंघोळ करीत होता. दोघांनाही आंघोळीचं समाधान लाभत होतं. गावात तसं वाहतं पाणी नाही. भरपूर तर कधी मिळायचं नाही. म्हणून नदीवरची आंघोळ दोघांनाही पसंत. मनमुराद. त्यामुळं तम्माला नदीची अनावर ओढ. तहानभूक विसरून तिथंच त्याचा दीस विरघळून जायचा.

आणि त्यातनंच तो प्रसंग उद्‌भवला. वनव्वा त्या आठवणीनं थराथरली. तासरातीपर्यंत पोरगा नदीवरनं घराकडं आला नाही. कुठं नदीत बुडाला का काय कुणाला दखल? तसल्यात आज पुनव. साती आसरांचं दीस. पाण्याबुडी वडला असंल पोराला.

ती घाबरीगुबरी होऊन गेली. कोरवीवाड्यातल्या बायकांनी तिला जास्तच घाबरं करून सोडलं. हातापायंची मोटकुळी झालेला तम्मा परत आणल्यावर तिनं हंबरडा फोडून मिठी मारली. त्याची अवस्था बघूनच साती आसरा लागल्याची तिची खात्री झाली नि दुसऱ्या दिवसापासनं देव-देवऋषांचं पंचरंगी दोरं, लिंबू, सालणं, उतारं सगळा सुरू झालं. मुकाटपणानं कुयाप्पा ते करू लागला होता. दिवस जातील तसे तम्माचे हातपाय ढिले पडत होते आणि त्याला बरं वाटत होतं.

पहिले आठ दिवस तो अंथरुणात पडूनच होता. त्यादरम्यान त्याला रुखरुख लागून राहिली होती...अप्पानंच समदा घोटाळा केला. त्यो आणि तायाचा बा खंदील घेऊन आलं नसतं, तर आम्हाला भ्या वाटलं नसतं. कशाला मरायला आलं कुणाला दखल? किती भ्यालो! आम्ही काय कुठं जाईत हुतो? गंमत बघून टिपूर चांदण्यात सरळ परतता आलं असतं. निदान अप्पा तासभर उशिरानं आला असता तरी बरं झालं असतं. दोन तरी साती आसरा बघायला मिळाल्या असत्या. निदान

वाडा तरी...

तो बरा झाल्यावर वनव्वानं त्याला नदीला जायचंच बंद करून टाकलं. कुयाप्पालाही त्याची काळजी वाटत होती, म्हणून त्याला टोपली विणायला शिकवली. मनात खूप असूनही तम्माला नदीवर जाता येईना. आठ दिवसातनं निदान आंघोळ तरी अप्पाबरोबर करून यावं असं त्याला वाटायचं. पण वनव्वा तसं तो बोलताना कावरीबावरी होऊन त्याच्यावर वैतागायची.

''तू जाशील नि माझ्या डोसक्यात धोंडा पडंल. नगं रं बाबा. मी तुला चा ऽ र बारड्या पाणी आणून देतो.''

तो तसाच दोन वर्षं नदीशिवाय राहिला नि आज त्याला शिवापूरला जाण्याच्या निमित्तानं नावेतनं नदी ओलांडायची होती. मनोमन तो खूष होता.

भाकऱ्या बांधून देता देता वनव्वानं कुयाप्पाजवळ काळजी व्यक्त केली.

''पावसुळ्याचं दीस हे. असलं कसलं निघालंय आडवळणी लगीन?''

''सोई-सवडीनं लोकं बघत्यात. आम्हांला काय करायचं हाय ते घेऊन? वाजीव म्हटलं वाजीवलं.''

''नदीला पाणीबी हाय अजून भरपूर. पवून जाणार?''

''ते कुठलं? आंब्याची नाव अजून चाललीयाच की. तिच्यात बसून जायाचं... पोरगं हाय न्हवं बरूबर?''

''पोराला कशाला न्हेतोस? तूच जा की एकटा.'' तिच्या मनातली पाल बोलली.

''पोराचं वळान नगं पडाय? न न्हेऊन का शिमगा करत बसायचं म्हातारपणी? मी अजून सात-आठ वर्सं फुकीन. तिथनं फुडं कोण फुकायचं?''... देवाच्या दयेनं चांगलं वाजीवतंय, येऊ दे की. तू कशाला उगंच आडामोडा घालत बसतीस?''

तिला काहीच बोलता आलं नाही. सनयांच्या पिशव्या काखोटीला अडकून दोघे बाहेर पडले. तम्माच्या मनात नदी वाहू लागली...पाणवठ्याजवळचं उथळ नि रुंद पात्र. वाळूत तापून उन्हाच्या केलेल्या आंघोळी, कुरणातल्या रान-झुडपांना ओरबडणारी दोन पायांवर उभी राहणारी शेरडं. चार चिंचाबुडची झाडकाठी. नदीच्या दोन्ही काठांवर गर्दी करून शिस्तीनं पुढे जाणारा करंज्यांच्या झाडांचा हिरवा तट आणि वळणानंतर दाट किर्र झाडीत येणारा डोह... चित्त थाऱ्यावर ठेवूनच त्याच्या झाडीत घुसावं लागायचं. कारण सैरभैर पसरलेलं बोराटीचं, सराटीचं काटं आणि वागाटीचं बेल यात पाय कधी गुंतेल कळत नव्हतं. त्यातूनच एखादं मधाचं मोहळ हाताशी लागायचं नि दुपार गोड गोड व्हायची, तरी हिरव्यागार डोहाची गूढ सावली काही वेगळीच.

या तंद्रीत तो कुयाप्पाबरोबर नदीच्या पाणवठ्यावर येऊन पोचला. नदी तुडुंब वाहतेली. दोन-तीन दीस आंघोळ नाही. कुयाप्पाला वाटलं काठावर बसून आंघोळ करावी. लंगोट्या लावून दोघेजण पाण्यात उतरले...गारेगार मजेशीर पाणी. जुनी ओळख गळ्यापर्यंत बुडवून तो बसला. लाटा पुढे पुढे चाललेल्या. क्षणभर त्यांच्याबरोबर गेल्याचा भास झाला. मनाने तो तसाच पुढे चालला...पांढरं टिप्पूर चांदणं. डोहातल्या साती आसरांची आरास बघण्यासाठी डोहापासनं थोड्या अंतरावर तिघेजण उभे राहिलेले.

...चंद्राचा गोल, लालसगोळा वरती मोहरून आला नि तिघांनाही वाटलं, आता आरास सुरू होणार. डोहावरची करंज्यांची दाट झाडं पाठीमागं सरून मोकळी जागा तयार होणार. जागेत उमलणारा चौकोनी वाडा. झाडांच्यावरच दुसरा मजला. दुसऱ्या मजल्यावर उमलणारी झुंबरं, चांदण्यागत चमकणारे दिवे, चौकोनी घरांची पांढऱ्या झुळझुळत्या कापडाची जाळी. तिच्यात साती आसरांचा थवा. आतलं अंग दिसावं अशी त्यांच्या अंगावरची वस्त्रे.... कपाळाचं भिंग उडून गेलेल्या पोरींसारखा त्यांचा बेफाम फुगडी-नाच आणि डोळ्यांच्या बॅटऱ्या फिरवत तिन्ही बाजूंना तीन फिरणाऱ्या डोहातल्या पहारेकरी सुसरी...

"तम्मा, आटीप रं. नाव हिकडं यायला लागली बघ. सनईच्या पिशवीनं अंग पुसणारा कुयाप्पा बोलला.

तम्मा भानावर आला. त्याला वळणावरचा लांब लांब असलेला डोह दिसला. त्याला वाटलं असंच पोहत पुढं जावं. दाट झाडीत शिरून डोहाचं निळंभोर पाणी बघावं, त्यातलं निळं निळं खोल आभाळ. पांढरे पांढरे ढग. लाटांनी त्यांची होणारी खोल थरथर आपण सुळकी उडी मारून पार डोहाच्या खाली जावं. साती आसरांचा राजवाडा बघावा; पण हा वाडा दिवसा हाताला लागत नाही. पुनवंच्या राती बघायला मिळतो.

पलीकडं घेऊन गेलेली नाव आंबी घेऊन आला. कृष्णाबाईला नि नावेला पाया पडून दोघे तिच्यावर चढले. पाण्याला गुदगुल्या करत नाव चालली. त्याला गंमत वाटली. लोहाराच्या सख्यानं चार चिंचाबुडी त्याला केलेल्या अस्वली गुदगुल्या आठवल्या... सख्यानंच त्या रात्री साती आसरा नि त्यांचा वाडा दाखवायचं कबूल केलं होतं. दीस बुडल्यावर शेरडं चिंचेबुडी बांधून त्या पुनवेच्या रात्री ते डोहाकडं गेले होते; पण डाव हुकला होता. पत्ता नाही ते पाठीमागनं तायाचा बा आणि तम्माचा अप्पा कंदील घेऊन आले होते. त्यांचे ते कंदील बघूनच ताया 'सुस्सरी ऽऽ' म्हणून कतरून किंचाळला होता. लोहाराचा सख्या वाऱ्यागत दूर पळाला. तम्मा गवताच्या सड्यात पाय अडकून पडला नि त्याचे डोळे पांढरे झाले, हातपाय एकदम एकत्र आवळले नि हुडहुडी भरली. आखडलेल्या स्थितीतच तो दगडागत

झाला. पुढे त्याचे हातपाय सरळ व्हायला एक महिना लागला... सगळा घोटाळा त्या कंदिलांनी केला...

दुसरे दिवशी शिवापुरात लग्नाची धमाल उडाली. वरातीलाही गर्दी. सगळ्या सुरावटी झाल्या. ताशा-ढोलक्यांच्या तालात तम्माचं नाचणं झालं. सनई वाजवत वाजवत तो हलक्या पायांनी मोरागत नाचला. माणसांनी ओंजळीओंजळींनी त्याच्यावर चुरमुरे उधळले. चवल्या-पावल्यांच्या बक्षिसी दिल्या. सकाळी मांडवात पुन्हा सनई झाली. नवऱ्यामुलाच्या बापानं, झेपणार नाही एवढा मोठा जरीचा पटका त्याला आपखुषीनं बांधला.

जेवणं झाली नि दुपारपर्यंत झोपा काढल्या. पंचवीस रुपये, नारळ, फेटा घेऊन शिवापूर सोडलं. तम्मानं वाजवलेलं हे सातवं-आठवं लग्न. वीस-बावीस वर्षं त्या भागाला कुयाप्पा सनई वाजवून कमाई करत होता. आता ती जागा पोरानं पक्की घेतली. त्याला उदंड वाटलं...पोरा, आता उतरतीला लागलो. चार-पाच सालं सुरांचा जीव तुझ्यात वतला. समदी हाडं उगाळून तुझ्यात घालावीत; न्हाई तर गळा उतरून तुझ्या मानेवर लावावा, असं वाटत हुतं. एकुलता एक तू. ना भाऊ ना भण. तूच माझी आकडी नि सनई सुराबिगार माझ्याजवळ तुला द्यायला कायबी न्हवतं. आता सुखानं जग नि मलाबी चार दिस जगीव. पोटातलं खरडून खरडून हुतं-न्हवतं तेवढं तुला दिलं. आता फुकणं निभणार नाही मला. छातीचा भाता खोक्यागत होऊन गेलाय...तुला सूर गावलाय. नाव कमीवलंस. पैसं, बक्षिसी मिळवलीस. देवाची करणी, साती आसरांची पुण्याई... जाता जाता आता क्रिस्नाबाईनं पोटात घेतलं, तरी सुखासमाधानात जाईन.

पाच वाजायला वनजाईच्या मैलाच्या दगडाजवळ मोटार थांबली. दोघे खाली उतरले. मधल्या वाटेनं शिरून दीस बुडायला नदीच्या पैलतीरावर येऊन पोचले... दीस बुडल्यामुळं कृष्णामाई गंभीर दिसत होती. पलीकडच्या तीरावर आंबी झाडाला बांधलेल्या नावेत सचिंत मनानं बसला होता. पाणी बघून त्याला वाटत होतं, आज डोहातनं सुसरी बाहेर पडतील. एखाद्या वक्ताला हिकडंबी सरतील. मधनं मधनं तो खोल हुंगून चाहूल घेतेला. दोन्ही तास तुडुंब भरून राहिलेली. पाणी तांबूस रंगावर. आतलं काहीही न दाखवता वाहत राहिलेलं.

नाव कडेला लागली नि सात-आठजणांबरोबर हे दोघेही आत चढले. काठी दाबत दाबत आंब्यानं नाव तासात घेतली. नाव आत जाईल तशी हळूहळू धार चढू लागली. नावेच्या मागच्या बाजूला खळखळून पाण्याला खोळ पडू लागली. तम्माला मजा वाटत होती. येताना त्यानं लग्नातला आणलेला एक लाडू खाल्ला होता. त्याला वाटलं वाकून पाणी प्यावं...वाकून तो एका हातानं खोंगत पाणी घेऊन पिऊ लागला. कुयाप्पा दुसऱ्या बाजूला होता. बसून सगळेजण चिलीम

ओढत होते.

"तोल जाईल रं तम्मा." कुयाप्पा.

"न्हाई." खोंगा भरताना त्याला पाण्याची ओढ लागत होती. त्याच्या हाताला थंडगार जिवंत पाणी दाबत होतं. खळखळून गुदगुल्या करत होतं. त्यानं पंजा तसाच पाण्याच्या धारेत ठेवला. मनगटाइतका खोल बुडविला...आणखी तो कोपराइतका बुडविला. त्याच्या हाताला भलतीच ओढ लागली. आंबी या बाजूला एकदा नि त्या बाजूला एकदा काठी रुतवून नाव पुढे नेत होता. ती मध्यावर येईल तसा जास्त जास्त नेट लावत होता. पाणी जोर धरून वाहत होतं.

हात खरखरीत कांबटात गच्च सापडून आत ओढला जात आहे असा तम्माला भास झाला. काळजीनं त्यानं हात वर घेण्याचा प्रयत्न केला; पण तो वर येईना. ओढ खालीच लागू लागली...आत आत नेऊ लागली.

तो ओरडला, "अप्पा, हात कशात गावलाय. निघंना झालाय."

कुयाप्पा चटाकदिशी उठला. नाव लाककरून हलली. त्यानं तम्माचा हात वर ओढण्याचा प्रयत्न केला. हात वर यायलाच तयार नाही. त्याला आतली अनावर ओढ लागली होती.

...सुसरी डोहातनं केव्हाच वर सरकल्या होत्या.

■

१३

खताची गाडी

किती तरी दिवसांनी गावाकडं परत चाललो होतो. महिनाभराची रजा काढली होती. आठ-नऊ वर्षांपूर्वी सोडलेला मुलूख पुन्हा पाहायला मन भिरभिरत होतं. पंचगंगेच्या आसपासची हिरवीगार, लांबच लांब पसरलेली रानं वाऱ्यात झुळकत होती. हिरव्या, विस्तीर्ण समुद्रावर लाटा उमटत होत्या...एक गमतीचा विचार आला. एखादा मंत्री या भागाला आला तर त्याला वाटेल, महाराष्ट्रात हरित क्रांती शंभर टक्के यशस्वी झालीय. माझा मीच हसलो...खात्यात नोकरीला असल्याचा परिणाम.

रात्री साठेआठची कोल्हापूर-निपाणी गाडी पकडली. गावाकडं चाललो. शहराबाहेर गाडी लागल्यावर भोवतीच्या अंधाराची कल्पना आली. बाहेरचं काही दिसेना. रुखरुख लागून राहिली... दिवसा कोल्हापुरात आलो असतो तर बरं झालं असतं. गावापर्यंतचा सगळा मुलूख तरी दिसत गेला असता. उगवतीच्या अनेक गावातली उंचवट्यावरची घरं, माळ, झाडं, सगळं एकदा बघता आलं असतं. पण मुंबईहून यायचं म्हणजे रात्र होणारच. नाहीतर मग कोल्हापुरात एका रात्रीचा मुक्काम टाकला पाहिजे; पण ते शक्य नाही. बारा-पंधरा मैलांवर गाव ठेवून मन कोल्हापुरात झोपणार नाही.

काळोखात बस शिरत होती. रस्त्यावरच तेवढा भेदक उजेड पडलेला... काळाच्या पोटात गडप झालेल्या भूतकाळाचा वेध घेत गतिमान यंत्र जणू चाललं आहे. उजेडाचे पट्टे एका रोखाने सरळ रेषेत काही शोधत आहेत. चाकांखालून रस्त्याचा वेगवान पट्टा मागे सरकत आहे. भूतकाळातली, स्वप्नासारखी दिसणारी झाडं उलगडत चालली आहेत. अंधारात हळूच गिरकी मारीत आहेत. या झाडांच्या पलीकडं काही दिसत नाही. नुसता अंधार. आतापर्यंत मुडशिंगीचा माळ पाठीमागं

पडला असेल. त्याच्या नशिबातला अंधार कधी जाणार कुणास ठाऊक! माळावरच बसलेलं गाव. दगड आणि धोंडे उराशी घेऊन पसरलेलं.

शिरगावचा ढणढणणारा कंदील मागं टाकून बस न थांबताच पुढं धावत होती... खरं म्हणजे थांबायला पाहिजे होती. निदान आता तरी दोन-चार माणसं बसमधनं शिरगावात उतरली पाहिजेत. आता सगळ्या सुधारणा झाल्यात. खेड्यापाड्यातनं एस. टी. गेलीय. शिरगाव सुधारलं असणार. बसनं इथली माणसं आता कोल्हापूरला येत असतील. पाच-सहा मैल कोल्हापूर. आता इथल्या माणसांनी कोल्हापूरला चालत येणं-जाणं सोडून आपले चार पैसे वाचवायचं बंद केलं असेल. पण तसं असतं तर दोन-चार माणसं तरी या बसमधनं शिरगावात उतरली असती. काय झालंय कुणाला ठाऊक? अंधारात काही कळत नाही. उजेडात बसलं म्हणजे अंधार अधिकच गडद दिसतो. एस. टी.तले दिवे घालवले तर आसपासचं बरंच लांबपर्यंत दिसेलही.

मी उगीचच डोळे ताणून लांबवर बघू लागलो. उगवतीच्या बाजूला लांबवर अंधारात काजव्यांचे दोन-तीन पुंजके लुकलुकताना दिसू लागले. मन चमकलं... हे काय? अधिक स्थिर नजरेनं बघू लागलो. पुंजके स्थिरच. एकाच जागी लुकलुकत होते. एकमेकात मिसळत नव्हते...अरे! हे विजेचे दिवे. हुपरी-रेंदाळं रांगोळीत वीज आली वाटतं. नक्कीच. हुपरी तर चांदीकामाचं उद्योगी गाव. वाढलं असेल आता रेंदाळ-रांगोळीनंही त्याचा फायदा उठवला असेल. छान!... मन उल्हसित झालं.

पानाला चुना लावणाऱ्या शेजारच्या गांधीटोपीवाल्याबरोबर बोलावं असं वाटलं. "कोणच्या गावचंय"... अंगात खादीचा शर्ट नि विजार, मिशीला कट मारलेला. जाडा, काळसर, सजुगऱ्या वाणाचा.

"सांगावचं. तुम्ही कंच्या गावचं?"

"मी कागलचा. नोकरीला असतो मुंबईला."

"आम्ही आलो हुतो की परवा म्हंबईला...आमदार हाये आमच्या गावचा. ठावं असलच की तुम्हाला."

"आहेत की. सांगावानं फार मोठी मजल मारली."

"हांऽ!"

"तुम्ही पाटील का?"

"व्हय. तुम्हांला कसं काय ठावं?" तो एकदम सरळ बसत बोलला.

मी हसलो.

"सांगावच्या पाटलांची हाडं-पेरं बघून जन्म गेला आमचा. कायम कागलच्या बाजारला सांगावची माणसं असत्यात."

"व्हय! व्हय!" तो एकदम खूष झाला.

"या बाजूला हे विजेचे दिवे काय हो?" मघापासून विचारावासा वाटणारा माझा प्रश्न.

"इलेक्ट्रीसिटी हाये ती हुपरी-रेंदाळची."

"तिथंबी इलेक्ट्रीसिटी आली?"

"मग! अहो, सांगावात ते आली नि."

"काय सांगता!" माझं आश्चर्य

"लई दिवस तुम्ही आला न्हाई जणू हिकडं?"

"नाही बा."

"सगळा रंग पालटून गेलाय राव."

"तुमच्या सांगावाला सुधारणा झाल्या असतील. सगळी बागाईत आहे तिथं. शिवाय पाटलांचं गाव आहे ते."

"तसं काय नसतं बघा. पर्तेक गावात एकजण कुणीतरी पालिटिक्समधी पडलं पाहिजे. मागण्या केल्या, मोर्चे न्हेलं की निम्मं काम हुतं." त्याचं राजकारण.

"पण एवढ्यानं होतं का?"

"वर कोणीतरी वळखीचा लागतो."

"असं का!" माझी भाबडी उत्सुकता.

"मग? अहो, आमदार असला तर पाच-सा म्हैन्यात नि खासदार असला तर, दोन-तीन म्हैन्यात काम हुतं." तो हसला.

"आणि?"

"आणि काय? मंत्री असला तर आठ दीसबी लागत न्हाईत."

"म्हंजे हे सगळं वशिल्याचं काम झालं."

"पालिटिक्समधी हे येणारच, पाव्हणं."

त्याचे विचार ऐकून माझी बोलण्याची उत्सुकता वाढत होती. मलाही काहीतरी गप्पा मारायच्याच होत्या.

"मला सांगा, ज्याचा वशिला नसतो त्यानं काय करायचं? अशी बिनवशिल्याची हातावर पोटं भरणारी ऐंशी टक्के जनता खेड्यापाड्यात आहे." ...खात्यातलं माझं ज्ञान उपयोगी पडलं.

"दुसऱ्या वाटा हाईतच की हो. खालपासनं वरपतोर पैसा पेरत जायचं. इलेक्ट्रिसिटीचा शाक बसल्यागत कामं झटक्यात हुत्यात."

"गरिबांनी एवढा पैसा आणायचा कुठनं?"

"त्यो का पदरचा द्यायचा असतो? पन्नास मिळत्यात तिथं पंधरा जाणारच हो.

सरकारी मदत असती ही.''

''तेबी खरंच!''

''आता आमचंच बघा.'' ...म्हणून त्यानं सांगायला सुरुवात केली. तगाई, विहिरीसाठी कर्जे कशी मिळवली; शेतीसाठी पन्हाळी पत्रे कसे मिळवले, त्यांचा वापर लग्नासाठी, नव्या जमिनी घेण्यासाठी, घरांसाठी कसा केला. गावात सरकारी पैसा आणण्यासाठी आमदार धडपड कशी करतो, याचा सगळा इतिहास ऐकवला. व्यवहारी होता. सरकारी नोकरीतल्या माणसांच्या लोचट मनाचा त्यानं चांगला अभ्यास केला होता. थोडा धाडशी. आपला, गणगोताचा उद्धार कसा करून घ्यायचा याची चांगली कल्पना असलेला. नव्या नव्या सरकारी योजनांचा फायदा त्याला उचलता आला होता. स्वत:चा विकास करून घेताघेता, सोताची पंचवीस एकर जमीन झाली होती. पांढऱ्या सदऱ्याखाली त्याचं सुखी अंग सुस्तावलं होतं.

''बहुजन समाजाचं राज्य आलय. बरं झालं बघा.''

''खरं आहे ते.'' माझं मन अकारण गंभीर होत चाललं.

स्टँड आलं. निरोप घ्यायचा म्हणून म्हणालो, ''आता सांगावला कसे जाणार?''

''घरचा ट्र्याक्टर येणार हुता सोसायटीतलं खत न्ह्यायला. मी येऊस्तवर थांबा म्हणून सांगितलंय.''

''या मग मुंबईला पुन्हा आलात तर.''

''येऊ की. अहो, सरकारी माणसं तुम्ही. वळख ठेवलीच पाहिजे.''

मी हसलो. तोही हसला.

गावाबाहेर असलेल्या स्टँडमधनं गावात आलो. स्टँडजवळच को-ऑपरेटिव्ह बँकेची शाखा उघडली होती. एक मोठं सोडा-लेमन, कोकाकोलाचं दुकान दिसलं. एक 'यशवंत सायकल मार्ट' दिसलं. दोन-तीन हॉटेलं दिसली. गावातली अनोळखी पोरं चिवडा, भजी, चहा खातेली. रेडिओ ढणाढणा वाजत सुटलेला. दुकानात, स्टँडवर, रस्त्यावर विजेचे दिवेच दिवे. रस्ता डांबरी. एक दोन स्कूटर्सही भरकन गेल्या... हे सगळं नवं होतं. गाव ठळक झालं होतं. अंधारात दिमाखानं चमकत आहे असं वाटलं. इकडं-तिकडं बघत चाललो.

नऊ-दहा वर्षापूर्वी यातलं काही नव्हतं. वीज येणार होती एवढं कळलं होतं. गावाबाहेर स्टँडचं बांधकाम सुरू होणार होतं. या दुकानातलं एकही दुकान नव्हतं. नायकवड्याचं इथं एक जुनं घर होतं. त्यावेळी पडत चालेलं. भिंतीला तट्टे, बोरे लावून पावसाच्या झडीपासनं संरक्षण केलं जाणारं. गावातली गटारं एकत्र करून गावाबाहेर ओढ्यात सोडलेलं मोठं गटार इथनं वाहणारं. त्या गटाराच्या आसपास गुडघ्याएवढं सदैव वाढलेलं झाडोरं आणि त्यावर बसणारी-उडणारी डास-चिलटं.

दुर्गंधी मारायची... त्यापैकी काहीही इथं नाही. सगळं पालटून रंगीत स्वरूप आलेलं.

रात्री बारा वाजेपर्यंत घरात गप्पा झाल्या. त्यामुळं सकाळी उशिराच उठलो. धाकट्या भावानं नोकरी सोडून परत मिळालेली शेती घरात करायला सुरुवात केली होती. त्याच्याशी व इतरांशी बोलण्यात, गप्पा मारण्यात दिवस आळसावत गेला.

संध्याकाळी घटकाभर दारात बसलो. माणसं गल्लीनं जात-येत होती. एकही माणूस कोणी ओळखीचं दिसेना. अधून-मधून पूर्वी पाहिलेले चेहरे फक्त दिसायचे...रोजगारासनं परतलेले, बाजारात भारे विकायला नेणारे. दिवसभराच्या कामाधामानं कोमेजलेले रोजगारी चेहरे. लहानपणापासनं पाहात होतो तसेच येणारे नि जाणारे. जुना दोस्त म्हणून कुणी दिसेना. कोण दिसणार? सगळी माझ्याप्रमाणंच गाव सोडून नोकरीला गेलेली. शाळेतले मित्र इथं कोणीही नाहीत...गल्लीतला धोंडबा, शिर्पा, इष्णू तरी भेटतील का बघावं.

रात्री चौकशी केल्यावर कळलं, की शिर्पा तीन-चार वर्षांपूर्वीच एका गुऱ्हाळात काकवी पिऊन मेला. त्याची पोरंबाळं अशीच कुठंतरी पोट भरून खातात. इष्णू बायकोच्या गावी आपलं बिऱ्हाड घेऊन पोट भरायला गेला. धोंडबा इथंच गाडीबैलाचं भाडं करत होता. बाऽचाच धंदा.

रानात खतं ओढायची चालली होती. मला वाटलं, धोंडबाला भाड्यानं सांगावं. मी दौलतला बोललो, ''खतं ओढायला धोंडबालाच सांगूया. जुनी वळख हाय. त्येलाबी जरा बरं वाटलं.''

''सांग की. कुणाकडनं तरी काम करून घ्यायचंच.''

तास रातीला मी त्याच्याकडं निघालो. सारवलेल्या भुईसारखा डांबरी रस्ता रस्त्यावरच्या दिव्याच्या उजेडात चकचकत होता. दिव्याजवळनं पुढं सरकलो आणि माझी सावली माझ्यापुढं चालू लागली. त्या रस्त्यावर ती नवी वाटू लागली. रेडीमेड बुशशर्ट, टेरीकॉटची पँट, शहरी चपला असलेली ठळक सावली...पूर्वी या सावलीला याच रस्त्यावर चड्डी, कुडतं नि साधं पायताण होतं. आता ती सावली या सावलीच्या खाली गेली होती... या डांबरी रस्त्याच्या खाली एक खडबडीत, धूळ-मातीचा, ओबडधोबड रस्ता गाडला गेला आहे. त्या रस्त्यावरची ती सावली. त्या सावलीबरोबरच्याच शिर्पा, धोंडू, इष्णू यांच्या सावल्या. सावल्यांच्या रात्रभर चांदण्यातल्या आरोळ्या, आरडाओरडा, खेळ.

धोंडबाला अट्टीनं चांगलं खेळायला यायचं. आमटीभाकरी खाऊन त्यानं कुस्त्याही मारल्या. आम्ही नुसतंच बघत राहिलो. 'पोरगा बाऽचं नाव काढणार. नाद वाढीव पोरा.' गावच्या पाटलाचा त्याच्या पाठीवरचा हात...पण आता हे सगळं डांबरीकरणाखाली गाडलं गेलेलं.

पवाराचा बोळ आला. क्षणभर थबकलो. डांबरी रस्ता आपल्या मार्गानं निघून कोपऱ्यावरच्या पवाराच्या घराकडं गेला. बोळ तसाच. आडवी, काळ्या पाण्यानं भरलेली, वसकन वास येणारी गटारं तशीच उघडी. माझ्या, धोंडबाच्या जन्माच्याही अगोदरपास्नं असलेली. लक्ष्मणानं झोपडीच्या अलीकडं मारलेल्या रेषेसारखी. तिच्या अलीकडनं अलगदपणे डांबरी रस्ता विजेच्या खांबाबरोबर पुढं गेलेला. बोळात जुना, काळा अंधार.

पँट सावरून मी रस्ता ओलांडला. गटार ओलांडताना रात होती तरी डासचिलटं उठली पुन्हा थव्यानं बसली.

तोच जुना बोळ. मोठमोठे दगड वाटेत रुतलेले. त्यातनंच वाट कशीबशी पुढं सरकणारी. दोन्ही बाजूच्या घरांच्या वळचणीला सडांचे, नांगटांचे, खोडव्यांचे ढीग जळणासाठी ठेवलेले. भिंतीवरच शेणी थापलेल्या. प्रत्येक दाराच्या उंबऱ्याला घासून जाणारी सांडपाण्याची उघडी सारण. सगळी दारं उघडी, आत मिणमिणत्या चिमण्या. त्यांच्या उजेडात धारनं भरलेल्या खोल्या. भाकऱ्यांचे थपथप आवाज. तीन अंगावर चिंध्या घेऊन, पाय उराशी धरून भिंतीला टेकलेली, खुंट्याच्या पाळीव प्राण्यांसारखे गरीब चेहरे घेऊन बसलेली माणसं. इकडं-तिकडं बूड ओढत रेंगाळणारी पोरं...चांदण्यात दडून-मडून खेळताना बोळ चांगला उपयोगी पडायचा. अंधार सगळ्यांना पोटात घ्यायचा. सडा-खोडव्यांच्या ढिगाआड दडायला बरं होतं. कधी त्यातले काळे विंचू अचानक डसायचे नि सगळ्या खेळाचा विस्कोट व्हायचा. बोळ अजून पंचवीस वर्षापूर्वी होता तसाच. सुधारणा सगळ्या मुख्य रस्त्यानं पुढं गेलेल्या.

धोंडबाचं घर बोळाच्या एका टोकाला. घराजवळ गेलो नि बैलांच्या मुताचा वास आला. जुन्या आठवणी अधिकच उग्र झाल्या.

"धोंडबा!"

"कोण हाय?" बैलांच्या पाठीमागनं नुसता लंगोट घातलेला धोंडबा आला. अंधारात नीट ओळखलं नाही.

"मी सदा हाय."

"कवा आलास?"

"राती आलोय."

"हाय बरं?" त्याला बरं वाटलं.

"हाय की"

मग धोंडबाचं बोलणंच संपलं. क्षणभर मीही गप्प उभा राहिलो. तोही दारात उभा राहिला. आत बैलांच्या पलीकडं रॉकेलची चिमणी ढणढणत होती.

"तुझ्याकडं थोडं काम हुतं म्हणून आलो हुतो."

“काय?”

“चल की घरात सांगतो.”

“येतोस घरात?”

“येईन तर. बसू की घटकाभर.” मला जुन्या आठवणींना जागवावंसं वाटत होतं. तो पाठ वळवून कचवचत घरात शिरला. मी त्याच्या मागोमाग गेलो. बैलाच्या पाठीमागनं आत जायला जागा होती. पाठीमागं दोन हातांवर भिंत.

“बैलं लाथ न्हाईत न्हवं मारायची?” मी बैलांमागं बिचकच जाता जाता विचारलं.

“न्हाईत...गरीब हाईत.”

धोंडबाची बैलंही त्याच्यासारखी गरीब झाली होती. खाली मान घालून पुढ्यात पडलेली धाटं मुकाट फोडत होती. त्यांचा मूत भिंतीपर्यंत ओघळला होता. त्याचा व शेणाचा वास भरलेला. नाकाला काही न लावताच मी आत गेलो.

त्यानं आडदाणीवरचं घोंगडं खाली ओढलं नि भिंतीकडंला पसरलं. थकून गेला होता. हाडं वर आली होती.

“बस.”

त्याच्या बायकोला मी कधी नीटसं पाहिलं नव्हतं. मुलं किती आहेत याचीही कल्पना नव्हती. बसल्या बसल्या नजर घरभर भिरभिरली. बायको चुलीसमोर काटवट दोन्ही पायात धरून घसाघसा पीठ मळत होती. जाळाच्या उजेडात तोंड भगभगीत दिसत होतं. तेल नसलेली केसं वाखाच्या बटांगत पुढं लोंबत होती. पलीकडच्या बाजूला चौदा-पंधरा वर्षांचा पोरगा टेकून पायावर पाय घालून निवांत बसला होता. अगदी तरुणपणात पोर-धोंडबासारखा दिसणारा. त्याच्या शेजारीच वाकळंत एक बारकं पोर गपगार पडलेलं दिसलं. त्याच्या शेजारी तीन पोरं भाजणाऱ्या भाकरीकडं बघत शेंबूड ओढत बसलेली. कातरं-बोतरं लोंबणारी अडदाण, गाडग्यांची उतरंड, काटवट, पाण्याचा जुना हंडा, उकरलेली भुई नि सोप्यातच बैलांचा गोठा. सगळं पूर्वी होतं तसंच!

“थोरला पोरगा काय ह्यो?”

“व्हय.”

पोरान नुसतं माझ्याकडं बघितलं.

“तुझ्यासारखाच दिसतोय.”

“हंऽ!” तो गप्पच.

“कसं काय चाललंय?”

“बरं चाललंय की.”

“शेत काय म्हणतं? पोटापुरतं येतंय का न्हाई?”

"श्यात इकलं न्हाई?"

"कवा?"

"साताठ वर्सं झाली की."

"इकलंस का?"

"आता का!"

"तसं न्हवं, काय अडचण आली हुती काय म्हटलं?"

"अडचण कसली? पवारानं आपल्या रानात दोन हिरी काढल्या."

"बरं."

"शेजारीच त्येचा मळा. हिरींस्नी पाणी लागलेलं. म्हणाला, "तुझ्या शेतात ऊस लावू या. कष्टपाणी सगळं मी करतो तुला निम्मं देतो.' 'बरं' म्हटलं. चार-पाच सालं गेल्यावर म्हणाला, 'फाळा देतो.' मी 'नगं' म्हटलं. तर पाच सालाची वहिवाट सांगाय लागला."

"मग?"

"आता भांडत बसायला कुणाजवळ ताकद हाय? तशात दम द्यायला लागला. माझ्या शेताच्या दुसऱ्या बाजूची पट्टी त्यानं कुंभाराकडनं इकत घेटलेली. ह्या बाजूला त्येचा मळा. शेतावर जायची माझी वाटच बंद केली."

"मग कोर्टात जायाचं न्हाईस तू?"

"कोर्टात जायला माझ्याजवळ पैसा हाय व्हय सदा? हातावरचं पॉट माझं. तशात ह्येच्यासंगं भांडणं काढली, तर गावच्या वताडात कवा खांडोळी करंल त्येचा पत्त्या न्हाई. गावात फुडारपण करतोय त्यो."

"तू गप्पच बसलास?"

"काय करू तर? मग दे म्हटलं फाळा. मग नुसता दोन वर्सं दिला नि खरेदी दे म्हणाय लागला."

"मग?"

"आता ह्यो असाबी रान गप करणार हुता नि तसाबी गप करणार हुता. जाऊ दे तिकडं म्हणून खरेदी घाटलं झालं."

"पैसं तरी दिलं का?"

"सुगी झाल्यावर देतो म्हणाला. दीड एकराचं अडीच हजार कबूल केलं नि हातावर पंधराशेच ठेवलं. बाकीचं फुडल्या साली देईन म्हणाला. मीबी घराची डागडुजी केली. बैलं म्हातारी झाली हुती ती इकली नि नवी घेटली. रान इकल्याचं कळल्यावर बाऽचं रीणकरी आलं नि थोडं पैसं देच म्हणालं. मग त्यांस्नी हुतं ते पाचशे रुपये दिलं."

"उरलेलं पैसं दिलं का न्हाई मग पवारानं?"

"थोडं थोडं दिलं. कवा दीडशे, कवा शंभर. मिळतील ते पावसुळ्यात खाऊन संपलं. बैलांची वैरण-पाणी, चार-पाच पोरं. मी एकटा राबणार. पुरणार किती? म्हागाई कोणच्या मुलखाची आलीया हितं!"

"पवाराचं कसं काय चाललंय?"

"त्येचं झेकास चाललंय की. आसपासची गोरगरिबांची रानं घेऊन सलग मळा करून बसलाय त्यो. सुगरमिलला घरच्या ट्याक्टरनं ऊस वडतोय."

"तुम्ही सगळ्या शेतकऱ्यांनी मिळून मग कोर्टात अर्ज करायचा हुतासा."

"खुळा हाईस तू सदा. गावातली समद्यांची घरं जाळलं त्यो. लांबपतोर त्येच हात हाईत. कोण जाणार त्येच्या वाटंला? जीव कुणाला नको झालाय?"

"व्हय की!" मग सुन्न झालं. काहीच बोलायला येईना. उगीच वाकळंकडं नजर सरकली. बारकं पोरगं वळवळत होतं. त्याच्या तोंडातनं रडूही येईना झालं होतं. गुदमरल्यागत दिसलं.

"पोराला काय झालंय?"

"त्येला बरं न्हाई. अधनं-मधनं पोटातलं हुतंय. मग अस गुदरमल्यागत करतंय."

"औशीदपाणी काय बघायचं न्हाई?"

"सरकारी दवाखान्यातलं आणतोय झालं. त्यो डाक्टरबी माझ्यावर कातावतोय."

"का?"

"कोल्हापूरला घेऊन जावा, हितं बरं व्हायचं न्हाई म्हणतोय."

"मग?"

"पुन्ना तेच की गा. आता कोल्हापूरला जायाचं तर माझं भाडं बंद केलं पाहिजे. मग पोटाला काय खायाचं? आणि नुसतं न्हेऊन काय करायचं? तिथंबी पैसा घालावा लागणारच की."

"मग पोराला कसं बरं वाटणार?"

"काय नशिबात असंल ते हुईल झालं. त्येचं नशीब त्येच्यासंगं. आतापतोर तीन पोरं मातीआड झाली न्हाईत? त्यांस्नी कुणी काय केलं?"

पोरगं निपचित पडलं. धोंडबा चुलीकडं बघत होता. बायकोनं शेवटची भाकरी तव्यात टाकली होती नि ती काटवटीत हात धूत होती.

"गूळ असला तर वाईच च्या कर गं."

"हा."

तिनं ओलं हात जुनेराला पुसून चुलीमागचं काळं चेपलेलं डेचकं घेतलं. ते खळबळून तसंच घागरीला लावून अंदाजानं पाणी ठेवलं. दिवळीच्या कोपऱ्यातला मळकट फडक्यात गुंडाळलेला गुळाचा खडा खुरप्यानं थोडा फोडला नि डेचक्यात

टाकला. पुडातली चहाची पूड तपकिरीची चिमूट टाकावी तशी टाकली.

थोरला पोरगा वाख घेऊन मांडीवर त्याची दोरी वळू लागला होता. अधनं-मधनं माझ्याकडं बघायचा.

"धोंडबा, पोराला शाळंला तरी घालायच न्हवतंस?"

"घातला हुता की. तिसरी केल्यावर साळंतनं काढला. हाताबुडी आला. म्हटलं, तेवढाच आधार हुईल. आठ-बारा आणं रोजावारी मिळवून तरी आणंल."

"त्येला शिकीवला असतास तर सगळ्या घरादाराचं कल्याण झालं असतं. सरकारी फी-सवलत मिळती आता."

"ते समदं खरं. पर शिकतानं त्येच्या पोटाला घालायचं कुठलं? आमचं हितं कसं चाललंय तुला ठावं हाय. गाव कसलं हे! चार म्हैनं काम नि आठ म्हैनं थांब. उन्हाळ्यात दोन म्हैनं नि सुगीच्या वक्ताला दोन म्हैनं नुसतं काम लागतं. बाकीच्या येळंला एक वक्तालाबी चटणीभाकरी मिळायची पंच्यात पडती. पोरगं हाताबुडी कवा येईल असं होऊन गेलं हुतं. त्येचं ते राबून खाऊ लागलं नि डुईवरचं मणभर वझं हलकं झालं." धोंडबा घडाघडा बोलला. त्याला वाचा फुटली हे बघूनच मला बरं वाटलं. मलाही बोलायला अधिक उत्साह आला.

"पोराचं शिक्षण झालं असतं तर मदत झाली असती. शेताचं तुकडं गेलं नसतं. आता तगाई, कर्ज भरपूर मिळत्यात. शेतात कायतरी सुधारणा करून वाढीवता आलं असतं. सरकार पाऽर खेड्यापतोर आलंय आता."

"ते समदं आलंय हितं. शेतकऱ्यांनी हितं तगाई, कर्ज काढल्यात. हिरीबी काढल्यात. पर असं हितं हाईत किती? पाच-सातजण निघतील. बाकीचं समदं आमच्यागत रोजगारेच की. समद्या गावाची काळी जमीन मळेवाल्यांच्या नावावर चढलीया. तगाई, कर्ज त्यासाठीबी वापराय येतं. मळेवाल्यांचं आता धाच्या ठिकाणी ईसईस एकराचं डाग झाल्यात. आमच्यासारखी एकएक, दोनदोन एकरवाली पाऽर त्येच्या पोटात जाऊन बसल्यात. तगाई, कर्ज आम्हास्नी कोण देणार? आमच्या वळखी का पाळखी? वाऱ्यालाबी आम्हाला कुणी हुबं करून घेत न्हाई."

धोंडबाच्या बायकोनं तडा गेलेल्या कपातनं नि कचांतनं काळा मळ साठलेल्या पितळी बशीतनं लालसर-काळा चहा आणला. घर भरून राहिलेल्या वासात तो घेतला. मला उलट्या होतील असं उगाचच वाटू लागलं. वाकळंवरची पोरं टकामका चहाच्या कपाकडं बघू लागली.

"घे च्या." धोंडबा कसनुसा हासला. "गरिबाघरचा हाय. गॉड लागतोय का बघ."

"पैलंचं दीस अजून इसरलो न्हाई मी धोंडबा. तुझ्या आईनं कैकदा च्या दिलाय मला. आता नोकरीला लागलोय म्हणून शेरगावात गेलोय. न्हाईतर तुझ्यासारखीच

आमच्याबी गांडीला लंगुटीच असती.''

त्याचा चेहरा खुलला. त्यानं आठवण करून दिली. ''एकाएक वक्ताला बिनदुधाचाच च्या तू-मी चोरून प्यालो हुतो.''

''हां!'' चहा नाकारणं अवघड होऊन बसलं होतं. मुलांकडं दुर्लक्ष करून मी बशीत चहा ओतला.

बोलणं सगळं संपलं होतं. तसं खूप बोलाव, जुन्या आठवणी काढाव्या म्हणून आलो होतो; पण त्या काढाव्याशाच वाटेनात. चहा पितापिता काहीतरी बोलायचं म्हणून बोललो. ''आता माझ्या भावानं घरातच मळा करायचं ठरवलंय. तुझी गाडी-बैलं हाईत. जरा मदत करत जा त्येला. मीबी म्हैनाभराची रजा काढून आलोय. काय थोडी मदत करावी, सुरळीत चालू करून द्यावं म्हणून बेत घातलाय. उद्या खत वडायचं हाय. येशील न्हवं गाडीबैल घेऊन?''

''येईन की. काम हाय कुठं? वडून टाकू खत. पोरगंबी मोकळंच हाय. त्येलाबी बुट्ट्या भरायला आणतो.''

''आण की.''

त्याच्या बायकोचा चेहरा उजळला. पोरगं माझ्याकडं बघून चटकन उठलं. वाख ठेवून त्यानं बैलांना कडब्याची धाटं टाकली. डोळं मिटून हुबा राहिलेल्या बैलांना जाग आली. पोराला तरतरी आल्यागत झालं.

''मी उठतो आता.''

''बरं.''

''सकाळनं लौकर ये.''

''दीस उगवायला येतो.'' त्यालाही हुशारी वाटली होती.

सकाळी जरा उशिराच उठलो. चौकशी केली तर, धोंडबा गाडी भरून मळ्याकडं खत सोडायला गेला होता.

चहा-आंघोळ झाल्यावर बाजारपेठेतनं एक चक्कर टाकावी असं वाटलं. गाव एकदा डोळ्याखालनं घातल्यावर बरं वाटेल. कपडे केले आणि बाहेर पडलो.

बारापेठेकडं चाललो. पाण्याची योजना प्रत्यक्षात आली होती. इंग्रजी कौलांची घरं बाजारपेठेच्या आसपास वाढलेली. पेठेतल्या दुकानांवर नावांचे बोर्ड आले होते. आणि अधनंमधनं सगळीकडं रेडिओ-ट्रॅन्झिस्टर किंचाळत होते. गावाला नवा थाट आला होता.

सदलगेअण्णाच्या दुकानात घटकाभर बसून त्याचा ट्रँझिस्टर ऐकला. गप्पा मारल्या हॉटेलातनं मागवलेला 'पेशल चहा' पिऊन बाहेर पडलो...असंच पुढं जाऊन पसारे गल्लीतनं बाहेर पडावं, स्टँडवरनं वळसा घालून घराकडं यावं म्हणून निघालो.

नऊचा सुमार. माणसं रोजगाराला बाहेर पडत होती...अंगावर मळकट चिंध्यांची कुडती, चोळ्या, जुनेरं. त्यातनं बाहेर डोकावणारी अंगं, ढुंगणं नि स्तनंही. उनातनं कामं करून जळक्या बाभळीगत झालेली हातापायांची हाडं. आठआठ, नऊनऊ जणांचे घोळके, एकमेकाला हाकारणारे. पळत येऊन घोळक्यात मिसळणारे, हातातल्या भाकऱ्यातनं सांडून बाहेर येणाऱ्या लालेलाल कोरड्याशांना सांभाळणारे, बोळाबोळांतून मुंग्यासारखे येत डांबरी रस्त्याला लागत होते. अनवाणीच. ऊन होईल तस आता डांबर जास्तच तापणार नि या पायांना पूर्वीच्या धुळीपेक्षा जास्तच भाजून काढणार. या पायांना नेहमीची सवय होती म्हणून बरं.

वळणावर हरिभाऊ रावताचं घर लागलं. जुनं घर जाऊन रंगीत, दोनमजली घर तिथं उभं होतं. गडद हिरव्या रंगाच्या भिंती. दारात चकचकीत काळ्या रंगाची मोटार... मला गंमत वाटली. पायी फिरलं तर साऱ्या गावात कुठंही जायला पंधरा मिनिटं लागतात. तरीही हरिभाऊनं गाडी घेतलीय. घरात रेडिओ हिंदी हीट गाणी म्हणत होता. दारातल्या सिमेंटच्या हौदात नळ सुटलेला. हरिभाऊनं खूप सुधारणा करून घेतली होती. घराला 'जवाहर-कृपा' असं पोलादी सळ्या वाकवून नावही देऊन टाकले होतं. क्षणभर वाटलं, जाऊन चौकशी करावी. पण मलाच घाई होती. मळ्याकडं जाऊन यायचं होतं.

स्टँडवरनं घराच्या वाटेला लागलो. एकदोन ओळखीचे भेटले. लहानपणी दुसरी-तिसरीपर्यंत असलेला मुसलमानाचा बाबालाल भेटला. पण त्याला खूळ लागलं होतं. दाढी खूप वाढून तोंडाभोवती साळुता बांधल्यागत दिसत होती. धराळाच्या विठूनं चिरमुरंफुटाणं विकण्याचा धंदा सुरू केला होता. एखादी एस. टी. यायची नि तो खुळ्यासारखाच 'गरम चिरमुरेऽ, फुटाणे-शेंगदाणेऽ' करून ओरडायचा. तीन चार रुपयांची त्याची विक्री व्हायची.

घरात आलो. धोंडबा नि त्याचा पोरगा परड्यात खताची गाडी भरत होता. मी उगच जाऊन गराड्याच्या दगडावर बसलो.

धोंडिबा खताच्या बुट्ट्या टाकत होता. रातच्या घोंगड्याची टापर त्याच्या डोईवर होती. पोरगं कचाचा खोरं मारत होतं. चार-पाच खोऱ्यांत बुट्टी भरत होती. घास्सदिशी दोघेजण उचलत होते. पोराचा घाम तेवढ्या सकाळी तोंडावर चिंबचिंबला होता. अंगातलं, पाठीवर भोक पडलेलं गंजिफ्रॉक भिजून ओलं झालं होतं. त्याच्यावर खताचा राखुंडा चिकटून बसलेला. धोंडबा खतात माखून राख फासलेल्या बाबागत झालेला. वाऱ्यानं उडालेला राखुंडा डोळ्यात भरलेला. तरी हूंऽ नाही की चूंऽ नाही. वाऱ्यानं हलणाऱ्या तात्पुरत्या मांडवागत दिसणारी बैलं डोळे मिटून गप्प उभी होती. खताची बुट्टी गाडीत पडेल तसे त्यांच्या मानेला हिसके बसत होते. सगळ्यांनाच मुकाटपणानं उपाशी राह्यची, घाम गाळायची, सगळ सोसायची सवय झाली होती.

घटकेत गाडी शिंगार भरली नि पोरगा घोडीत चढला...धोंडबा खताच्या ढिगावर चढून बसला नि गाडी सुरू झाली. हेलपाटे खात खडखडत मळ्याच्या वाटेला लागली.

उकीरड्यावर टाकलेल्या शेणामुताचं खत झालं होतं. पिकाच्या पायदळी पडून त्याचं सोनं करणार होतं. धोंडबा त्या खताच्या ढिगावर खोळ घेऊन उपाशी गरीब माकडागत बसला होता. खताचाच रंग त्याला आला होता. वाडवलांपासून चालत आलेली गाडी धोंडबाचा पोरगा दूर कुठंतरी घेऊन मुकाटपण चालला होता... त्याच्याकडं कुणाचंही ध्यान नव्हतं. नदीकडला लांबवर उसाची हिरवी रानं आपल्या आनंदात डुलत होती.

■

१४

राणूची बायको

दवाखान्यातनं येऊन राणूला आठ दिवस झाले. दवाखान्यात तो पाय तोडून घेऊन पडला होता. दोन महिन्यांनी एक पाय घेऊन परत आला. तो पाय उंबऱ्यावर घेऊन तो उदासवाणा बसे...जुन्या, गेलेल्या पायाच्या आठवणींत रमून जाई. आपण चालत कसे होतो, झाडावर कसे चढत होतो, ओढ्यावरनं पलीकडं उड्या मारून कसे जात होतो याच्या त्याला आठवणी होत. दोन्ही पायांवर चालणारी आपली मूर्ती त्याला पुन:पुन्हा मनासमोर चालताना दिसे... पाय गेल्याचं त्याच्या लक्षात आलं, की तो जास्त उदास होई.

सकाळी परसाकडंला जाऊन आला, की उंबऱ्यावर बसून राही. दवाखान्यातून बाहेर पडताना डॉक्टरांनी त्याला दोन कुबड्याही कुठल्यातरी मदतफंडातून घेऊन दिल्या होत्या. त्या दोन्ही बाजूला दोन ठेवून तो बसे.

आज सकाळपासनं जास्तच असहाय होऊन तो उंबऱ्यात एक पाय लांब करून बसला होता.

"ऊठ. पाय काढ हुंबऱ्यावरनं."

"कुठं चाललीस?"

"तीन दीस झालं, सारखं सारखं तेच काय इचाराय लागलाईस? तुझ्या तू जल्माचा भोग भोग की आता. तुझ्यासंगं आम्हालाबी कशाला जीव द्यायला लावतोस? ऊठ. इरागतीला जाऊन येती."

त्याची बायको कडाडली नि बाहेर गेली. राणू आल्यापासनं तिची धुसफूस चालली होती. त्याचा पाय तोडल्याचं कळल्यावर ती पहिल्यांदा दवाखान्यात जाऊन आली. त्याच वेळापासनं तिच्या मनात त्याला सोडून जायचे विचार घर करत होते. तो घरात आल्यावर दोन दिवसांतच तिनं निघून जायचा निर्णय घेऊन टाकला.

...राणू घरात कुबड्या टेकत टेकत येतानाच तिला तो कसातरी वाटत होता...काळाढूस. (विठोबाच्या देवळात कुबड्या काढून उभा केला, तर लोक पाया पडून जातील असा.) साळिंदरागत दाढी वाढलेला चेहरा.

गावात होता तेव्हा, महिना महिनाभर दाढी करत नव्हता. अगोदरच धनगर गडी, तशात आळशी आणि गबाळा. भिवरा त्याला कडाकडा बोलायची, मग कुठं हा उठायचा. न्हाव्याकडं जायचा. लंगोटीत बांधलेली चवली काढून द्यायचा नि दाढी करून यायचा. डोईची केसं तर देवाला राखलेली. ती काढण्याचा प्रश्नच नव्हता. दाही बोटांनं खराखरा खाजवून केसांचा वाख करून टाके.

उंबऱ्यावर बसून तो खाजवत होता. भिवराला जास्त तिटकारा आला... आता कुठं ह्येची डुई शिक्कंखाईनं धूत बसू? आता का ह्येच्यासंगं संसार करायचा हाय? जाऊ दे तिकडं. इतकींदी रग्गड केलं. मलाच लाज वाटत हुती, म्हणून पाणी उकळत हुती नि डुईला शिक्कंखाई घालून कडक कडक अंगावर वतत हुती, तवा कुठं चार दीस निवांतपणानं देवा म्हणून निजत हुता. न्हाईतर टराटरा खांजळायचं नि घराघरा घोरायचं. रातभर मला नीज यायची न्हाई. ह्येनं खांजळणं कंचं नि घोरणं कंचं कळायचं न्हाई.

कोल्हापुरातल्या दवाखान्यात त्यानं कधी आंघोळ केली होती कुणास ठाऊक! बायकोनं सांगावं तेव्हा ह्याची आंघोळ. उवा बुचबुचून जायच्या अंगातनं. वास्तविक, हा दिवसभर रानातनं मेंढरामागं हिंडायचा. ओढं, नद्या, विहिरी, तळी, पाण्याचे पाट भरलेले असायचे; पण त्यात कधी आंघोळ करावी, अंगावरची कापडं धुवावीत असं त्याला वाटायचं नाही. घामाच्या वासनं अंग घाणू लागलं की भिवरा त्याच्यावर चिडायची. पाणी तापवून आंघोळीला न्हाणीत ढकलायची अंगावरची कापडं घेऊन ऊनपाण्यात उकळून काढायची, तेव्हा कुठं त्याच्या कापडातल्या उवा मरायच्या नि आठ-दहा दिवस त्याला निर्मळ वाटायचं. पण आता तिचं मन त्याच्यावर रमेना.

तिचं मन त्याच्याजवळ पूर्वीपासनं कधी रमलं नाही. कसे तरी ती त्याच्याजवळ दिवस काढत होती. अगोदरच तिचा स्वभाव तापट आणि तडफीचा. काहीसा भांडखोर. बाऽच्या सांगण्यावरनं तिनं त्याच्याशी लग्न केल होतं. तिला बापाचं राहून राहून आश्चर्य वाटायचं नि चीडही यायची. मनोमन ती म्हणायची, असला न्हवरा त्या बा म्हणणाऱ्या सुडक्यानं माझ्या गळ्यात काय म्हणून तरी, दीड मणाचा ढोल अडीकल्यागत बांधला असंल? ह्येला बघून आला तवा काय म्हणून तरी हरखून पाणी झाला हुता कुणाला दखल!

तिला राणूला बघून आलेल्या बापाचं नि आईचं बोलणं आठवे...

“सुखाची जागा गावली बघ. चार चार खणाचं तीन सोपं, पन्नासभर मेंढरं, हितनं फुडं ती वाढतील ती न्यारीच. आणिक काय पाहिजे?” तिचा बा.

"रंगानं उजळ न्हाई."

"रंगानं मी तरी एवढा कुठं उजळ हाय? धनगराचा अवतार. समदा जलम रानामाळात जायाचा. देखणापणा घेऊन का गावात हिंडायचं हाय? का आपूण वाणी-उदीम हाय?"

"वागायलाबी ढिला दिसतोय. पोरगी पडली कडक, कड गाठतील का दोघं?"

"न गाठायला काय झालं? पोरीला तरास हुणार न्हाई. खाऊन-पिऊन मेंढरं राखत त्यो हिंडलं माळानं. पोरगी बसंल घरात. देवमाणूस हाय, जरा ढिला असायचाच."

भिवरानं यावर विश्वास ठेवला नि खाली मुंडी घालून, तोंडावर हातभर पदर काढून लग्नाला उभी राहिली. तिला वाटलं; देव-माणूस हाय तर जलमभर जत्रंची गावं तरी बघायला मिळतील. चार माणसं काय तरी इचारायला येतील. मान वाढंल, चोळी-नारोळ मिळंल. जिवाला यात न्हाई त्यात तरी सुख मिळंल.

नांदायला आल्यावर तिनं हे रूप बघितलं नि तिचं मन ढेकळागत झालं. तिला वाटलं होत नवरा बापागत काळा असेल; पण त्याचा रंग अमावास्येच्या रात्रीगत निघाला. तरी ती राहिली. जागा सुखाची होती. ना सासू ना सासरा. मागं-पुढं कोणीच नाही. स्वत:चं ऐसपैस घर होतं.

ती लग्न होऊन आली तेव्हा त्या घराचा नुसता मेंढवाडा झालेला होता. मेंढ्याच्या लेंड्यांनी नि मुतानं घर घाणत होतं. आली त्यावेळेस देवळागत मोकळंच. बाई माणसाचा हात बरेच दिवस त्या घराला लागला नव्हता, म्हणून तिला घराचं रूप असं झालं असंल असं वाटलं.

उठून तिनं सगळं घर निर्मळ केलं. घरोसा काढला. आडवं-उभं एकटीनं सारवून घेतलं. चुन्याची बोट लावली. बाहेर दाराच्या दोन्ही बाजूला दोन मोर काढले. कुंभाराकडनं नवी चूल आणली आणि मग नव्या संसाराला मोठ्या उत्साहानं सुरुवात केली.

"...खुळ्या राणूला बायकू चांगली मिळाली हं." गल्लीतल्या बायका म्हणाल्या. ...न्हवऱ्याला खुळं म्हणत्यात तर म्हणू द्यात तिकडं. मला कुणी इचारायची ताकद न्हाई. आपूणच समदं अंगावर घेऊन केलं पाहिजे आता.

तेव्हापासनं ती त्याचा संसार उभा करत होती. राणूला वळण म्हणतात ते कसलं नव्हतं. देवध्यानाच्या नावावर त्याचं सगळं खुळेपण पचत होतं. रयताच्या रानात मेंढरं बसली, की कुतऱ्यागत राखणीला बसायचा. उन्हाळा असो, पावसाळा असो डोईवर घोंगड्याची खोळ घेऊन बाभळीच्या खुंटागत मेंढरामागं उभा राहिलेला. त्याच्याबरोबर असलेल्या बाकीच्या दोघा धनगरांची सत्तर-ऐंशी, सत्तर-ऐंशी मेंढरं.

तरीही ते दोघं ह्याच्याच गळ्यात सगळ्या मेंढरांची राखण घालून गावात पळायचे. सकाळी उठून यायचे.

रयताकडची वसुलीही ते दोघेच करायचे. धान्य गोळा करायचे. पैसे घ्यायचे. तीन वाटण्या करून त्यातली एक वाटणी राणूच्या बायकोजवळ द्यायचे. राणू एका शब्दानंही त्याची चौकशी करायचा नाही. पैसे, धान्याची वटी कमी आली का जास्त आली, बाकीच्यांनी किती घेतली, हे एका शब्दानंही तो विचारायचा नाही.

त्यामुळं ते दोघे राणूला सांभाळून ठेवत. दिवसभर राणूला ते झाडावर चढवायचे, बाभळीची शिरी बेनायला, शेंगा झाडायला लावायचे. आपण बसून आरामात पान खायचे. राणू आपला अवघड झाडावर पार शेंड्यापर्यंत चढत, शिरी अंगाला ओरबाडून घेत दिवसभर खडा असायचा. भिवराच कधी वैतागून त्याला शहाणपण सांगायची. या नादातच तो दोनदा झाडावरनं पडला. दोन्हीही वेळा पंधरा-पंधरा दिवस कंबरडं मोडून घरात बसला. भिवरानं रोज त्याच्या पेकटावर तेल लावून कंबरडं ऊन पाण्यानं शेकायचं.

दहा वाजायला ती जेवणं आटपून मेंढरं असतील तिथं माळमुरूड तुडवत भाकरी पोचती करत होती. राणूचं जेवून होईस्तोवर बकरी पिळायची. बेनलेल्या शिऱ्यांचा रोज एक एक भारा आणायची. परड्यात शिऱ्यांचा ढीगच्या ढीग पडलेला. सालाच्या जळणाची बेजमी व्हायची. उन्हाळ-पावसाळ तिनं कधी जळणाची कमतरता पडू दिली नाही. शेंगाच्या सुगीत शेंगाला, जोंधळा कापणीच्या व मळणीच्या सुगीत गुडाला, कोणतंही काम मिळालं तरी ती जाई. पोटगी करून ठेवी. राणूनं कधी इतर धनगरांप्रमाणे वटाभर भेंड्या, बावच्या, कांदं-वांगी चोरून म्हणा, मागून म्हणा आणलंच नाही. पावसाळ्यात मेंढरं देशावर गेली, की भिवरा एकटी. मग ती भिंगरीवर सूत कातायची. मुऱ्या मुऱ्या करून ठेवायची. कधी कुणाकडून घोंगडं विणून घ्यायची; नाही तर सूत विकून पैसा करायची.

एकदा देशावरनं परत येताना राणूनं सगळी कोकरं विकून टाकली. नुसती थोडी मेंढरं घेऊन तो परत आला. कुणीतरी धूर्त धनगरानं गोड बोलून त्याला फसवलं होतं.

"कोकरं हो का इकलीसा?"

"कुणी जपायची ती त्या मुलखाला. रोज कुणी ढाळं आणून घालायचं? मेंढरासंगं चालायचीबी न्हाईत."

"न चालायला का धाड भरतीया त्यास्नी. बाकीच्यांनी कशी सांभाळली? आणि चालून चालून एखाद-दुसरं मेलं असतं; तर मरू द्यायचं हुतं. बकऱ्यातनं काय मिळंल ते खाऊन थोरली झाली नसती ती?"

"मेंढरं चोरीला जात्यात. सतरा रोग त्या कोकरांस्नी हुत्यात. तेवढं निस्तारू–

स्तवर इकून टाकलेली निर्मळ. पैसा तरी हातात येतोय.''

''लई शाणं हाईसा. अशानं झोळी येईल हातात. कोकरं इकायचा परस्परभारी लांडा कारभार करू नका.''

तेव्हापासनं भिवरानं बकरी विकायचं आपल्याच हातात घेतलं. कोकरांचा विक्रा बंद करून टाकला. ती फुकटावारी जायाची. एक तर कोकरं म्हणून त्यांना किंमत कमी यायची नि मोठी मेंढरं म्हातारी होऊन रोगानं मरून जायची. पैसा कमी पडला, तर ती एखादं थोराड मेंढरू विकायची. पैसाही भरपूर यायचा. दर सालाला दोन-चार, दोन-चार मेंढरें कमी व्हायची. एका साली तर देशावर कसला रोग आला नि तीसभरच मेंढरं उरली. त्यातही मरतुकडी, म्हातारी, शेंबडी...भिवराचं मन फाटल्यागत झालं. वर्षभर तिनं पोट आवळलं नि एकही मेंढरू विकलं नाही. बारीक मोठी करून दोन सालात साठ मेंढरांना गाठ घातली.

तशात तिची पोरं जगली नाहीत. सहा वर्षात चार झाली. चारीही नाळरोगीच. दोन-दोन वर्षांची होऊन तीन मेली. उरलेलंही माती खात होतं. ते माती खायचं नि वर पोटभर पाणी प्यायचं. त्याचाही काही भरवसा सांगून येत नव्हता. मनाचा दगड करून ती वागत होती.

कसातरी संसार चालला होता; पण राणूनं ऐन वेळी घोटाळा करून ठेवला. येशा पाटोळ्यानं गावात सायकलीचं दुकान घातलं. भाड्यानं सायकली देऊ लागला. गावातली उंडगी पोरं, टोळभैरव तासतासभर भाड्यानं सायकली काढून तालुक्याला जाऊन येऊ लागली. सायकली चालवायला शिकू लागली दीसभर सगळ्या गल्लीतनं गोमगाला. सगळ्या गावातनं सायकल चालवायला शिकायचं हे खूळ घेऊन सायकल शिकू लागली. दीसभर रानात तंगून यायची नि सांज करून तासभर सायकल भाड्यानं काढून शिकायची. रातचं चांदणं असलं तर मग दहा दहा वाजेपर्यंत सायकल शिकणं चाललेलं असायचं. आड्यावरनं भोपळं पडल्यागत खाली पडायची. सायकल वर नि आपण खाली अशी एकेकाची तऱ्हा. तरीही शिकत होती. तशात सायकलवाल्या पाटोळ्यानं रातच्याला भाडं कमी ठेवलेलं.

चांदणं टिपूर पडलं होतं. राणू घरात वस्तीला होता. पलीकडच्या तुका धनगरानं धूर्तपणा केला. त्याला सायकल शिकायची हुक्की उठली. राणूची मदत आणि पैसेही घ्यायचे त्यानं ठरवलं.

''राणबा हाय का''

''हाय की. का रं?'' राणू.

''जेवलास का न्हाई?''

''आताच जेवलो.''

''चल, तुला सायकल शिकीवतो. तुझं धा पैसं, माझं धा पैसं घालूया नि दोन

तास सायकल काढू.''

''अहो, त्यास्नी कुठली सायकल चालवायला येईल?'' राणूची बायको मधीच बोलली.

''गावात रग्गड माणसं शिकाय लागल्यात.''

''तुम्हास्नी त्या सायकलीतलं काय कळणार हाय? गप घोंगडं घेऊन पडा जावा. तेवढंच पैसं उद्या च्याच्या पावडरीला हुतील. चार दिसांचा च्या रंगंल नि दिसभराचं तोंडाचं कडू जाईल. सुखानं निजा जावा.''

''जिवाची हौस कवा करायची राणूनं? सायकल शिकून ठेवली तर कवातरी गडबडीच्या वक्ताला उपयोगी पडंल की. ती का फुकट जाणार न्हाई भिवरा.'' तुकबाचं बोलणं.

''काय तरी करा जावा तिकडं.'' ती बोलून गेली.

चांदण्यात दोघेजण सायकलीशी झट्याझोंब्या खाऊ लागले. गणपती बसल्यागत राणू सायकलीवर बसू लागला. तुकबा जोर करून त्याला आवरू लागला. पाठीमागनं रेटा देऊन ढकलू लागला. पायडल मारायचं ध्यान राणूला राहायचंच नाही. तुकबा ढकलू लागला, की तो खुशाल बसून राही. वेग आला की, तुकबा जरासा सोडून देई नि राणू पुढं जाऊन खाली कोसळे. सायकल उरावर घेऊन उताणा होई. पुन्हा उठे. झाडावर चढल्यागत पुन्हा बेतानं सायकलीवर चढून बसे. त्यालाही मोठी गंमत वाटत होती.

वर चढताना त्याचा अंगठा पायडलच्या चाकाच्या दात्यात गावला नि त्याला रक्त आलं. पण तो रंगून गेला होता. अंगठ्यावर माती टाकून तो सायकलीबरोबर झटापट करू लागला. तासभर पडझड झाल्यावर तुकबाची पाळी पुन्हा आली. रात्री बारा वाजता दोघेजण घराकडे परतले.

पुढं तीन दिवसांनी राणूचा अंगठा सुजून डम झाला. तसाच बकऱ्यामागनं हिंडला. पाय सुजला. तो उतरायचं चिन्हच दिसेना म्हणून, जखम धुऊन तिच्यावर भिवरानं भंडारा घातला. तरीही बरं वाटेना.

पंधरा दिसांनी गावातली माणसं सांगताना राणू तालुक्याच्या दवाखान्याला जाऊन आला, तर डॉक्टरांनी अंगठाच तोडायला पाहिजे म्हणून सांगितलं.

''आरं, मग डाक्टरानं सांगितलं, तर तसंच काय तरी असंल.'' गणा म्हातारा.

''तसं सांगायला त्येंच्या बाऽचं काय जातंय? अंगठा तोडून चालणं कसं व्हायचं? मेंढरामागं रोज धा धा मैल चालाय लागतंय. 'जीव गेला तरी पत्करलं; पर अंगठा तोडू नका' म्हणून सांगितलं नि परत आलो.''

भिवराला वाटलं नवऱ्यानं शहाणपणा केला; पण भोग भरून आला होता. दोन महिने गावात वाट्टेल ती औषधं केली; पण पाय काही बरा झाला नाही. मेंढरामागं

चालण्यानं ताण पडत असेल म्हणून भिवरानं राणूला आठ-पंधरा दिवस घरात ठेवला. तरीही काही बरं व्हायचं चिन्हं दिसेना. हळूहळू सगळा पाय सुजू लागला. हाडातनं कळा येऊ लागल्यागत राणूला वाटू लागलं. रातभर तो एक एक दिवस ढोरागत ओरडायचा. पायाची सूज काहीच कमी नाही. मांडीपर्यंत कळा गेलेल्या.

पाय सुजून नारळीच्या सोटागत झाला. कुणीतरी अंगावरचं मांस काढून नेल्यागत राणू तळमळू लागला. अप्पाजी धनगराला हे कळलं. अप्पाजी हा त्यांच्या समाजात सात यत्तापर्यंत शिकलेला. घोंगड्यांचा व्यापारी. समाजाचा म्होरक्या. त्यानं त्याला गाडीत घालून कोल्हापूरच्या दवाखान्याला नेलं. डाक्टराच्या सल्लामसलतीनं विचार करून राणूचा पाय काढायचं ठरलं. भिवराला राणूचा पाय काढल्यावर सांगितलं. तिनं आक्रोश केला. डोकं फोडून घेतलं. अप्पाजीला नको नको ते बोलली.

''वाटुळं केलंसा माझं.''

''तुझ्या आयला, त्या राण्यागत तूबी खुळी हाईस का काय? रोग पायाच्या हाडाला जाऊन भिडलाय त्येच्या. हाडं किडाया लागल्यात. रोग वरवर सरकाय लागलाय. आणि एकादा म्हैना असाच गेला असता, तर तुझा न्हवरा गेला असता सर्गात. हाईस कुठं तू? पाय तोडणारं डाक्टर काय खुळ्याच्या चावडीतलं हाईत? कसाबसा न्हवरा जगला हे ऱ्हायलं बाजूला, गऽप घरात बस जा. हाईत ती मेंढरं संभाळ नि पोटाला खा.''

भिवराची समजूत पटली नाही. सगळ्या गावभर ती नवऱ्याला नि अप्पाजीला बोलत सुटली. ''दाजीबा शाणा असला तरी त्येच्या घरचा. त्यो का जलम काढू लागणार हाय? या म्हईंदाला काय कळत न्हवतं? गळ्यात पन्नासभर मेंढरं. पोटाला चार पोरातलं एकच जगलेलं. तेबी नाळरोगी. जगतंय का न्हाई असं. घरात मी एवढी दांडगी तरणी बायकू. ती मेंढरं कुणी रोज सतरा रानं फिरवून आणायची? एका पायानं ह्येला का ती हुणार हाई? आम्हाला का पाटील कुलकर्ण्यागत बैठं उत्पन्न हाय? धनगराचा जलम. पाय धड तर दुनिया धड. मेंढरामागं मणामणाचं पायताण घालून, कोसकोसभर चालाय लागतंय. काटं-कुटं, खाच-खळगं, चिखूल-ढेकळं, सतरा तऱ्हा. तशात खांद्यावर घोंगडं, कुऱ्हाड, आकडी, भाकरीचं जाळं दोन पाय घट्ट असलं तरी मेंढरामागं हिंडणाऱ्या माणसाला राती कणकण येतीया. आता ह्यो एका पायावर काय करणार? झाडावर कसा चढणार? शिरी कसा बेनणार नि बकरी कशी जागणार? ह्येला ह्यातलं कायबी कळलं नसंल? त्यो दाजीबा तरी धनगराच्या पोटचा हाय का आणि कुणाच्या पोटचा हाय?''

तिचा वैताग वाढतच होता. राणूला कोल्हापुरास धाडून दिलं याचा तिला जास्तच पश्चात्ताप होऊ लागला. त्यानं कोल्हापूरला जावं असं तिला वाटत नव्हतं.

तिथला खर्च आपणाला परवडायचा नाही, असं म्हणत होती. पण अप्पाजीनं सांगितलं की, खर्चाचं माझं मी बघतो.

"खुळी हाईस, तुझ्या आयला. न्हवरा मरून जाईल पाटदिशी एवढा दांडगा पाय घेऊन. लागलं तर एखादं दुसरं मेंडरू इकू म्हणं. सरकारी दवाखाना हाय. लई काय खर्च यायचा न्हाई. तवर मी पैसं घालतो. बरा होऊन परत आल्यावर मग बघू."

"अहो, दाजीबा देवाचं काय तरी असंल. त्याबिगार एवढी एवढीशी जखम त्येचं एवढं दांडगं दुख हुणार न्हाई. बिरूबाला काय तरी बोलून घेऊ या. यल्लूबाईचा अंगारा लावू. म्हैनाभरात बरं हुईल. सूज आली तर काय माणसाचा जीव जाईत न्हाई."

पण तिचं अप्पाजीनं ऐकलं नाही. राणूच्या जिवाची तगमग बघून त्यानं त्याला कोल्हापूरला तिला न जुमानता नेलं.

राणूचा पाय काढल्याची बातमी सगळ्या गावभर आगीसारखी पसरली होती. जो तो माणूस भिवराला येऊन विचारत होता. माणसं विचारायला येतील तसं भिवराला एका बाजूला दुःख होत होतं नि दुसऱ्या बाजूला नवऱ्याची, त्याच्या खुळेपणाची, पाय तोडून घेण्याची चीड येत होती.

"भिवरा, राण्यानं पाय तोडून घेतला म्हणं?"

"व्हय, खुळा येडाच त्यो, शाणा असता तर कशाला तोडून घेतला असता?"

"आणि असा कसा तोडला?"

"कसा नि काय! सायकल चालवाय शिकत हुता. ह्येच्याय बाऽनं कवा सायकल चालीवली हुती? ह्येला अजून धड गाढवं राखायला यायची न्हाईत नि सायकल चालवायला गेला."

"जाऊ दे आता. नशिबाला आलंय तर भोगायला नगं? न्हवरा भावरती हाय तुझा."

"खुळं का काय तुम्ही बी. खुळा तपण्या हाय त्यो. आतापतोर लई केलं मी त्येच्यासाठी. तरीबी माझं त्येनं ऐकलं न्हाई. गावाचं ऐकलं. आता गावच त्येला पोसू दे. मी चालली माझ्या बाऽच्या गावाला उद्या त्यो आल्यावर."

"खुळी का काय? आणि हे कुणी बघायचं?"

"त्येचा त्यो बघंल न्हाई तर बसंल."

"तसं न्हवं. तू तरी तिकडं बाऽकडं जाऊन काय करणार हाईस?"

"काय करणार हाईस?...लगीन करणार हाय दुसरं...अजून सात-आठ पोरांचं वय हाय माझं. कुणाजवळबी मला पोरं हुतील. कुणीबी माझ्यासंगं लगीन करून घेईल."

"खुळी हाईस भिवरा तू. तसं करू नगं बापडे. खुळाकावरा न्हवरा हाय, देवमाणूस. त्येलाच संभाळत ऱ्हायाचं. आईबाऽनं दिलंय तिथं तोंड मिटून जलम काढायचा."

"...न्हाई रखमाव्हंजी, मी ऱ्हानार न्हाई आता हितं. लई इचार केला. माझ्या या संसाराला काय चव न्हाई बघ. आभाळाला ठिगळं जोडली तरी ह्येचा संसार सुधरंना झालाय...आता सा वरसं झाली. आता पुन्ना दुसरा न्हवरा हुडकायची पाळी आणली का न्हाई माझ्या भोगानं. त्याच वक्ताला आई सांगत हुती, तवा त्या बाऽ म्हणणाऱ्या माझ्या पितरानं दुसऱ्या कुणासंगं तर गाट मारून दिली असती तर वंगाळ झालं असतं? सुखानं खाईत तरी बसलो असतो. कुणाचाबी संसार मी हुबा केला असता...तशी बसून खाणारी माझी औलाद न्हवं. तिथं लक्ष्मी पाठीमागनं आली असती माझ्या."

अनावर होऊन ती भडाभडा बोलून जाई. तिच्या या बोलण्यानं गल्लीत जास्तच विचका झाला. मनाची करमणूक करून घेणाऱ्या बायका तिला पुन:पुन्हा त्याच विषयावर विचारायच्या. तिचा विचार पक्का करून टाकायला त्यामुळं मदत होऊ लागली.

"काय गं बाई भिवरा ऐकायला मिळतंय हे!"

"काय हो?"

"सोडून जाणार म्हणं राणूला?"

"कोण म्हणतंय?"

"सगळ्या गावातनं झालंय की गं?"

"मग काय चूक हाय त्यात?"

"नगं बाई असं करू. न्हवरा खुळाकावरा हाय तुझा. तशात लंगडा. त्येला कशाला सोडतीस?" साळसूद बोलणं.

"काय करायचं असल्या न्हवऱ्यासंगं नाण्णं घालून? जाऊ दे तिकडं. कुठं तरी बघाय येईल दुसरा. जलमपतोर ह्येला आता लोदीकिड्यागत सांभाळला पाहिजे. लंगडा असला म्हणून का पोरंबाळं हुयाची थांबणार हाईत? कुणी सांभाळायची ती? मेंढरं कुणी बघायची? इकून इकून किती दीस पुरणार हाईत ती? आज ना उद्या भीक मागायचीच पाळी की. घराला दाल्ला धड, तर संसार धड."

राणू घरात आल्यावर तर तिचा निश्चय पक्का झाला होता. तिसऱ्या दिवशीच तिनं राणूला पक्कं सांगून टाकलं. त्याला ते पहिले दोन दिवस खरं वाटलं नाही. दिवस-रात्र ती तोंडाला येईल ते बोलत होती. पुन:पुन्हा आपल्या जन्माचं वाटोळं राणूनं केलं असं म्हणत होती. शिव्याशाप मोजत होती. जाण्याच्या तयारीला लागल्यासारखी वाटत होती...राणू येडबडून उंबऱ्यावर बसत होता. त्याला बोलायला

फारसं जमत नव्हतं. 'जाऊ नको, जाऊ नको,' एवढी त्याची भाषा. आणि वेडेपणानं उंबऱ्यावर बसून काहीतरी निमित्ताने बाहेर पडणाऱ्या भिवराला तो एकच प्रश्न विचारी, "कुठं चाललीस?"

ती चिडून काहीतरी उत्तर देई.

"उद्या जेवण करून मी जाणार बघ. तुझं तू संभाळ आता."

"जाऊ नको, कुठं जातीस? हितंच राबून खा म्हणं."

"हितं राबून खाण्यापेक्षा मला का माझ्या बाऽचं घर न्हाई? तुला अशा लंगड्याला गळ्यात बांधून या गावात हिंडू मी?"

तो गप बसला.

पहाटे उठून भिवरा आवराआवरीच्या उद्योगाला लागली. राणूचं धाबं दणाणून गेलं. त्याला काही बोलता येईना. तो नुसता तिच्या हालचालीकडं बघत बसला.

दिवस उगवेपर्यंत भिवरानं सगळी आवराआवर केली. स्वयंपाक करून ठेवला. आंघोळ करायला ती न्हाणीत बसली. गठळं बांधून ठेवलं होतं.

कुबड्या कशातरी सावरत राणू कुठनं तरी बाहेर जाऊन आला. भिवरा आंघोळ करून ठेवणीतलं लुगडं नेसत होती. राणूबरोबर येताना सावूला बघून तिची शीर उठली...गठळं बांधलेलं बघून या नकटीला घेऊन आला व्हय.

"काय गं सावू?"

"अगं, काय म्हणतोय ह्यो राणू? उगंच कशाला राख घालतीस डोसक्यात?"

"मग, वळचणीचा धोंडा घेऊन माझ्या डोसक्यात घाल."

"तसं न्हवं. तू गेल्यावर ह्येला कोण संभाळणार गं?"

"भीक मागून खाईना तिकडं. आणि मेला तरी मला का सुताक हाय?...पाय तोडून घ्यायच्या वक्ताला मला इचाराय आला हुता? घरात बसून खायाला मोकळा झाला. जलमभर ह्येला कुठलं आणून घालू?"

"न्हवरा हाय तर घालाय नगं?"

"तू घालतीस काय तुझ्या नवऱ्याला राबूनशान?...न्हवरं कशाला करून घ्यायचं असत्यात गं? बायकांनी घर बघायचं का मिळवून आणायचं?"

"भोगात आलंय तर कराय नगं?"

"कसला भोग नि चिकट्या रोग घेऊन बसलीस, मर्दाने, त्येच्या भोगात आलंय. त्येचं त्यो निस्तरू दे की. मी काय म्हणून ते वडून घेऊ?"

"गावाकडं जाऊन तरी काय करणार गं?"

"मी का म्हातारी झालीया? का ह्येच्यागत लुळी-पांगळी हाय? आल्यापासनं ह्येचं घर हुबं केलं नि सीता-सावित्रीगत वनवासाचं उद्येन बांधलं. एवढी माझी शामरथ बघूनबी मला कोण करून घेणार न्हाई? आणि न्हाईच कुणी करून घेटलं,

तर तशीच कुणाजवळ तरी धडसा बघून ऱ्हाईन म्हणं.''

''खुळे, कशाला उगंच बसलेली ईट काढून भयाभया हिंडतीस? राबून खा की हितंच.''

''बरी सांगतीस की. डोळं उघडं ठेवून असला दांडगा धोंडा गळ्यात अडकून घेऊ मी आत्तापासनं?...आधीच खुळं; त्यात पांगळं. काय म्हणून तरी मला असल्या म्हइंदासंगं संसार कर म्हणतीस?''

''गरीब हाय गं. घरात येऊन रडाय लागलं हुतं 'हूंऽ' म्हणून.''

''म्हणून तू मला शाणपण शिकवाय आलीस व्हय? लई माया आली असंल, तर ऱ्हा ह्येला घेऊन नि मी जाती तुझ्या दाल्ल्याकडं.''

''हे बघ भिवरा, शेजार म्हणून सांगाय आली. ऱ्हावंसं वाटलं तर ऱ्हा; न्हाईतर जा कुणाचा हात धरून. मला काय करायचं?''

''आता कशा नाकाला मिरच्या झोंबल्या! ज्येचं दु:ख त्येला ठावं. तू जा आपली तुझ्या वाटेनं.''

''मरा जावा, काय तरी करा जावा तिकडं.'' म्हणून सावू फणकाऱ्यानं निघून गेली.

तरीही भिवराचं तोंड बंद नव्हतं... ''मला सांगाय आलीया. न्हवरा धस्सासा राबून आणतोय नि ही ढेकर देत खाती. बसलेल्या जाग्याला वाळवी लागली तरी उठत न्हाई. तवा घुशीगत माजलीया. ह्येच्यासंगं हिला संसार करायचा असता म्हंजे कळलं असतं – चलं रं कार्ट्या.''

तिनं गठळं उचलून घेतलं. मुलाला काखेत घेऊन ती उभी राहिली. राणूला उमका फुटून तो ढसाढसा रडायलाच लागला. उंबऱ्यावर येऊन एक पाय आडवा करून दार धरून बसला.

''भिवरे, उगंच जाऊ नगं. माझं ऐक. काय कमी पडू देणार न्हाई मी तुला.''

''नगं बाबा. उघंच बाईलभाड्यागत रडू नगं. तुझं तुला कमी पडू देऊ नगं म्हंजे झालं.''

ती दारात आली.

''भिवरे, अगं, उगंच जाऊ नगंऽऽ! पाया पडतो मी तुझ्या.''

''उगंच कशाला हूंऽ म्हणून रडतंस? एवढं दांडगं घर हाय. भांडी-कुंडी हाईत. सालभर राबून मी जुंधळं, तुरी मिळवून ठेवल्यात. पन्नासभर मेंढरं हाईत. एक एक इकून खाशील तर धा-ईस वर्स पार पडतील...गाव समदं वळखीचं हाय. रडतंस कशाला बायकागत?''

''भिवरेऽऽ'' तो तिच्या पायावर पडला. त्याचा एकुलता एक पाय तळमळला.

''ऊठ माझ्या पायातनं. उगंच आडवा येऊ नगं. ढकलून दिलं तर कोलमडून

पडशील तिकडं...उगंच हांबरून काळजाला पाझर फोडतंय.''

''भिवरेऽ, माझं हाल कुतरंबी खानार न्हाईऽऽ. कुणाला विचारू मीऽऽ.''

''लईच हाल झालं, तर देवरसपण करत बस. घरात अन्न चालून येईल. ऊठ. हो बाजूला.'' ती पाय सोडवून घेऊन बाहेर आली. गठळ्याला एक नि पोराला एक हात धरून ती म्हणाली, ''अजून न्ह्यारीबी केली न्हाईस सकाळधरनं. गिळायला तुकडं ठेवल्यात. चुलीपाठीमागं भराण घालून आंघुळीचं गाडगं ठेवलंय वर. माझ्या नावानं तेवढी आंघुळ कर. कापडं सोड्यात घालून धूतोस का बघ. घणाय लागलाईस. कुलूप दारामागच्या दिवळीत हाय. कुठं बाहीर उलथलंस तर घालून जाईत जा, न्हाई तर घर धुऊन न्हील कोण तर.''

ती पाठीमागं बिनबघता तरातरा चालू लागली. गडबडीनं राणू उठायला लागला. दोन्ही बाजूला पडलेल्या कुबड्या घेऊन उठेपर्यंत भिवरा गल्लीच्या वळणावर गेली होती. तो तिच्याकडं बघतच उभा राहिला...त्याचा उरलेला एक पाय थरथरत होता.

■

१५

❋

सुटकेतील पाश

मोहितेबाई पोट घेऊन मोटारीत चढल्या. हातात कपड्यांची लहानशी सूटकेस. मोटारीत चढल्याबरोबर त्यांनी अपराध्यासारखं इकडंतिकडं पाहिलं. त्यांच्या पुढेच चढलेले एक-दोन ओळखीचे चेहरे दिसत होते. कोरडेच. कुणाच्याही चेहऱ्यात काही संशय नाही. त्यांना वाटलं, की लोकांना आपलं पोट कळून येत नसेल. पातळाच्या फुगावटीत ते लपून जात असेल...पण आठवा महिना. एवढं कसं लपून जाईल? थोडं तरी जाणवणारच. आपण पाचव्या-सहाव्या महिन्यातच इतरांना ओळखून काढतो. नाही तर लोकांना असं वाटत असेल, की वातुळपणाचं हे पोट असेल. तसंच वाटत असणार त्यांना... पण आपल्या सबंध अंगावर चरबीचं काहीच लक्षण नाही, फक्त पोटच...

त्यांना एकदम शहारल्यासारखं झालं. उजव्या बाजूच्या बाकावर एक बाई आपल्या दोन मुलांना घेऊन येऊन त्यांच्याकडं बघत बसली...बाई आपल्या गावातली नसावी. परगावची असावी. ओळख लागत नाही. नाही तर मुळात इथलीच असेल. लग्न होऊन परगावी गेलेली असावी. आता सासरला म्हणजे आपल्या घराकडं चालली असेल. हिला काय म्हणून भ्यायचं? ...खरं तर आपणाला भीती वाटते. म्हणून तर आपण आज कपाळाला काळी तीट लावली. गळा झाकून घेतला. गावात आजारीपणाची बातमी पसरवली.

"किन्‌किन, किन्‌किन" कंडक्टरनं घंटी वाजवली नि दार ओढून घेतलं.

"कुठं?" दोन मुलांना घेऊन बसलेल्या बाईला त्यानं विचारलं.

"कोल्हापूर. दोन अर्धी आणि एक पूर्ण" त्या बाईनं कंडाक्टरच्या हातात दहाची नोट ठेवली... तिकिटांना भोक पाडून कंडाक्टरनं ती बाईच्या हातात दिली. मोहितेबाई हे सगळं बारकाईनं पहात होत्या. दोन मुलांची आई आपल्या घरी आनंदानं जाते याचाच त्यांना हेवा वाटला.

"कुठं?" कंडाक्टरचा प्रश्न मोहितेबाईनाच होता. त्या अनपेक्षितपणे चरकल्या.

"कागल..." जणू त्यांनी कंडाक्टरची समजूत काढण्यासाठी त्याला सांगितलं. त्याच्या हातात लाच दिल्यासारखे हळूच पैसे सारले. त्यानं तिकिटं चिमटली आणि त्यांच्या हातात दिली. त्यांनी केविलवाणेपणानं त्याला आणि हिरव्या तिकिटाकडं पाहिलं...अंधळी तिकिटं...मोहितेबाई आम्ही तुम्हालाच कागलात नेऊन सोडणार आहोत. तिथं तुमचं तुम्ही पाहा काय करायचं ते. तिथं कुठंही राहा अगर रामराव मत्यांच्या घरी जा...

रामराव मत्यांचं नाव त्यांच्या मनात आल्याबरोबर त्यांचं अंग पुन्हा झिणझिणून शहारलं. गाडीची किन्‌किन् घंटी वाजून ती सुरू होत होती. त्यांना वाटलं, गाडीच्या हदऱ्यानं आपल्या अंगात झिणझिण्या येतात. त्यामुळं अंगावर शहरा आला असावा.

काचेचे अंधळे डोळे घेऊन गाडी वेगानं धावू लागली. रस्ता इच्छा नसताना चाकांच्या अंगाखाली उताणा सरकू लागला. समोरची दाट झाडी एखाद्या हिरव्या वस्त्रासारखी बाजूला सरकू लागली. लालबुंद गाडी उद्दामपणे जाऊ लागली... सगळंच यांत्रिक. दृश्ये येत होती आणि दृश्ये जात होती. आतली माणसं बांधून घातल्यासारखी असहायपणे जागच्या जागी बसली होती...आपापल्या गावांची वाट पहात.

मोहितेबाईंनी तिकिटं घडी करून काळ्या पाकिटात घातली नि सुस्कारा सोडला. गाव मागं पडत जाईल तसं त्यांच्या सुन्न मनाला बरं वाटत चाललं होतं...आता अडीच-तीन महिन्यांत आपलं काय होईल ते खरं. तीन महिन्यांची रजा तर मंजूर झाली आहे!

...पण आता कागललाच जायचं का? नाही तर मग कुठं जाणार?

...'कुठं' या प्रश्नाला उत्तर नसतं, तर बरं झालं असतं. गाडीनंही कोल्हापुरापर्यंत जाऊन थांबू नये. असं धावत राहावं... जन्मभर धावावं. कुणी कुणाला 'कुठं' म्हणून विचारू नये. फक्त जगत राहावं. हवा असेल तर जन्म देत राहावं; पण हे कुणाचं म्हणून कुणी कुणाला विचारू नये. कुणाचंही असेल. जगाच्या क्रमातच ते जन्माला आलं ना? का आमक्यानं आमकीशी कायमची गाठ मारल्यावरच ते जन्माला यायचं असतं? झाडाझाडांची लग्नं कोण लावतं? गाई-बैलांच्या गाठी कोण मारतं?...

गाडीला कचकन ब्रेक लागल्यावर बाईच्या लक्षात आलं...गाडीला किती हा वेग? अशाच वेगात जाणाऱ्या गाड्यांना अपघात होतात. अपघातात अनेक माणसं, कित्येक वेळा कुटुंबच्या कुटुंब दगावतात. एक एक घरचं एक एक विश्व हरपतं... त्यात माझ्यासारखीही काही आनंदात मरत असतील. समोरून भयानक डोळे वटारून ट्रक येत होता. एस.टी. एका खबदाडाच्या टोकाजवळ जाऊन

रस्त्याच्या कडेला नम्रपणे उभी राहिली. तिच्या अंगावरून ट्रक दम देत घुमत घुमत निघून गेला.

गाडीनं पुन्हा गती घेतली नि बाईंना बरं वाटू लागलं. उजव्या बाजूच्या बाकावरील मुलांनी तेवढ्यात आईशी हुज्जत घालून पिशवीतल्या पिवळ्या पितळी डब्यातलं दोन लाडू मागून घेतले. दीड-दोन वर्षांच्या अंतरानं जन्मलेली दोन्ही मुलं. पाच वर्षांच्या आतलीच. दोन्हीही आईसारखे चेहरे घेऊन जन्माला आलेली.

...बहुतेक मुलगे आईसारखे होतात. मुली बापासारख्या होतात...आईची या जन्मी आई होण्याची पाळी संपलेली असते. त्यानंतर तिला बाप होऊन जगायचं असावं. म्हणून तर आईसारखी मुलं होत असतील. आईचं मुलावर जास्त प्रेम असतं म्हणतात तेही त्यामुळंच असेल.

मुलांनी पाणी मागितल्यावर बाईंनी थर्मासमधून आणलेलं पाणी दिले. तृप्त चेहऱ्यानं दोन्ही मुलं आईच्या दोन्ही बाजूला बसली...आईच्या दोन पुरुषी लहान मूर्ती. आई अशीच मोठी होऊन माया करत करत संपून जाणार. मुलं मोठी होऊन पुरुष होणार. आईनं भोगलेल्या बंधनांतून मुक्त होऊन पुरुषी मुक्तपणानं वागणार. या पुरुषांच्या पोटी त्यांच्यासारखा त्यांच्या मुली जन्माला येतील आणि त्या पुरुषी मुक्तपणातून स्त्रीबंधनात उंबऱ्याआड सगळं सहन करत असतील...मी अशीच एका पुरुषाची कन्या. माझ्या पोटी अशाच एका पुरुषाची कन्या! ...कन्या का पुत्र? पुत्र का कन्या? ...कन्या...पुत्र...पुत्र...कन्या...कन्या...पुत्र...!

त्यांच्या पोटात गोळा गरगरून फिरला. आत बारीक बारीक ढुशा बसल्या आणि त्यांना समोरचा माळावरचा उघडा रस्ता दिसू लागला. त्यांनी उदासपणे आसपास पाहिलं. कागल जवळ येत होतं. डाव्या बाजूचा माळ गरगरून भोवळ आल्यागत फिरत होता. लांबचा डोंगर त्याला साक्षी राहिल्यासारखा उभा. उजव्या बाजूला रस्त्याकडची फस्स फस्स करत मागं सरकणारी झाडी. गिरणीच्या पट्ट्यासारखा मागं निसटणारा रस्ता आणि भयानक गती आलेली; पण एका जागीच भासणारी वेगवान एस.टी.

वळण आलं. वळणावरून गाडी खाली उतरली. सपाट मैदान. मैदानात हिरवीगार शेती. पुन्हा प्रचंड वळण... वळणानंतर आडवी पडलेली नदी. नदीनंतर पुन्हा उसाची हिरवी शेती. आणि मग कागल...तालुक्याचं ठिकाण. रामराव मते यांचा गाव लोकजीवन शिक्षण संस्थेचं मुख्य ऑफिस इथंच. इथच संस्थेच्या शाळातील नेमणुकीसाठी मुलाखती घेतात...रामराव मते टेबलामागच्या खुर्चीत पांढऱ्याशुभ्र पोषाखात बसतात. बाकीचे त्यांच्या आसपास. नुसत्या खुर्च्यांवर...

"बाई, तुमचं नाव काय?"

"गिरजाबाई दाजी मोहिते."

"तुम्ही फक्त मुलकी झालेल्या दिसता.''

"होय. बाहेरून बसून मी एसेस्सी होईन. तोपर्यंत मला खालचे वर्ग शिकविता येतील. नोकरी करणं मला भागच आहे.''

"घरची परिस्थिती?''

"ते चीन-भारत लढाईत वारले.'' बाईंनी हे मुद्दामच प्रथम सांगितलं. त्यामुळे तरी नोकरी मिळेल असं त्यांना वाटलं होतं.

"अस्सं!''

सगळ्यांचे चेहरे गोरेमोरे झाले. सगळी आस्थेवाईक चौकशी झाली. नोकरीचं अभिवचन मिळालं. नेमणुकीची ऑर्डर घेऊनच त्या फुलासारख्या हलक्या होऊन परत गेल्या होत्या...

वळण घेऊन गाडी कागल स्टँडला लागली. सूटकेस घेऊन उठताना बाईंच्या हातापायातलं बळच गेलं. नको असताना त्यांना जमिनीवर पाय टेकावे लागले... अवघडलेले... ओझं घेऊन आलेले. त्या वेटिंगरूममध्ये बाकावर जाऊन बसल्या... कोणी ओळखीचं नाही. जरा मोकळ्या हवेत बसल्यासारखं त्यांना वाटलं.

दुसरी माणसं घेऊन एस. टी. यांत्रिकपणे रस्त्याला लागली. पुढच्या गावाला विचार न करता चालली. पोटात ओझं असलं तरी ती कशी हलकीहलकी होऊन फुलासारखी चालली होती.

...उठावं असं वाटेना. हातापायांत बळच येईना. त्यांनी कँटीनमध्ये जाऊन चहा घेतला. गरम गरम. पोटात ऊब देणारा.

त्यांनी कचकन सूटकेस उघडली. वरच्या कप्प्यातून एक पत्र काढलं. बारीक वाचलं. पुन्हा ते घडी करून त्यांनी तसंच ठेवलं. सूटकेसचं तोंड लावून त्या उठून ताठ उभ्या राहिल्या.

मनाचा हिय्या करून त्या चालल्या. शक्य तेवढ्या वेगानं मुख वर करून मुख्य रस्त्यानं त्या जाऊ लागल्या. त्यांना घराची कल्पना साधारण होतीच. तीच दिशा त्यांनी धरली...नाही तरी आता मी कुठं जाणार? त्यांच्याच पोटचा हा गर्भ आहे. त्यांनीच निस्तरला पाहिजे. त्यांनी नोकरी दिली. दोन वेळा एसेस्सीला बसण्यासाठी दोन-दोन महिन्यांची रजा दिली. हवी त्या गावाला बदली करून दिली. त्या सर्वांचा हा मोबदला...माझ्या इच्छेचा प्रश्नच नव्हता. सगळा दबाव. सगळी आमिषं....पण या आमिषांना बळी पडायला मी का लहान होते? नोकरी सोडून चालती झाले असते तर?...तर सगळं मिटलं असतं. कुठंही दुसरी नोकरी मिळाली असती. अनुभव पदरी होताच... पण तिथंही असंच घडलं नसतं कशावरून? सगळीकडं हेच आहेत. देशभक्त आणि पुढारी...समाजकल्याण यांच्याच हातात गेलंय. तरीही...

तरीही आपलं चुकलं. मत्यांच्या बायकोला आपण जागं केलं पाहिजे होतं. ...मते बायकोच्याच खोलीत झोपले होते. ते माझ्या बिनदाराच्या खोलीत आले. त्या क्षणाला आपण ओरडलं पाहिजे होतं. काहीच जमलं नाही आपल्याला. बोलायला जमलं नाही, ओरडायला जमलं नाही, पळून जायला जमलं नाही की प्रतिकार करायला जमलं नाही...का, का हे असं झालं? आपल्या हातापायांतला जीव कुठं गेला होता? का हा मोह? ...सात वर्षं संसार केला. मूल नाही. आता कुठलं मूल होणार आपल्याला?...असं वाटलं का? त्यांच्या हातात जाताना आपण थंडच कसे? बेशुद्धही नव्हतो. डोळ्यांना चांगलं दिसत होतं. मते ऽ, मते काय केलं हे तुम्ही?

ओळखीची हिरव्या रंगाची गाडी त्यांना दारात दिसली. घराची ओळख पटली. त्या क्षणभर दारात थांबल्या. घराला दिवाळीनिमित्तानं रंग दिलेला दिसत होता. बाहेरून एक रंग आणि आतून दुसरा रंग...डोळ्यात भरणारं घर.

दारात बऱ्याच चपला पडलेल्या होत्या. त्या उंबऱ्यातून आत गेल्या. ओळखीच्या चेहऱ्याचा गडी बाहेर आला.

''मतेसाहेब आहेत?''

''वरती बसल्यात. मीटिंग चाललीया.''

''कधी संपेल?''

''सकाळधरनं चाललीया. बारा वाजाय आल्यात. आता सपंल...''

''गोदाताई घरात आहेत?''

''हाईत की. या.''

गड्याकडून वर निरोप देऊन त्या सरळ स्वैपाकघरात गेल्या. गोदाताई मुलांना वाढत होत्या. त्यांना बाईंनी उपचार म्हणून नमस्कार केला. गोदाताई हसल्या. त्यांना बाईंची ओळख लागली. एसेस्सीच्या परीक्षेसाठी त्या गेल्या मार्चमध्ये त्यांच्याकडंच उतरल्या होत्या.

''साहेबांची गाठ घ्यायला आलासा?''

''हां'' बाई न सांगताच पाट घेऊन बसल्या. त्यांना उभं राहायला नको वाटत होतं. गोदाताईचंही त्यांच्या त्या पोटाकडं अंधुक उजेडात लक्ष गेलं नाही. त्या लक्ष जाण्याइतक्या चाणाक्षही नव्हत्या. साध्या अक्षर-ओळख झालेल्या. तीन मुलांचा संसार सांभाळण्यात आनंद मानणाऱ्या...मते देशसेवा करतात यावर त्यांचा पूर्ण विश्वास होता. घरी शेतीचं भरपूर उत्पन्न येत होतं. मुलांचं होय-नव्हे पाहण्यात त्यांचा दिवस जात होता आणि मते देशसेवा करत हिंडत होते. काही वाईट चाललं नव्हतं.

रामराव मत्यांची बराच वेळ दुसऱ्या मजल्यावर चाललेली मीटिंग आवरली.

मंडळी जेवणासाठी आपापल्या घरी गेली आणि मते मुद्दाम एकटेच वर बसले. त्यांनी खाली मोहितेबाईंना बोलावणं पाठवलं.

मन घट्ट आणि काहीसं कठोर करून बाई जिना चढून वर आल्या.

"या मोहितेबाई. बऱ्याच दिवसांनी येणं केलं? तुमचं पत्र मिळालं. — माझं त्याला उत्तर मिळालं ना?"

"म्हणून तर आज आले."

"ठीक चाललंय ना? — काय काम काढलं होतं?" मते सहज बोलले... बाईंच्या नाकपुड्या स्फुरल्या. डोळे कोपऱ्यातल्या स्टुलावर स्थिर झाले. खूप पाठीमागचा कुठला तरी वेध घेत त्या ताठ उभ्या राहिल्या.

"हे पोट घेऊन मी तुमच्याकडं आलेय."

"पोट!" मते स्वत:ला नकळत उद्गारले...दुसऱ्या मजल्याला एकाएकी खबदाड पडल्यागत त्यांना झालं. सात-आठ महिन्यांपूर्वीची आंधळी रात्र त्यांना आठवली. क्षणभर आवाज घशात घुसमटला आणि स्वत:ला त्यांनी सावरलं.

"बसा तरी..."

"बसू?" बाई करड्याच होत चालल्या होत्या.

"बसा ना." राजकारणातल्या मुत्सद्द्याच्या चतुरपणानं ते बोलू लागले. बाई बसेपर्यंत आणि अवांतर बोलेपर्यंत त्यांचा सूर त्यांना सापडला.

"असं होईल असं तुम्हाला आरंभीच कसं वाटलं नाही?" ते शांतपणे बोलू लागले.

"म्हणजे?" बाई चमकल्या.

"म्हणजे असं की, तुम्ही एखाद्या महिन्यानंतर औषधोपचार कसे केले नाहीत, म्हणतो मी." म्हटलं तर त्यांनी आपलं बोलण सावरलं, म्हटलं तर नाही.

"उपचार खूप केले. मला का हे हवं होतं?"

"तसं मी तरी कुठं म्हणतोय?... तुम्ही त्याचवेळी माझ्याकडं यायचं. मी आमच्या डॉक्टरांचा सल्ला घेतला असता."

"मला माझी अब्रू सांभाळायची होती. तुमच्याकडं यावं असं वाटलं नाही... माझी अजून लाज गेलेली नाही." त्या संतापत चालल्या होत्या.

"मला तसं मुळीच म्हणायचं नाही. तुमचा गैरसमज झाला." रामराव हसत समजुतीच्या स्वरात बोलत होते. "ठीक आहे. झालं त्याला इलाज नाही. आता काय ठरवलं आहे?"

"आता तुम्हीच ठरवायचं आहे."

"चालेल. आठ-दहा दिवसांत मी तुम्हाला मोकळं करून देतो."

"सात महिने पूर्ण झालेत. मला माझा प्राण गमवायचा नाही यात...खूप उपाय

करून मी थकले आहे. मला या मुलाला रीतसर जन्म द्यायचा आहे.''

"कुठं?''

"तुमच्या घरात.''

"ते कसं शक्य आहे?'' ते पुन्हा समजूतदार हसले.

"मला तीन मुलं आहेत. बायको आहे.''

"हे अगोदर कळत नव्हतं?''

"माणसाला खूप कळतं...पण सगळंच कुठं वळतं? पण तुम्ही आता भूतकाळ कशाला उकरून काढता? पुढचं काय ते आपण ठरवू. मी तुमची कोल्हापुरास सोय करून देतो. खोली घेऊन देतो. पैशाचीही व्यवस्था आपण करू.''

"मला अजून माणूस म्हणून जगायचं आहे. वेश्या म्हणून नाही. मी बाहेर राहिले तरी मुलाला तुमचंच नाव लावावं लागेल. आणि कोणीही येऊन माझ्या जवळ तुमची चौकशी करील. माझी माहिती विचारील. मला सगळं सांगावं लागेल. तुम्हाला खपेल ते?'

"काही तरी पथ्ये पाळावी लागणारच.''

"ती आता तुम्हीच पाळायची आहेत. समाजसेवक म्हणवता. पुरुष आहात. एका विधवा स्त्रीच्या जन्माची राखरांगोळी करताना तुम्हाला काहीच कसं वाटलं नाही?''

"पुन्हा तुम्ही भूतकाळ उकरून काढत आहात. मला वाटतं मी तुम्हाला वाऱ्यावर सोडणार नाही, याची तुम्हाला कल्पना आली पाहिजे. आपण काही तरी मार्ग शांतपणानं काढू.''

गडी दोघांनाही जेवणासाठी बोलावण्यास वरती आला...बोलणं तिथंच तुटलं.

"चला, जेवण करून घेऊ. थोडी विश्रांती घ्या. संध्याकाळी चार वाजता बोलू. मी मोकळाच आहे. अऽ, रजा कधीपासून सुरू झाली?''

"आजच.''

"ठीक, ठीक. अजून तीन महिने अवधी आहे. मला वाटलं होतं तुम्ही इंग्रजी घेऊन पुन्हा परीक्षेला बसणार की काय?''

रामराव बोलता बोलता उठले. बाई तिथंच बसल्या.

"ठीक आहे. तुम्ही विश्रांती घ्या. थकलेल्या दिसता. मी जेवण करून घेतो. मग तुम्ही आणि ती मिळून जेवण करा.'' त्यांनी काही आग्रह केला नाही. ते खाली गेले.

एखाद्या राजकारणातला पेच कुशलतेनं सोडवावा तसा तो प्रश्न त्यांनी हलक्या हातांनी सोडवला. नाईलाज म्हणून मोहितेबाईंनी गळ्यात मंगळसूत्र घातलं.

कपाळाला लाल कुंकू लावलं आणि गोदाताईंच्या दूरच्या नातेवाईक म्हणून त्या घरात वावरू लागल्या... बाळंतपण अडतं म्हणून बाळंतपणासाठी इथं आल्या. त्यांना पाठीमागंही कुणी नाही. नवरा लष्करात नोकरीला आहे. बाळंत होतील आणि जातील.

गोदाताईंनाही रामरावांनी चतुरपणानं सामील करून घेतलं.

"...त्यांचं चुकून वाकडं पाऊल पडलं आहे."

"तसल्या बाईला मग घरात कशाला ठेवायची?"

"तसं कसं?" माणूस चुकतं. तशात त्या बाई विधवा. आपल्या संस्थेच्या शाळेत नोकरी. आपल्या संस्थेत असं काही घडल्याचं लोकांना कळलं, तर आपलीच इभ्रत जाईल. आपण त्यांना आधार दिलाच पाहिजे. हीसुद्धा लोकसेवाच आहे. तुम्ही समजून घेऊन यात सामील झालं पाहिजे."

"मला त्यातलं काय कळतंय? तुम्ही सांगाल तसं..."

गोदाताईंना त्यातलं खरोखरच काही कळणं कठीण होतं...आपला नवरा मोठा; एवढीच त्यांना जाणीव होती. परसदाराकडची एक खोली त्यांनी मोहितेबाईंना दिली. मोहितेबाईंनी आपला नवा इतिहास घोकून ठेवला...पुढं काय व्हायचं ते होईल. आपण सध्या तर त्यांच्याच घरात आहोत.

महिना गेला. पोट अधिकच अवघडलं. शक्य तो त्या परसदारी राहू लागल्या. वेणी-फणी करणं, मुलांशी बोलत बसणं, एवढंच आरंभीच काम. गोदाताईही आरंभी फारशा बोलल्या नाहीत. पण पुढे आठ-दहा दिवस गेल्यावर त्या हळूहळू बोलू लागल्या. बाईंनी आपल्या सौम्य स्वभावानं त्यांना खुलं करून घेतलं. बारीक-सारीक कामात त्या स्वयंपाकघरात बसून मदत करू लागल्या. मुक्तपणानं वावरू लागल्या. अनेक वेळा प्रसंग आले; पण बाईंनी गौप्य फोडलं नाही. आपलंच पाऊल वाकडं पडल्याची कबुली दिली. त्या साध्या-सरळ माऊलीला मत्यांच्या कर्माची फळं का म्हणून भोगायला द्यायची हा विचार त्यांनी परोपरीनं जपला. त्या प्रमाणंच त्या वागल्या. अवघडून अवघडून गेल्या.

...तंद्रीत असल्या म्हणजे त्यांना क्षणभर वाटायचं आपण आपल्याच घरात आहोत; पण दुसऱ्या क्षणातच वस्तुस्थिती जाणवायची. रामरावांची मुलं समोर यायची... त्या अधिकच व्याकुळ होऊन आपल्या जुन्या आठवणींना कवटाळू पाहायच्या. सात वर्षांचा संसार उत्कट होऊन समोरून सरकायचा... सासूबाई मुलाचं मूल पाहण्यासाठी किती उत्सुक झाल्या होत्या पहिल्या दोन वर्षांत; पण शेवटी कासावीस होऊन निघून गेल्या. मामंजींचं अस्तित्व असून नसल्यासारखं. नणंद आणि आपण दोघीच. हे लष्करात. वर्षावर्षाला येणं. तरी पाळणा हलला नाही. नवस-सायास केले. उपास-तापास केले. हे असं पोट अवघडून यावं म्हणून

प्राण नकोसे नकोसे केले. तरीही वांझोटीच राहिले. आशा संपली. सुखही संपलं. नणंदेचं लग्न झालं नि संसारात नुसती दोन यंत्रं उरली...जवळ येणारी आणि रजा संपल्यावर विलग होऊन बाजूला सरकणारी. या यंत्रांनाही फार दिवस संसार करण्याचं भाग्य लाभलं नाही. लढाई सुरू झाली नि कधी वीरगती मिळाली ते कळलंसुद्धा नाही. फक्त कपडे घरी आले... मामंजींच्या दिव्यातलं तेलच संपलं. पाच-सात महिन्यांत तो दिवा विझून गेला.

...आणि आज हे असं. ते गेल्यावर सहा वर्षांनी पुन्हा मंगळसूत्र आणि कुंकू कपाळी आलं. कोणी नसताना... अशुभ मंगळसूत्र. निमित्तमात्र. पापाची झाकणूक करण्यासाठी...ते नसतानाच हे पोट...आत एक अस्तित्व. वंश वाढवण्याच्या इच्छेने येऊ पाहणारं. पण कुणाचा वंश? हा माझा कसा म्हणायचा मी? मला वंश कुठं होता? मोहित्यांच्या वंशातच मी मिठासारखी विरघळून गेलेली! हा का त्यांचा वंश? मोहित्यांचा वंश कधीच संपला...मग हा मत्यांचा? हो त्यांचाच म्हणायचा...

...सगळीच मनाची समजूत मत्यांचे वंशज घरातून आज वाढताहेत. गोदाताई त्यांना भरवून, न्हाऊ-माखू घालून वाढवताहेत...पोटात मतेही नाहीत नि मोहितेही नाहीत... न वाढणारा वंशज. पापाचा गोळा, तरी जिवंत होऊन पृथ्वीवर येऊ पाहणारा. हसू-खेळू बघणारा. माझ्या दुधावर, रक्ता-मांसावर वाढू बघणारा...माझा जीव खाऊन घेणारा.

मागून घेतल्यासारखं दीड महिन्यांनी मुलगा झाला. काहीच त्रास झाला नाही. सकाळी परसात जाऊन आल्या नि वेणा सुरू झाल्या. कळीचं फूल व्हावं तसा जन्म. तसं या जगात येणं. किती ही उत्सुकता...पण याला 'ये' कुणीही म्हटलं नव्हतं. उलट येऊ नये म्हणून खूप विध्वंसक उपाय योजले; पण नाश झाला नाही. तो किती कोवळा, लुसलुशीत, तरी अविनाशी आत्म्यासारखा वाढतच राहिला. सगळ्यांच्या चिंता वाढवत राहिला.

बाईंना तो मुलगा की मुलगी हे पाहण्याची इच्छाही नव्हती. त्यांना फक्त जन्म देऊन अडकलेल्या पापाच्या सापळ्यातून मुक्त व्हायचं होतं. त्याच क्षणी तोही मुक्त झाला...स्वत:चा स्वत: वाढायला मोकळा.

सुईणीनंच मोठ्या उत्साहानं सांगितलं, 'मुलगा झाला, मुलगा!'... जणू तिला स्वत:लाच मुलगा झाल्याचा आनंद झाला होता.

'हो का!' खोट्या उत्साहानं बाई म्हणाल्या... शाळेतल्या एखाद्या मुलाचं उगी उगी आश्चर्ययुक्त कौतुक करताना बोलावं तसं. सुईणीनं रक्तमांसातनं मोकळं करून बाळाला फडक्यात गुंडाळलं नि एका कोपऱ्यात ठेवलं. बाईचं होय-नव्हे ती पाहू लागली. मते, गोदाताई यांनाही ही बातमी बाहेर कळली. सगळं चुपचाप.

बाळ-बाळंतीण नाईलाजानं एका जागी एका खाटेवर आली. बाईंना त्याच्या

मुखाकडं उगीच दृष्टी टाकावी असं वाटलं. डोळे मिटून ते झोपलेलं. आपल्यातच बुडून गेलेलं. प्रचंड जगाच्या घडामोडीची त्याला फिकीर नव्हती. एका अज्ञात आणि अविनाशी शक्तीनं त्याला अंत न लागणारा गूढ आत्मविश्वास दिलेला होता. तो आत्मविश्वास पांघरून ते निर्धास्त झोपलं होतं.

बाईंना त्याच्यामुळं बाळंतिणीची आंघोळ मिळाली. केवळ कागदी फुलासारखी ब्लाऊजच्या आत असलेली, चिन्हं होऊन राहिलेली त्यांची स्तनं जिवंत झाली नि भरून आली. त्यांनी स्तनत्वाचा पूर्णाकार घेतला. बाईंची इच्छा नसतानाही त्यांच्यातून बाळासाठी पांढरं प्राणतत्त्व सांडू लागलं. बाईंच्या नियंत्रणापलीकडं जाऊन त्यांचं स्त्रीत्व आईपण होऊन राहिलं.

...बाई पुढं सरकल्या. अनावर ब्लाऊज सैल होऊन डाव्या हातानं तो उबदार जिवंत गोळा जवळ ओढला नि देठाला फळ लागून नातं दृढ झालं...ऊर ओसरत जाईल तसं मन उदंड होत चाललं...शेवटी तू माझाच. बाकीचे सगळे वंश खोटे. सगळी नावं खोटी. खरा वंश आईचाच. बापाचा नव्हे...मडकं मातीचंच रे बाळा, कुंभाराचं नव्हे.

त्यांच्या डोळ्यांतून ऊन ऊन अश्रू गळू लागले नि खाली बाळ चुरू चुरू चोखताना जास्त जास्त बिलगू लागलं. ऊब येऊ लागताना एकजीव होऊ लागलं.

दुसऱ्या दिवशी सकाळी नऊ वाजता बाईंच्या खोलीत मते आले. दोन-अडीच महिने ते अत्यंत संथ व समजूतदार वृत्तीनं वागले होते. बाईंच्या पोटात राग होता तरी दोन-अडीच महिन्यांत त्यातला संताप कमी झाला होता.

मते आल्यावर बाई खाटेवर उठून बसल्या. मते जवळ आले नि डोळे बारीक करून त्यांनी बाळाला पाहिलं. त्यात त्यांना स्वत:चं लहानसं प्रतिबिंब दिसलं... अधिक कोवळं, अधिक तेजस्वी, नीतिनियमांच्या आणि संस्कारांच्या पलीकडं उभं असलेलं. क्षणभर त्यांना वाटलं, की बाळ आणि त्याची आई या दोघांनाही कवटाळावं...

त्यांचा लहान मुलगा आणि गोदाताई आत आल्या. ते भानावर आले.

"ठीक आहे ना तब्येत?"

बाई त्यांच्याकडं पाहतच राहिल्या. मग प्रकृतीच्या आणि इकडच्या तिकडच्या बाळ-बाळंतिणीच्या आणि सामाजिक, सांस्कृतिक गोष्टी सुरू झाल्या...शेवटी बाई आणि बाळ खोलीत एकटी राहिली. चारी बाजूंनी चार भिंतीची साक्ष बाईंचं आईपण पहात उभी...बाईंनी डोळ्यांत प्राण आणून बाळाकडं पाहिलं...याचं काय करायचं आता?...याचं बारसं करता येईल काय? काय नाव ठेवता येईल? आडनाव काय लावायचं?...माझं नाव लावता येईल? कुणाची भीती नाही... पण माझं नाव तरी माझं कुठं आहे आता? ते मोहित्यांचं आहे. मोहित्यांच्या वंशाला कधीच वीरगती

मिळाली आहे. मी तर केव्हाचीच मोहित्यांची होऊन गेले आहे...मग माहेरचं लावता येईल? पण माहेरातही माहेरचा स्वतंत्र वंश वाढतो आहे. त्याचा माझ्याशी संबंध केव्हाच तुटला... देशमुखांच्या वेलीवरचं फूल मोहित्यांच्या देवाला वाहिलं गेलं. फुलानं वेलीचं नाव घेऊ नये. निर्माल्य होऊन देवाच्या नावानं गंगेत आत्मार्पण करावं...मी आता वाळवंटातलं निर्माल्य. नाव नसलेली. देठ तुटलेल्या आभाळाखालच्या वाळवंटावरची...माझ्या बाळा! तू फक्त माझाच. तुला आडनाव नाही. फक्त नाव ठेवायचं तुझं.

...आडनाव नाही कसं? नावाअगोदर ते जन्मलेलं असतं. बीजाअगोदर वंशवृक्ष असतो...मतेऽ, मते तुमचंच नाव हा धारण करणार आता. मी याचं बारसं करणार. नाव ठेवणार. आडनाव तुमचंच लावणार...एकटी होते तेव्हा मी कुठेही गेले असते. मुक्त होण्यासाठी तुमच्याकडं आले नि पापातून मुक्त होतानाच आईपणात अडकले.

आठव्या दिवशी जेवणानंतरची झोप घेऊन मते शांतपणे पुन्हा खोलीत आले. गोदाताई आणि मुलं शेतावर गेली होती.

"प्रकृती ठीक आहे ना?"

"हां."

"बाळाची?"

"त्याचीही."

"परवा सकाळी लवकर मी सोलापूरला जातो आहे. गुरुवारी मीटिंग आहे जिल्हाकार्यकर्त्यांची."

"बरं."

"यातून आपणाला लवकर मुक्त झालं पाहिजे."

"कशातून?"

"बाळातून."

"हो! भावनावश होऊन आता विचार करू नका. तुमच्या भावना मला कळतात...माझंही मन बाळात आहेच. माझाही आहे तो."

"त्याचं आता काय करणार? तुमच्या पापासाठी त्याचा प्राण घेणार?"

"मी असं कसं करीन? मलाही भावना आहेतच."

"मग मी तुमचं नाव त्याला लावणार आहे...मी बाळासाठी तुमची रखेली म्हणून जन्म घालवायला तयार आहे होऽ मतेऽ!"

बाईंनी एकदम हंबरडा फोडला. मते गलबलून गेल्यासारखे दिसले.

"मन आवरा. मन आवरा. असे भावनावश होऊन विचार कसा करता येईल? मला पत्नी आहे. तीन मुलं आहेत. तुम्हालाही पुढं मानसिक समाधान लाभणार

नाही. संस्थेतल्या तुम्ही शिक्षिका. तुमच्या माहेरचं घराणं, सासरचं घराणं...सगळं लक्षात घ्या. प्रतिष्ठेनं जगणं दोघांनाही अशक्य होऊन बसेल. समाजाची बंधनं, नीती यातून आपणास मुक्त कसं होता येईल?''

"मतेऽ, आईपणातून स्त्रीला मुक्त होता येतं?''

"मनानं मुक्त होणं अशक्य आहे; पण समाजासाठी शरीरानं तरी आपण मुक्त होऊ.''

"हे सगळं का केलं तुम्ही मतेऽऽ?'' त्यांना शोक आवरत नव्हता.

"माणूस दुबळा असतो मोहितेबाई...आता या गोष्टी होऊन गेलेल्या आहेत. त्यांना उत्तरही नाही. तुम्ही शांतपणानं आज आणि उद्या विचार करा. समाज, कुल, घराणं आणि नीती विसरू नका.''

मते गंभीरपणे उठून चालते झाले. बाई ढसढसून चार भिंतींत अश्रूंतून मोकळ्या होऊ लागल्या.

मते सोलापूरला गेल्यावर तिसऱ्या दिवशी एक बातमी वर्तमानपत्रात प्रसिद्ध झाली बेवारशी मूल टाकून दिल्याची. 'शनिवार दि. १९ : काल सकाळी येथील भारत लॉजच्या शेजारी एक दहा-बारा दिवसांचे मूल कपड्यांत गुंडाळून कचरा पेटीशेजारी टाकून दिलेले आढळले. अधिक पोलीस-तपास चालू आहे.''

बातमी लहानशीच होती. मत्यांच्या घरात अकरा वाजता वर्तमानपत्रही येऊन पडले होते; पण बाईंना ते माहीत नव्हतं. त्या रिकाम्या झालेल्या खाटेवर कपड्यांच्या सूटकेसकडे बघत पडल्या होत्या. आज त्यांना बाळाचं बारसं करता आलं असतं. पण आता सगळं काही रिकामं झालं होतं. डोळ्यांतून अश्रू यायचे बंद झाले होते. पोट रिकामं झालं होतं. कूस रिकामी झालेली...स्तनात तेवढं आंधळं शुभ्र दूध सारखं सारखं भरून येत होतं.

■

१६

❋

ठिणगी

केसचा निकाल लागणार होता म्हणून विष्णू आज रजेवर होता. परसराम त्यामुळं दिवसभर अस्वस्थ झाला. डोळा गेल्यापासनं विष्णूनं आपली बदली छत्तीस नंबरवरनं एकोणीस नंबरच्या लेथवर करून घेतली होती. डोळा गेल्यावर एक महिना हॉस्पिटलात आणि विश्रांतीसाठी विष्णू घरातच होता. तोपर्यंत परसरामला त्याचं काही वाटलं नव्हतं. त्याला विष्णूच्या बदलात दुसरा असिस्टंटही मिळाला होता. विष्णू कामावर आला तो एकोणीस नंबरवरच हजर झाला. तेव्हापासनं परसरामचं मन आतल्या आत कातरत चाललं. साला, आपूणच ह्येचा डोळा घालीवला. भरपूर टूल लावलं नि तुकडे करत भरपूर चून उडाली. डोळं एवढ्या खाली कवा आणलं हुतं कुणाला दखल? सुई मारल्यागत झालं नि डोळा कामातनं गेला...अजून निम्मा जलम! नशिबाला तिन्हीबी पोरीच! अजून किती हुत्यात कुणाला दखल? एका डोळ्यानं आता काय करणार ह्यो जलमभर?... तरी साला मजेत हाय! पान खातोय, सिगारेटी मारतोय. एका डोळ्यानंच सिनेमा बघून येतोय...रविवारी दोन्ही डोळं तांबडं धुंद व्हायचं...आता एकच! कामावर असताना डोळा गेला तरी साला मालक त्येच्या हातावर हगायला तयार न्हाई. म्हैनाभर फुलपगारी रजा नि हॉस्पिटलचा खर्च; तेवढाच. वर छदाम न्हाई. कोण गप बसणार? आज काय झालंय कुणाला दखल? इष्ण्याला थोडी तरी नुकसानभरपाई मिळायला पाहिजे. युनियन काय करतंय बघायचं. डोळा फुकावारी न्हाई गेला म्हणजे मिळवलं...निदान माझ्या मनाला समाधान, न्हाईतर जलमभर इष्ण्याच्या पोरा-बाळांचा सराप मला भोवायचा ....जलमाचं वाटोळं झालं साल्याचं.

विष्णू एकोणीस नंबरवर गेला होता तरी मैत्रीत तूट नव्हती. दोघांचे डबे अमोरासमोरच उघडले जात होते. बिडी-काडी, पानपट्टी देणं-घेणं सुरू होतं. हसता हसता परसरामाचं त्याच्या डोळ्याकडं लक्ष जायचं आणि चेहरा उदास होत खाली

पडायचा. एका सूक्ष्म अपराधाची रुखरुख सलायची!

ऑफिससमोर मालकाच्या शिपायानं साडेपाचची घंटा दिली आणि सगळे कामगार लेथ बंद करून पिळून टाकलेल्या चिपाडागत बाहेर पडले. ढुंगण खरडून काढलेल्या कमरेवरच्या पँटा आणि सुकलेल्या बरगड्यांवरचे डगळ शर्ट जळक्या तेलात बुडवून अंगावर सुकत टाकल्यागत दिसत होते. तो कळप कढ आलेली पेकटं आणि माना ढिल्या करीत फाटकाकडे चालला. राम-रावणाच्या नाटकातल्या माकड पार्टीगत सगळ्यांची तोंडं काळी...तसेच हात, तसाच चेहऱ्यावरचा भाव. फाटकापाशी सगळे पोहोचल्यावर सायकली आणि जेवणाचे डबे खडखडले. परसराम ताणलेला कमरेचा काटा डाव्या हातानं चोळत मालकाच्या ऑफिसकडं वळला... केसचं काय कळतंय का बघू. घंटावाल्या इब्राहीमनं कायतरी ऐकलं असणार, त्येला इचारून तरी बघावं.

मालक साडेअकरा वाजता आला होता. तरी इस्त्री अजून कडक होती. समोर बसलेला माणूसही कडक स्वच्छ! धनुर्वात होऊन मेलेल्या कामगार गणा जाधवाचा पोरगा ऑफिसात टेबलाच्या बाजूला उभा होता. त्याला मालक नकारघंटा हलवून काही सांगत होता...टेबलावर कडक कडक चहाचा धूर चाललेला. सगळं ऑफिसच कडक कडक!

परसरामानं दारात साखळी लावल्यागत उभ्या असलेल्या इब्राहीमला बाजूला बोलावलं आणि विचारलं.

"क्या चला है?"

"गणा जाधवका छोकरा आया है."

"विष्णूच्या केसचा निकाल काय कळला का?"

"कुछ पता नाही."

"फोन-बीन आला न्हाई का दुपारपास्नं?"

"आया होगा; लेकिन मुझे मालूम नही."

तुटक बोललेला इब्राहीम दाराजवळच्या अज्ञात साखळीनं ओढला गेला. कामानं तोंडात आलेली कडवट थुंकी टाकून परसराम सायकलच्या शेडकडं पळाला. शेडखाली एकटीच सायकल समोरच्या चिमट्यात तिष्ठत उभी होती. गार्ड-रूममधला जेवणाचा डबा तिला अडकवून तो बाहेर पडला.

...काय निकाल लागलाय कुणाला दखल!

हे मालक साले पाचाच्या कामासाठी वकिलाला पन्नास देतील, पर आपली ताठ इस्त्री संभाळतील. ह्येंच्या तोंडाला काळं कधीच लागायचं न्हाई. कारखान्याला

आग लागली तरच. ड्रिल मशीननं डोळं पोखरून आत शिसं वतलं म्हंजे ह्यांस्नी डोळ्यांची किंमत कळंल... आम्ही मरायचं कातून आणि ह्येंच्या कंपनीला नाव! ह्येंच्या पोरी-पोरांस्नी मोटारी...मग एका मोटारीचं लगीन दुसऱ्या मोटारीसंग! आमच्या तोंडाला जळकं तेल!!

उन्हात तापून तापून थोडी हवा राहिलेली सायकलीची चाकं स्वत:भोवतीनं फिरत घराकडं चालली होती. पुढच्या चाकावर मडगार्ड नसल्यामुळं ते नागडं नागडं घरंगळताना दिसत होतं. संध्या टॉकीजवळची चढण आली नि चेन निखळली! हे आठवड्यातनं दोन-तीनदा तरी होतच होतं, तरी त्या चाकाचा औट काढायला त्याला जमत नव्हतं.

वस्तीत शिरताना त्याला उदास वाटलं. शहरातनं माळावर आणून टाकलेल्या कचऱ्यागत ती वस्ती पसरली होती. रस्त्यावर सगळे उकिरडे पसरलेले! उवा पिकल्यागत गल्लीवर शिव्यांचा नि पोरा-टोरांच्या भांडणांचा शिमगा! तिथं मधल्या गल्लीत याला दोन खोल्या मिळालेल्या. वर पत्र्याची उकडहंडी. आत चार पोरांचा संसार आणि ओशटलेला पसारा...या संसारातच वाढून विमल लग्नाला येऊन मुरत चाललेली! काळं झालेलं तोंड आणि हात त्यानं मोरीवर जाऊन मंदपणानं धुतलं. स्वच्छ झालं की नाही याची काळजीही न करता तो खुंटीवरच्या कळकट टॉवेलकडं गेला...मोरीच्या कट्ट्यावरचा स्वच्छ करणारा साबणच कळकट झालेला होता. अंगाचा साबण संपला म्हणून आंघोळ करताना अंगालाही तोच अन् मळक्या कपड्यांनाही तोच; भांडी-कुंडी घासलेल्या सोनाच्या आणि विमलच्या हातांनाही तोच अन् वर्कशॉपमधनं काम करून आल्यावर परसरामच्या काळ्या झालेल्या हातालाही तोच!

चिंध्यांच्या टॉवेलनं परसरामानं पिचून गेलेले हात पुसले. तोच टॉवेल तोंडावर अबदार फिरवून तो पाणी मुरलेल्या चेहऱ्यानं बाहेरच्या खोलीत आला. अंगावरची जळक्या तेलानं भरून काळी झालेली शर्ट-पँट उतरली नि लाथेनं तशीच खोपड्यात सारली. त्यांना खुंटीवर ठेवायलासुद्धा पोरं धजत नसत. सकाळी ताजेपणानं आंघोळ केल्या केल्या त्याला हे नकोसलेले कपडे चढवताना क्रुडाईल पोटात गेल्यागत वाटायचं!

पाणी लावून भिजवलेल्या डोक्यावरनं कंगवा फिरवता फिरवता त्यानं लाकडी खाटेकडं नजर टाकली. ब्लाऊज-परकरावर तशीच बसलेली विमल तिथनं उठली आणि तांदळाचं सूप घेऊन दाराच्या बाजूला किंचित आडोशाला सूप उजेडात ठेवून बसली. त्याचे थकलेले डोळे तिच्यावर रेंगाळले. तो तसाच खाटेवर जाऊन आडवा झाला...मांजर डोळे झाकून पायथ्याला बसली होती. तिला हळूच लाथेनं बाजूला

सारली. चिंध्या भरलेल्या उशीचा डोक्याला आधार घेऊन तो ढिला झाला... सायकल घेऊन गोंदा ती फिरवायला पळाला.

"इमल!"

"अं." तिनं अपराध्यागत तांदूळ निवडता निवडता ओ दिली. दोन-तीन दिवसांत तेल नसलेले केस, गळ्यात खोट्या मण्यांची पूर्वी कधीतरी देखणी असलेली माळ, कपाळावर स्वस्त मिळणारं कुंकू मात्र ठळक. हात थांबून तिची मान वर झाली.

"पोरांचा च्या झाला?"

"झाला. राधा-गोंदा शाळेतनं आली; त्यांच्यासाठी केला."

"सदा?"

"अजून आला न्हाई."

"तू घेसलास?"

"आम्हीबी घेतला. आईला बाहीर जायचं होतं."

"मला कपभर कर. तुला पुन्ना पाहिजे असल तर जादा टाक."

ती काहीच न बोलता उठली. भरलेलं अंग उभं राहिलं. ब्लाऊज तंग झालं होतं. चालताना अंग हिंदकळलं नि छाती जास्तच उभारल्यागत त्याला दिसली.

"संध्याकाळ झालीय. पातळ नेस की."

"धुऊन टाकल्यात सगळी...आई एक नेसून गेलीया."

"तिचं जुन्यार आडवं लावं."

जास्तच गंभीर होऊन ती आत गेली. आईचं जुनं आणि नको इतकं विटकं झालेलं जुनेर तिला अंगावर घ्यावं असं वाटत नव्हतं. शिवाय ते ढाबळी अंगावर नेसल्यावर तिला उगंचच वाटायचं, की आपण आता आईच्या वयाचे झालो...मॅट्रिक होऊन तीन वर्षं झाली. अजून बरोबरीच्या पोरी शिकतात. हसत-खिदळत फिरायला जातात, स्कर्टसुद्धा घालतात. केस भुरभुरते सोडून कॉलेजला जातात...आपलं तेवढं शिक्षण बंद झालं! झालं तर झालं; निदान मनासारखं नेसायला तरी? आईचं जुन्या चालीचं नेसून का म्हातारी होऊन बसू? हे का त्याच्यापेक्षा वाईट? स्टोव्हवर चहा ठेवून ती बाहेर आली. गरिबाच्या घराला शोभू नये अशी वाढलेली...मॅट्रिकला गेल्यापासनं तिच्या लग्नाचा विचार त्याच्या डोक्यात घर करू लागला होता. पहिली मुलगी म्हणून जिद्दीनं शिकवलं. त्यांच्या घराण्यात मॅट्रिक झालेली ती पहिलीच. अंगात रगही खूप होती. जीपीटीमध्ये काम करूनही पुन्हा उटकरांच्याकडं ओव्हर टाईम. रात्री बाराबारापर्यंत इंजिनं फिटिंग करून देत होता. बरा पैसा मिळत होता..त्याच काळात रेडिओ, रॅली सायकल, घड्याळ, दोन लोखंडी खुर्च्या आणि रात्री आरामात झोप लागण्यासाठी लाकडी खाट एवढ्या वस्तू विकत घेतल्या...मुलीलाही

शिकवण्याचं स्वप्न उराशी धरलं. तिच्यापेक्षा तीन वर्षांनी लहान राधी शिकू लागली. मग दोन वर्षांनी लहान सदा नि गोंदा...त्यांच्या जन्मानंतर सरकारी वीस रुपये मदत घेऊन स्वत:वर संतती प्रतिबंधक ऑपरेशन!

विमल मॅट्रिकला असताना त्यानं दोन जागा काढल्या होत्या. पण सोनानं 'शिक्षण प्रथम पुरं होऊ द्या' म्हणून सांगितलं... उगच शेवटाला घोटाळा नगं. मॅट्रिक झाल्यावर बघायचं हाईच. रग्गड न्हवरं येतील. रूपानं काय वंगाळ न्हाई.

या उत्साहातच ती मॅट्रिक झाली. दुसऱ्याच वर्षी मनात खूप मोठा उत्साह धरून त्यानं अनेक जागा काढल्या... एकजण एल.एल.बी. झालेला आला. तिला पसंतही केली आणि शेवटी हुंड्यात मोडलं! अगोदर तीन हजार नि मग अडीच हजारांच्या खाली यायला तयार नाही!

"...एवढा कुठला पैसा आणायचा गं?"

"माणसं का काय म्हणायची ही?... पैशावर डोळा ठेवून पोरी बघायला येत्यात सुडके. जाऊ दे तिकडं!"

"शिकलेला न्हवरा पाहिजे असेल तर असं हुणारच."

"बघू म्हणं चार ठिकाणं. आता ती काय वयातनं चालली न्हाई, काय न्हाई... घरदार इकलं तरीबी एवढं पैसं मिळायचं न्हाईत. अजून सदा-गोंदाचं शिक्षेण, राधीचं लगीन...आपल्याला न्हाई झेपायचं हे!"

रात्रीची जेवणं करून पडल्या पडल्या विमलनं हे ऐकलं होतं आणि उसासून ती भिंतीकडं तोंड करून झोपून गेली होती...तेव्हापासनं तिनं पातळाची आपली आवड सोडली.

सगळे हुंड्यात मोडूत जात होते! वर्ष-दोन वर्षात त्याला कळून आलं, की बरीच रक्कम द्यावी लागणार. त्याच्या मनाची हळूहळू खात्री झाली. एखाद्या हजारापर्यंत तो बोलू लागला. हजारसुद्धा लग्न ठरल्यावर काही तरी करून जमेल तसे उभे करायचे...

तेराशे रुपयांवर तुटणारं स्थळही तसं आलं; तिला मुलगा पसंत होता...खरं तर तिच्या इच्छेचा तसा प्रश्न उरलाच नव्हता. ती गप्प बसत होती एवढंच.

दहाला तो घरातनं बाहेर पडून वर्कशॉपवर आला. ठीक साडेदहाला लेथची चक्रे फिरू लागली. साडेअकराला साहेब दिसले नि असिस्टंटच्या ताब्यात टर्निंग देऊन तो शर्ट झाडत ऑफिसकडे आला.

"काम सोडून का आलास रे? काम सुरू होऊन तास तरी होऊ दे की."

"थोडं काम हुतं.

“पैसे पाहिजे असतील. त्याशिवाय तुमचे चेहरे असे होत नाहीत. युनियन देत नाही का पैसे?” ...साहेब युनियनवर खूप चिडून होता.

“पोरीचं लगन ठरलंय.”

“आमच्या धर्मासाठी पोरी बाळंत झालास? ...मार्केट बोंबलत चाललंय खाली. माल जिथल्या तिथं पडलाय. काम चाललंय मेहरबानी समजा.” त्यांनी आलेला फोन उचलला. पाच मिनिट ह्या ऽ ह्या ऽ हू ऽ हू ऽ करून खाली ठेवला. परसरामनं काकुळती येऊन खूप समजून सांगितलं; पण साहेबाचं मन टेंपर दिलेल्या लोखंडागत होतं...सगळ्या टूल्सच्या त्याच्यावर ठिकऱ्या पडल्या असत्या!

“पाच पन्नास पाहिजे असतील तर उचल घेऊन जा. जास्ती काही मिळणार नाही.” त्यांचा अखेरचा शब्द होता. घटकाभर उगीचच थांबून परसराम पायाखाली वाळू तुडवत लेथच्या शेडमध्ये गेला...त्याला वाटलं होतं, अंगावर उचल म्हणून हजारभर तरी मालक देईल नि सात-आठ वर्षं एका जागी नोकरी केल्याचं चीज होईल. पण सगळं जळक्या तेलात गेलं होतं!

शेवटी तेही स्थळ मोडलं.

तीन-एक वर्षं तशीच गेली आणि वस्तीच्या सार्वजनीक नळावर सगळीकडं घाण पसरणाऱ्या संडासच्या पुढ्यात बायका हातात भांडी घेऊन उलट्या बातम्या पसरवू लागल्या.

“पन्नासभर घरं आली. या रांडंनच मोडून टाकली!”

“पोरगी गरीब हाय. ती काय करंल बिचारी?”

“पोरगी न्हवं. पोरीची आई; परशाची काळी घोडी!”

“काय म्हणून तरी चढणारा योल उतरत असंल गं ही नोडी?”

“खेळी हाय गं हलकट रांड...परशा आपला बैलागत गावलाय तिला. त्येला बांधती दावणीला आणि आपूण हिंडती गावभर इरड करत...वड्याच्या पलीकडं तेवढं जायचं ऱ्हायलंय आता!”

“लेकीला तिथं लावून द्यायचा इचार हाय काय गं?”

वस्ती सोडून फर्लांगावर ओढ्याच्या पलीकडं बाजारबसव्या बायकांची गल्ली होती. हळूहळू वस्तीवर हवा तयार झाली. विमलला पाहायला येणाऱ्या प्रत्येकाला त्या हवेचा पंप होऊ लागला. त्यातूनही एखादा सुमार, मॅट्रिकवाला कारकून यायचा. चहा-पाण्यावर ताव मारून जायचा. शेवटी नकारच...हळूहळू याही जागा येईनाशा झाल्या. रातभर परसरामाच्या काळजाला ड्रिल मशीन लागल्यागत व्हायचं. बाजारबसव्यांच्या गल्लीतनं रातभर खरकट खायला गेलेली कोल्ही, त्याच्या दारावर येऊन ‘ईऽऽम्मऽल’ म्हणून कामुक, बेसूर कुही कुही करून निघून जायची...सुट्टीच्या दिवशी सगळे लांडगे एकमेकांच्या खांद्यावर हात टाकून घराभोवतीनं

घुमताना दिसायचे...विमल जास्तच कुढी होत चालली होती!

त्याच्या मनाचे तुकडे उडून आतल्या आत आतड्याला पेच पडत होते. ...कायबी करून लग्न झालं पाहिजे. आता लांबणीवर टाकून भागणार न्हाई, घरात पेटती आग हाय ही. कवा भडकंल पत्त्या लागायचा न्हाई...दोन वर्सांत राधी लग्नाला येईल...दारूचं घर भरून ठेवायला लागलोय मी. – डोक्यातल्या चक्रावर धार लागून ठिणग्या उडत होत्या.

सायकल फिरवायला गेलेला गोंदा पडलेली चेन तशीच घेऊन किनीट पडायला परत आला. मागोमाग सोना घरात आली...चहा प्याल्यावर सहज हाताला लागलेली छत्रीची जुनी सळई घेऊन ती वाकवत तो पडला होता. सोना हुश्श करून आतल्या उंबऱ्यात बसली.

"कुठं गेलीतीस सांज करून?"

"भाऊकडं जाऊन आली."

"का?"

"का न्हाई. थोडं काम हुतं" गुडघ्यावर कोपर टेकून चेन निखळलेल्या दारातल्या सायकलीकडं बघत ती बसली.

"पत्तर वाचलंसा?" पडलेल्या आवाजातलं पण कुठंतरी कडवट झालेलं तिचं बोलणं.

"न्हाई. कुठाय पत्तर?"

"इमलनं दिलं न्हाई?"

"काय बोलली न्हाई ती." ...त्याला कसलं पत्र असावं याचा अंदाज आला. जागेविषयी पत्र असलं म्हणजे ती काही बोलायची नाही. बरेच दिवस असं पत्र नसल्यामुळं त्याला उत्सुकता लागली. सोनानं पत्र हातात आणून दिलं नि त्यानं ते वाचलं. घडी करून तो तसाच भुईकडं बघत बसला.

"काय करायचं?" सोनानं त्याच्या तोंडाकडं बघितलं. विमल निवडलेले तांदूळ घेऊन उठली नि आत गेली.

"माझ्याबी मनात रग्गड हाय. पर एवढं तरी पैसं कुठनं आणायचं?" ...जुन्या स्थळाचं पुन्हा विचारणा करणारं तडजोडीचं पत्र आलं होतं.

"दीड हजारावर तुटतंय"

"लग्नाला न्हाई न्हाई म्हटलं तरी सात-आठशे तरी पाहिजेत. दोन-अडीच हजाराची गाठ कमरेला पाहिजे. एवढं कोण देणार?"

"मग पोरीचं लगीन कवा हुयाचं? वय वाढत चाललंय... ही गल्ली खास्ताराच्या औलादीची...म्हागाई भडकतच चाललीया."

"मला का कळत न्हाई?"

''नुसतं कळणं पुरं आता...कायतरी करून पैसा हुबा करा.''

''भाऊ काय म्हणाला तुझा?''

''त्येला का त्येचा संसार न्हाई? म्हातारं आई-बा अजून त्येच्या जिवावर जगत बसल्यात...दोन पोरं.''

''बघतो उद्या कुठं सांदर हुती का.'' तो अंतराळात अंधळ्यागत बघत म्हणाला ....ठिणग्या उडतच होत्या.

''बघा काय तरी. न्हाईतर फट म्हणता घराचं वाटूळं व्हायचं. जीव गेला तरी पत्कारलं; पर हे अब्रूचं खोबरं नगं...जास्त बोलाय लावू नका मला.''

खोपड्यातली लाकडं आणायला विमल बाहेर आली. त्याची इच्छा नसतानाही तिच्या उराकडं लक्ष गेलं...जास्तच फुगल्यासारखा त्याला दिसला.

''वाळलं असंल तर ते पातळ नेस गं.'' सोनानं आवाज करडा केला. लाकडं घेऊन ती न बोलताच आत गेली. तो उठला नि काथ्याच्या दोरीवर टाकलेलं पातळ त्यानं चापचलं...आंबट-ओलं. त्याच्या शेजारी बॉड्यांच्या दोन पट्ट्या लोंबतेल्या. पत्ता नाही ते उडी मारून त्याच्या पायातनं खाटेवरचं मांजर खोपड्यात गेलं नि हललेल्या जळणातनं त्यानं उंदराचं पिटुकलं पकडून खाटेसमोर आणलं...शेपूट, कान आणि मागचे कोवळे पाय त्याच्या तोंडात चिरचिरत हलत होते. तो त्याच्याकडं मंदपणानं बघून खाटेवर जाऊन बसला. मांजरानं पिलाला अबदार चावलं नि उंबऱ्याजवळच्या खोपड्यात सोडून दिलं. घाबरं-घुबरं होऊन ते पळालं; पण त्याला पुन्हा धरून आणून उंबऱ्यात सोडलं. डोळे बाहेर काढून नि मांजराच्या जबड्यात थिजलेले कान टवकारून ते त्याच्याकडंच बघत बसलं...त्याच्याच पुढं पळत येऊ लागलं. घटकाभर खेळ झाल्यावर मग त्याचा घास झाला! शिणलेल्या डोळ्यांनीच परसरामानं तो खेळ बघितला नि मग तो तसाच दाराशेजारच्या वळचणीला गेला. सायकलीची चेन बसवू लागला. सोना आत गेली...लांब लांब अंधारात शहरातले दिवे चमकू लागले.

सकाळी सायकलीत हवा भरून तो वर्कशॉपवर सव्वादहाला आला. आज विष्णू कामावर येणार होता हे त्याच्या ध्यानातही नव्हतं.

''एकतीसशे रुपये नुकसानभरपाई मिळाली त्येच्या आयला. तीनशे रुपये खर्च आला. अठ्ठावीसशे पदरात!''

विष्णू एकाच डोळ्यानं हसला. त्याच्या भोवतीनं दोघे-तिघे होते. परसरामाकडं बघून तो बोलत होता.

''मालकाला चांगला थुक्का लावलास.''

''त्येचं एक शेटबी गेलं न्हाई...आज चांगला धालाच येऊन बसलाय हापिसात.

कालर ताठच भडव्याची!''

''युनियनच्या नावानं बोंबलतोय.''

''हाताला तेल लावून बोंबल म्हणावं, भडव्याला.''

गप्पांना रंग चढला होता. तरी साडेदहाची घंटा झाली. शेडच्या लोखंडी खांबासारखे सगळे कामगार लेथच्या दोन्ही बाजूंना उभे राहिले. दुसरी घंटा झाली. चटाक-पटाक जिभल्या चाटत पट्टे धावू लागले. क्रँक, पिस्टने, कणे, व्हील्स टर्निंगसाठी लेथवर चढू लागली. लेव्हली जमू लागल्या. पट्ट्याखाली पुल्या सापडून गरगरू लागल्या. कट्स वळणे घेत सापांच्या पिलागत माना वर करत, वळवळत ऊन ऊन उडू लागले...एक डोळ्यानं विष्णू टर्निंग करू लागला नि परसराम उदास होऊन गिअर बदलून पुलीवरचा पट्टा सरकवू लागला. त्याचं आज चित्तच लागत नव्हतं...पैसा आणायचा कुठला एवढा?... इमलीसाठी दोन अडीच हजार. राधीचं लगीन, तिला तीनएक हजार. भरपूर म्हागाई. पाच-सात हजार पाहिजेत. जल्मात कवा बघायलाबी मिळायचं न्हाईत. न्हाईच मिळालं तर या पोरी अशाच आगीगत घरात वाढणार... गू खाल्ला बाप होऊन! मालकाजवळ रीत न्हाई साली. आठ-नऊ वर्सांतबी आपली लायकी वाढली न्हाई. गंजलेल्या लोखंडागत जलम... आम्ही असंच लेथवर नाड्या वाळून माकडागत मरायचं... अडीचशे कातसुपारीलाच जात्यात. मालकाचं म्हयन्याचं च्या-पाणी. त्यात आम्ही संसार चालवायचा. त्यातच पोरींची लगनं, पोरांचं शिक्षण आणि आमचं जगण...जगा न्हाईतर मरा!

...तो गरगरत मनात खोल खोल गेला. टूल तापलं...करकरून ठिणग्या! कट्सच्या दाहक वळवळी...पेटणारं कटिंग ऑईल...इमलची हलणारी छाती. लांडग्यांचे जळजळीत डोळे...घरातला विस्तव...इष्ण्याचा डोळा...ड्रिल मशीन...मालकाची कालर ताठ. खड्ड्यात गेला तरी कडक...पेटवायला पाहिजे... युनियन झिंदाबाद. इष्ण्याचा डोळा झिंदाबाद...एकतीसशे कामगारांचा प्रचंड मोर्चा...एकतीसशे झिंदाबाद...आग आग! पट्टाऽपट्टाऽऽ...पुलीऽऽ लाल काळा...अंधार...!!

तो ओरडला, तेव्हा भोवळ येऊन खाली कोसळत होता. शेजारच्या पवारानं लेथ बंद करून टाकला. पार आत गेलेला, पिरंगळलेला कट त्यानं खसकन त्याच्या डोळ्यातनं काढला. रक्ताची पिचकारी डोळ्यानं थुंकली... सगळे कामगार लेथ न्यूट्रलमध्ये ठेवून आले आणि त्याला उचलून बाजूला बाहेर काढलं.. चेन तुटलेल्या पायडललगत पाय निराधार ढिले पडले होते!

■

आदिताल

निसर्गसूत्राची जवळीक साधणारे काव्यात्मक अनुभव

लेखक : आनंद यादव

'पृथ्वीवर येणाऱ्या युगारंभीच्या पहिल्या वसंत ऋतूच्या
पाऊल-स्पर्शासारखी ती त्याला भासली.
तिचं धडधडतं हृदय त्याच्या कानापाशी होतं...
जगाच्या आरंभी सुरू झालेला ताल.
काळाला स्पर्श करत सतत युगानुयुगे सनातनपणे
चाललेला धिनतिक.
या तालातूनच निर्माण झालेली सृष्टीची लयकारी...
त्याला आदिताल सापडल्यासारखं वाटलं.'

www.ingramcontent.com/pod-product-compliance
Lightning Source LLC
Chambersburg PA
CBHW070037030726
47506CB00003B/781
* 9 7 8 8 1 7 1 6 1 2 7 3 4 *